റഷ്യൻ മുത്തശ്ശി

റഷ്യൻ നാടോടിക്കഥകൾ

റഷ്യൻ മുത്തശ്ശി

റഷ്യൻ നാടോടിക്കഥകൾ

പരിഭാഷ:

കെ.എസ്. വേണുഗോപാൽ

Little Green

little green
an imprint of green books private limited
gb building, civil lane road, ayyanthole,
thrissur- 680 003, kerala, ph: +91 487-2381066, 2381039
website: www.greenbooksindia.com
e-mail: info@greenbooksindia.com

malayalam
russian muthassi
russian natotikathakal
(story)
translated
by
k.s. venugopal

first published june 2017

cover design : rajesh chalode
cover image: thea vector/istockphotos

branches:
thrissur 0487-2422515
palakkad 0491-2546162
kannur 0497-2763038
thiruvananthapuram 0471-2335301

isbn : 978-93-86440-50-1

LGPL/921/2017

കോഴിക്കോട് മലബാർ ക്രിസ്ത്യൻ കോളേജ് ഹൈസ്കൂളിൽ എസ്.എസ്.എൽ.സി. ക്ലാസിൽ (1953-54) പഠിക്കുമ്പോഴാണ്, മോസ്കോവിലെ ഫോറിൻ ലാൻഗ്വേജസ് പബ്ലിഷിങ്ങ് ഹൗസ് പ്രസിദ്ധീകരിച്ച Russion Folk Tales എന്ന പുസ്തകം വാങ്ങാനിടയായത് ലോകത്തെങ്ങുമുള്ള നാടോടിക്കഥകൾ തേടിപ്പിടിച്ച് വായിക്കുന്നതിലായിരുന്നു അന്ന് എനിക്ക് ഏറ്റവും അധികം കമ്പം. ആ പുസ്തകം എന്നെ റഷ്യൻ നാടോടിക്കഥകളുടെ ഒരു ആരാധകനാക്കി മാറ്റി. എന്റെ അനുജത്തിമാർക്കും അനുജന്മാർക്കുമായി അതിലെ ഏതാനും ചെറിയ കഥകൾ ഞാൻ വിവർത്തനം ചെയ്തു. അന്ന് ദേവഗിരി കോളേജിലെ അധ്യാപകനായിരുന്നു പ്രശസ്ത നിരൂപകനായ സുകുമാർ അഴീക്കോട്. അദ്ദേഹത്തിന്റെ പ്രോത്സാഹനജനകമായ അവതാരികയോടെ ആ കഥകൾ അക്കാലത്ത് ഒരു പുസ്തകമായി പ്രസിദ്ധീകരിക്കുകയുണ്ടായി. കലാലയ ജീവിതം കഴിയുന്നതിനു മുമ്പ് Russion Folk Talesലെ നീണ്ടകഥകളും ഞാൻ വിവർത്തനം ചെയ്തു. അവ കൂടി ഉൾപ്പെട്ടതാണ് 'റഷ്യൻ മുത്തശ്ശി' എന്ന ഈ പുസ്തകം.

ഇന്ന് എനിക്ക് 77 വയസ്സ് കഴിഞ്ഞു. ഇന്നും ഈ കഥകൾ വായിച്ചു രസിക്കാൻ എനിക്കു കഴിയുന്നുണ്ട്. കേരളത്തിലെ ആബാലവൃദ്ധം ജനങ്ങൾക്ക് ഈ കഥകൾ അത്യധികം ഇഷ്ടപ്പെടുമെന്ന് എനിക്ക് ഉറപ്പുണ്ട്. ഈ കഥകൾ വായിക്കുമ്പോഴെല്ലാം ഞാനറിയാതെ ചിന്തിച്ചുപോകുന്നു.

ഈ കഥകൾ വിടർന്ന മണ്ണിൽ അലക്സാണ്ടർ പുഷ്കിന്, ടോൾസ്റ്റോയ്, ദസ്തയേവ്സ്ക്കി, ടർജനീവ്, ടെർമൻടോവ്, ആന്റൻ ചെക്കോവ്, മാക്സിംഗോർക്കി, ഗൊഗേൽ, മയക്കോവസ്ക്കി, പാസ്റ്റർനെക്, ഷൊളക്കോവ്, ആന്ന

അഹ്മത്തോവ, സോൾഷെനിറ്റ്സൻ, യേവ് തുഷങ്കോവ് തുടങ്ങിയ വിശ്വോത്തര കവികളും നോവലിസ്റ്റുകളും കാഥികരും നാടകകൃത്തുക്കളും പിറന്നതിൽ അദ്ഭുതമില്ല.

'റഷ്യൻ മുത്തശ്ശി'യെ വായനക്കാർക്കുമുമ്പിൽ അവതരിപ്പിക്കാനായതിൽ അത്യധികം സന്തോഷമുണ്ട്.

കെ.എസ്. വേണുഗോപാൽ

കഥകൾ

ഏഴുവയസ്സുകാരി

ഒരിക്കൽ രണ്ടു സഹോദരന്മാർ യാത്ര ചെയ്യുകയായിരുന്നു. അവരിലൊരാൾ ദരിദ്രനും മറ്റേയാൾ ധനികനുമായിരുന്നു. അവർക്കോരോരുത്തർക്കും ഓരോ കുതിരയുണ്ട്. ദരിദ്രന് ഒരു പെൺകുതിരയും ധനികന് ഒരു ആൺകുതിരയും. രാത്രിയായപ്പോൾ അവർ യാത്ര നിർത്തി കിടന്നുറങ്ങി.

അന്നു രാത്രി ദരിദ്രന്റെ കുതിര പെറ്റു. കുതിരക്കുട്ടി ഉരുണ്ടുരുണ്ടു ധനികന്റെ വണ്ടിയുടെ ചുവടെ കിടപ്പായി. നേരം പുലർന്നപ്പോൾ ധനികൻ സഹോദരനെ വിളിച്ചുണർത്തിക്കൊണ്ടു പറഞ്ഞു.

"എഴുന്നേൽക്കൂ സഹോദരാ, കഴിഞ്ഞ രാത്രി എന്റെ വണ്ടി പെറ്റിരിക്കുന്നു." "എങ്ങനെയാണ് വണ്ടിക്കു കുട്ടിയുണ്ടാവുക?" കണ്ണുതിരുമ്മിക്കൊണ്ട്, ഉണർന്ന ദരിദ്രൻ ചോദിച്ചു, "അതെന്റെ കുതിരയാണ് പെറ്റത്." "അങ്ങനെയാണെങ്കിൽ അവളുടെ അടുത്തല്ലേ അത് കിടക്കേണ്ടത്." "അങ്ങനെ അവർക്കിടയിൽ കലഹമായി. ന്യായാധിപന്റെ അടുത്തെത്തി, കലഹം. സത്യമല്ലാതെ ന്യായാധിപന് പ്രതിഫലം നല്കാൻ ദരിദ്രന്റെ കയ്യിലൊന്നുമില്ലായിരുന്നു. എന്നാൽ ധനികൻ പണംകൊണ്ട് ന്യായാധിപനെ സ്വാധീനിച്ചു.

അവസാനം കുഴപ്പം സാർ ചക്രവർത്തിയുടെ മുമ്പിൽതന്നെ എത്തി. സാർ ഇരുവരുടേയും ആവലാതികേട്ടശേഷം നാലു ചോദ്യങ്ങൾ ചോദിച്ചു: "ലോകത്തിൽവെച്ചു ഏറ്റവും ശക്തിയും വേഗവുമുള്ളതെന്ത്? തടിച്ചതെന്ത്? മൃദുലമായതെന്ത്? ഏറ്റവും പ്രിയപ്പെട്ട വസ്തുവെന്ത്?" അവർക്കു ചിന്തിക്കുവാൻ മൂന്നു ദിവസത്തെ സമയവും അദ്ദേഹം നല്കി.

"നാലാം ദിവസംതന്നെ വന്നു നിങ്ങൾ ഉത്തരം പറയണം,"സാർ കല്പിച്ചു.

എന്താണ് ചെയ്യേണ്ടതെന്നറിയാതെ ധനികൻ അല്പനേരം ചിന്തിച്ചു. പെട്ടെന്ന് വായാടിയായ തന്റെ സ്നേഹിതയെ ഓർമ്മവന്നപ്പോൾ അവളുടെ ഉപദേശമെന്തെന്നറിയുവാൻ അയാൾ യാത്രയായി.

അയാൾ ചെന്നപ്പോൾ അവളയാളെ സന്തോഷപൂർവ്വം സ്വീകരിച്ചു, മേശക്കടുത്തിരിക്കുവാൻ അഭ്യർത്ഥിച്ചു. എന്നിട്ടവൾ ചോദിച്ചു:

"എന്താ ചങ്ങാതി, വല്ലാത്തൊരു വ്യസനം?" "സാർ ചക്രവർത്തി എന്നോടു കുഴപ്പം പിടിച്ച നാലു ചോദ്യങ്ങൾ ചോദിച്ചിരിക്കുന്നു. അതിനുത്തരം കാണാനോ വെറും മൂന്നുദിവസവും."

"എന്നാൽ പറയൂ, എന്തെല്ലാമാണവ?"

"ഒന്നാമത്തേതിതാണ്, ലോകത്തിൽവെച്ച് ഏറ്റവും ശക്തിയും വേഗതയുമുള്ളതെന്ത്?" "ഒരു ചോദ്യംതന്നെ! അതെന്റെ ഭർത്താവിന്റെ ചെങ്കുതിരതന്നെ. ചാട്ടവാറെടുത്തൊന്നു വീശിയാൽ മതി മുയലിനെപ്പോലും അതു പിന്നിലാക്കും."

"ഇതാ രണ്ടാമത്തേത്. ലോകത്തിൽവെച്ചേറ്റവും തടിച്ചതെന്ത്?"

"അത് ഞങ്ങൾ വളർത്തുന്ന രണ്ടു വയസ്സ് പ്രായം ചെന്ന പന്നിക്കുട്ടിയല്ലാതെന്താണ്? തന്റെ കാലുകളിൽ നില്ക്കാൻപോലും തടികൊണ്ടതിനു സാധിക്കുന്നില്ല."

"ഇനി മൂന്നാമത്തേതിതാ, ലോകത്തിൽവെച്ച് ഏറ്റവും മൃദുലമായതെന്ത്?"

"ഓ, തീർച്ചയായും അത് തൂവൽ കിടക്കതന്നെയാണ്. അതിനേക്കാളും മൃദുലമായ ഒന്ന് നിങ്ങൾക്കു സ്വപ്നം കാണാനാകുമോ?"

"ഇനി അവസാനത്തെ ചോദ്യം. ലോകത്തിൽവെച്ച് ഏറ്റവും പ്രിയപ്പെട്ട വസ്തുവെന്ത്?"

"എന്റെ പേരക്കുട്ടി ഇവാനുഷ്ക."

"ചങ്ങാതീ, ദൈവം നിന്നെ രക്ഷിക്കട്ടെ. ഇപ്പോൾ എന്തെല്ലാമാണ് പറയേണ്ടതെന്ന് എനിക്കറിയാം."

ദരിദ്രനായ സഹോദരൻ ദുഃഖാധിക്യത്താൽ തേങ്ങി തേങ്ങിയാണ് വീട്ടിലെത്തിച്ചേർന്നത്. വാതിൽക്കൽ വെച്ചു തന്നെ തന്റെ ഏഴുവയസ്സു മാത്രം പ്രായമായ മകളെ കണ്ടുമുട്ടി. അവളായിരുന്നു അയാൾക്കാകെയുള്ള 'കുടുംബം'. ഏഴുവയസ്സുകാരി ചോദിച്ചു:

"അച്ഛാ അച്ഛനെന്തിനാണ് ഇങ്ങനെ തേങ്ങിത്തേങ്ങിക്കരയുകയും ദീർഘനിശ്വാസം ചെയ്യുന്നതും?"

"അല്ലാതെന്തു ചെയ്യും മകളേ? ജീവിതത്തിലൊരിക്കലും ഉത്തരം പറയാനാകാത്ത നാലു ചോദ്യങ്ങളാണ് സാർ ചോദിച്ചിരിക്കുന്നത്?"

"പറയൂ അച്ഛാ, എന്തെല്ലാമാണ്?"

"അതോ കേട്ടോളൂ. ലോകത്തിൽവെച്ച് ഏറ്റവും ശക്തിയും വേഗവുമുള്ളതെന്ത്? തടിച്ചതെന്ത്? മൃദുലമായതെന്ത്? പ്രിയപ്പെട്ടതെന്ത്?"

"അച്ഛാ സാറിനോടു പോയി പറയൂ, ശക്തിയും വേഗവുമുള്ളത് കാറ്റിനാണ്. എല്ലാറ്റിനേക്കാളും തടിച്ചത് മണ്ണ്, കാരണം ജീവിക്കുന്നതും മുളയ്ക്കുന്നതുമായ എല്ലാറ്റിനേയും അതു പോറ്റി വളർത്തുന്നു. എത്ര മൃദുലമായ കിടക്കയിലാണ് കിടക്കുന്നതെങ്കിലും തലയ്ക്കു കീഴെ

കൈവെച്ചാണ് കിടക്കുക. അതിനാൽ മൃദുലത കയ്യിനാണ്. ഏറ്റവും പ്രിയപ്പെട്ടതെന്തെന്നുവെച്ചാൽ ഉറക്കവും.''

രണ്ടു സഹോദരന്മാരും സാറിന്റെ മുമ്പിൽ ഹാജരായി. അവരിരുവരുടേയും ഉത്തരങ്ങൾ കേട്ടശേഷം അദ്ദേഹം ദരിദ്രനോടു ചോദിച്ചു:

''ഉത്തരങ്ങൾ തന്നത്താൻ ഊഹിച്ചതുതന്നേയോ? അതോ ആരെങ്കിലും സഹായിച്ചോ?''

''മഹാരാജാവേ, എനിക്കു ഏഴുവയസ്സായൊരു പെൺകുട്ടിയുണ്ട്. അവളാണെനിക്ക് ഉത്തരങ്ങൾ പറഞ്ഞുതന്നത്.''

''നിന്റെ മകൾ ഇത്ര ബുദ്ധിശാലിനിയെങ്കിൽ ഇതാ ഈ സിൽക്കുനൂൽകൊണ്ടു നാളെത്തന്നെ എനിക്കൊരൊന്നാന്തരം ടവ്വൽ നെയ്യാൻ പറയൂ.''

ദരിദ്രൻ അതിരില്ലാത്ത ദുഃഖത്തോടെയാണ് അന്നു മടങ്ങിയത്.

''എന്റെ മകളേ, ഞാൻ ദുരിതം പിടിച്ചവനാണ്.'' അയാൾ പറഞ്ഞു ഈ സിൽക്കുനൂലുകൊണ്ടു സാറിനു നീ ഒരു ടവ്വൽ നെയ്തുകൊടുക്കണമെന്നു കല്പിച്ചിരിക്കുന്നു.''

''അച്ഛൻ വ്യസനിക്കണ്ട.'' അവൾ പറഞ്ഞു. ചൂലിൽ നിന്നും ഒരു കോലൊടിച്ചെടുത്തു അച്ഛനെ ഏല്പിച്ചുകൊണ്ടു അവൾ പറഞ്ഞു. ''ഇതു സാറിനു കൊണ്ടുകൊടുക്കുക. ടവ്വൽ നെയ്യുവാൻ, ഇതിൽ നിന്ന് ഒരു തറി ഉണ്ടാക്കുവാൻ കഴിവുള്ള ഒരു ജോലിക്കാരനെ, അന്വേഷിച്ചു തരാൻ പറയൂ.''

അയാൾ ചക്രവർത്തിയെ സമീപിച്ചു മകളുടെ അഭീഷ്ടമെല്ലാമറിയിച്ചു. അപ്പോൾ സാർ അയാൾക്കു നൂറ്റമ്പതു മുട്ട കൊടുത്തുകൊണ്ടു പറഞ്ഞു.

''നിന്റെ മകൾക്ക് ഇത് കൊടുക്കൂ. നാളെ രാവിലേക്ക് ഇതു വിരിയിച്ചു നൂറ്റമ്പതു കോഴിക്കുഞ്ഞുങ്ങളെ കൊണ്ടുവരണം.''

അന്ന് വീട്ടിലേക്കു മടങ്ങുമ്പോൾ അനുഭവിച്ചത്ര ദുഃഖം അയാൾ അനുഭവിച്ചിട്ടില്ല.

''മകളേ, ഒന്നു നീങ്ങിയതേയുള്ളൂ, അപ്പോഴേക്കും മറ്റൊന്നിതാ ചാടിവീണിരിക്കുന്നു.'' നടന്നതെല്ലാം അയാൾ വിവരിച്ചുകൊടുത്തു. ''അച്ഛനെന്തിനാണ് ദുഃഖിക്കുന്നത്?'' അവൾ പറഞ്ഞു.

''അദ്ദേഹത്തോടു പറയൂ, കോഴിക്കുഞ്ഞുങ്ങളെ തീറ്റാൻ ഒരു 'നാൾച്ചോളം' തരണമെന്ന്. വയൽ ഉഴുതതും ചോളം വിതച്ചതും കൊയ്തതും മെതിച്ചതുമെല്ലാം ഒരൊറ്റ ദിവസത്തിൽതന്നെ ആയിരിക്കണം. അല്ലാത്തപക്ഷം നമ്മുടെ കോഴിക്കുഞ്ഞുങ്ങൾ അവ കൊത്തുക പോലുമുണ്ടാവില്ല.''

അവൾ ആ മുട്ടകളെല്ലാം പാകം ചെയ്തു. അത്താഴവും പ്രാതലിനുമായി. വീണ്ടും അവൾ അച്ഛനെ സാറിനടുക്കലേക്കയച്ചു.

അയാൾ പറഞ്ഞതെല്ലാം സാർ ശ്രദ്ധിച്ചു കേട്ടുകഴിഞ്ഞപ്പോൾ അദ്ദേഹം അയാളോടു പറഞ്ഞു.

"നിന്റെ മകൾ ഇത്ര മിടുക്കിയാണെങ്കിൽ നാളെത്തന്നെ അവളോടി ങ്ങുവരാൻ പറയൂ. വസ്ത്രം ധരിച്ചിരിക്കരുത്, ധരിക്കാതേയുമിരിക്കരുത്. നടന്നോ കുതിരപ്പുറത്തോ വരാനും പാടില്ല. കാഴ്ചദ്രവ്യങ്ങളോടെ യായിരിക്കരുത് വരുന്നത്. എന്നാൽ സമ്മാനങ്ങൾ കൂടാതെയുമാകരുത്."

"അങ്ങനെത്തന്നെ." അയാൾ വിചാരിച്ചു, "ഈ സൂത്രം എന്റെ മകൾക്കുകൂടി അറിയാത്തതാണ്. ഇപ്പോൾ എല്ലാം തുലഞ്ഞു."

എന്നാൽ ഏഴുവയസ്സുകാരി പറഞ്ഞു.

"ദുഃഖിക്കേണ്ടച്ഛാ, വേടന്മാരുടെ അടുത്തുചെന്നു ഒരു ജീവനുള്ള മുയലിനേയും ജീവനുള്ള ഒരു കാട്ടുപക്ഷിയേയും വാങ്ങിക്കൊണ്ടുവരൂ."

അയാൾ പോയി ഒരു മുയലിനേയും കാട്ടുപക്ഷിയേയും കൊണ്ടു വന്നു.

പിറ്റേന്നു പ്രഭാതത്തിൽ ഏഴുവയസ്സുകാരി തന്റെ എല്ലാ വസ്ത്രങ്ങളും ഉപേക്ഷിച്ച് ഒരു മീൻവലയെടുത്തുധരിച്ചു. കൈകളിൽ ഒരു കാട്ടു പക്ഷിയെ പിടിച്ചു. മുയലിന്റെ പുറത്തു സവാരിചെയ്തു കൊട്ടാര ത്തിലേക്കു പോയി.

കൊട്ടാരത്തിന്റെ പടിവാതിൽക്കൽവെച്ചുതന്നെ സാർ അവളെ കണ്ടുമുട്ടി. അവൾ അദ്ദേഹത്തെ വണങ്ങിക്കൊണ്ടു പറഞ്ഞു.

"സാർ തിരുമേനി, അങ്ങേക്കിതാ തിരുമുൽക്കാഴ്ച." അവൾ കാട്ടു പക്ഷിയെ നീട്ടി. സാർ അതിനെ പിടിച്ചു പിടിച്ചില്ലെന്നായപ്പോൾ അവൾ പക്ഷിയെ വിട്ടുകളഞ്ഞു.

"ഭേഷ്!" സാർ പറഞ്ഞു, "'ഞാൻ കല്പിച്ചപോലെത്തന്നെ എല്ലാം നീ ചെയ്തിരിക്കുന്നു. എന്നോടിതു പറയൂ. നിന്റെ അച്ഛൻ ദരിദ്രനാണ്. അപ്പോളെങ്ങനെയാണ് നിനക്കു ഭക്ഷണം കിട്ടുക?"

"എന്റെ അച്ഛൻ വരണ്ട സ്ഥലത്തുനിന്ന് മീൻ പിടിക്കുന്നു. അല്ലാതെ പുഴയിലെ പൂഴിയിൽ കെണിവെയ്ക്കുന്നൊന്നുമില്ല. ഞാനാണ് അതെല്ലാം എന്റെ വസത്രാഞ്ചലത്തിൽ വീട്ടിലേക്കു കൊണ്ടുവന്നു നിങ്ങൾക്കുകൂടി ഇഷ്ടമാകത്തക്കവിധം മീൻ സൂപ്പ് ഉണ്ടാക്കുന്നത്. ഓ സത്യം."

"അസത്തുപെണ്ണേ, നീയെവിടെയാണ് വരണ്ട സ്ഥലത്ത് മീൻ കണ്ടത്? അവ വെള്ളത്തിലാണുള്ളത്. അല്ലേ?"

"അപ്പോൾ അങ്ങ് ബുദ്ധിയുള്ളവനാണല്ലോ? അങ്ങ്എവിടെയാണ് ഒരു വണ്ടിക്കു കുതിരക്കുട്ടിയുണ്ടായതായി കണ്ടിട്ടുള്ളത്? പെൺകുതിര യ്ക്കാണ് അല്ലാതെ വണ്ടിക്കല്ല കുതിരക്കുട്ടിയുണ്ടാകുക."

അതിനുശേഷം സാർ കുതിരക്കുട്ടിയെ ദരിദ്രനു മടക്കിക്കൊടുത്തു.

■

ചെങ്കുതിര

പണ്ട് പണ്ട് ഒരു കിഴവന് മൂന്നു മക്കളുണ്ടായിരുന്നു. മൂത്ത രണ്ടുപേർ വിശേഷവസ്ത്രങ്ങൾ ധരിക്കുന്നതിൽ കമ്പക്കാരും മഹാ പിശുക്കന്മാരുമായ സുന്ദരവിഡ്ഢികളായിരുന്നു. എന്നാൽ മൂന്നാമത്തവൻ അത്തരത്തിൽപ്പെട്ടവനായിരുന്നില്ല. വിഡ്ഢിയായ അവൻ അധികസമയവും അടുപ്പിനടുത്തിരുന്നു കഴിഞ്ഞുകൂട്ടും. വല്ലപ്പോഴും പുറത്തു പോയിരുന്നെങ്കിൽ അത് കൂണുകൾ പൊട്ടിക്കാൻ കാട്ടിലേക്കു മാത്രമാണ്.

കിഴവൻ മരിക്കാറായി. തന്റെ മൂന്നു മക്കളെയും അടുത്തു വിളിച്ചു. അയാൾ അവരോടു പറഞ്ഞു.

“ഞാൻ മരിച്ചാൽ നിത്യം മൂന്നു രാത്രിയിൽ നിങ്ങളോരോരുത്തരായി ഭക്ഷണവും കൊണ്ടു ശവക്കുഴിക്കരികെ വരണം.”

ഇതും പറഞ്ഞ് കിഴവൻ മരിച്ചു. ശവസംസ്കാരമെല്ലാം കഴിഞ്ഞു. അച്ഛന്റെ ശവക്കുഴിക്കരികെ പോകാനുള്ള മൂത്ത മകന്റെ സമയമായി. ആ ചെറുപ്പക്കാരൻ, മഹാമടിയനായിട്ടോ പേടിക്കുടലനായിട്ടോ എന്തോ, വിഡ്ഢിയായ ഇവാനെ വിളിച്ചു പറഞ്ഞു. “ഇന്നുമാത്രം എനിക്കുവേണ്ടി നീ അച്ഛന്റെ ശവക്കുഴിക്കരികെ പോകണം. ഞാൻ നിനക്കൊരു അപ്പം വാങ്ങിത്തരാം.” ഇവാൻ ആലോചിക്കാനൊന്നും നിന്നില്ല. കുറച്ചു അപ്പമെടുത്ത് അവൻ അച്ഛന്റെ ശവക്കുഴിയുടെ അടുത്തേക്കുപോയി. എന്തെല്ലാമാണ് നടക്കുക എന്നറിയാനുള്ള ഉൽക്കണ്ഠയോടെ അതിന് തൊട്ടിരുന്നു. പാതിരാവായപ്പോൾ പെട്ടെന്ന് അവിടെ ഭൂമിയിൽ ഒരു പിളർപ്പുണ്ടായി. അതിലൂടെ ശവക്കുഴിയിൽ നിന്ന് ആ കിഴവൻ ഉയർന്നുവന്നു.

“ആരാ അവിടെ? എന്റെ മൂത്ത മകനല്ലേ?” അയാൾ ചോദിച്ചു. “പറയൂ റഷ്യയിലെ കാര്യങ്ങളെന്തെല്ലാമാണ്? എന്താണൊരു ശബ്ദം കേൾക്കുന്നത്, നായ്ക്കൾ കുരയ്ക്കുന്നതോ, ചെന്നായ്ക്കൾ ഓരിയിടുന്നതോ, അതുമല്ലെങ്കിൽ എന്റെ കുട്ടി തേങ്ങിക്കരയുന്നതോ?” ഇവാൻ മറുപടി പറഞ്ഞു.

“ഇത് നിങ്ങളുടെ മകൻ തന്നെയാണ്. റഷ്യയിൽ എല്ലാ കാര്യങ്ങളും ഭംഗിയായി നടക്കുന്നു.”

ഇവാൻ കൊണ്ടുപോയ അപ്പമെല്ലാം തിന്നുതീർന്നപ്പോൾ കിഴവൻ വീണ്ടും ശവക്കുഴിയിൽ കിടപ്പായി. ഇടയ്ക്കിടയ്ക്ക് വഴിക്കിടയിൽ കൂണുകൾ കാണുമ്പോൾ പൊട്ടിക്കുവാൻ നിന്നുനിന്ന് ഇവാൻ വീട്ടിലേക്കു മടങ്ങി. വീട്ടിലെത്തിയപ്പോൾ മൂത്ത ജ്യേഷ്ഠൻ ചോദിച്ചു.

"നീ നമ്മുടെ അപ്പനെ കണ്ടോ?"

"ഉവ്വ്. ഞാൻ കണ്ടു."

"കൊണ്ടുപോയ അപ്പമെല്ലാം അങ്ങോർ തിന്നു തീർത്തോ?"

"തിന്നു. മുക്കറ്റം തിന്നു."

"പിറ്റേന്നു രാത്രിയായി. അന്ന് ശവക്കുഴിയുടെ അടുത്തേക്കു പോകേണ്ടത് രണ്ടാമത്തേവനാണ്, മഹാ മടിയനായിട്ടോ പേടിക്കുടലനായിട്ടോ, എന്തോ, അയാളും ഇവാനോടു വിളിച്ചു പറഞ്ഞു.

"ഇന്നുമാത്രം നീ എനിക്കുവേണ്ടി ശവക്കുഴിവരെ പോകണം. എങ്കിൽ ഒന്നാന്തരം ഒരു ജോടി ഷൂ വാങ്ങിത്തരാം."

"അങ്ങനെത്തന്നെ" ഇവാൻ പറഞ്ഞു, "ഞാൻ പോകാം."

"കുറച്ചപ്പം കയ്യിലെടുത്തു അന്നും ഇവാൻ തന്റെ അച്ഛന്റെ ശവക്കുഴിയുടെ അരികെ ചെന്നു കാത്തിരുപ്പായി. പാതിരാവായപ്പോൾ പെട്ടെന്ന് അവിടെ ഭൂമി പിളർന്നു. കിഴവനായ അച്ഛൻ ശവക്കുഴിയിൽനിന്ന് ഉയർന്നു വന്നു ചോദിച്ചു.

"ആരാ അവിടെ? എന്റെ രണ്ടാമത്തെ മകനല്ലേ? പറയൂ മകനേ, റഷ്യയിലെ കാര്യങ്ങളെന്തെല്ലാമാണ്? എന്താത് നായ്ക്കൾ കുരയ്ക്കുകയാണോ, ചെന്നായ്ക്കൾ ഓരിയിടുകയാണോ, അതുമല്ലെങ്കിൽ എന്റെ മോൻ തേങ്ങിക്കരയുകയാണോ?"

ഇവാൻ മറുപടി പറഞ്ഞു.

"അച്ഛാ ഇതു ഞാനാണ്, നിങ്ങളുടെ മകൻ, റഷ്യയിലെ കാര്യങ്ങളെല്ലാം ഭംഗിയായി നടക്കുന്നു."

ഇത്രയും കേട്ടപ്പോൾ മകൻ കൊണ്ടുവന്ന അപ്പമെല്ലാം തിന്നു കിഴവൻ ശവക്കുഴിയിലേക്കുതന്നെ മടങ്ങിപ്പോയി. വഴിക്കിടയിൽ കൂണുകൾ കാണുമ്പോൾ പൊട്ടിക്കുവാൻ ഇടയ്ക്കു നിന്നുനിന്ന് ഇവാൻ വീട്ടിലേക്ക് മടങ്ങി. മടങ്ങിയെത്തിയപ്പോൾ രണ്ടാമത്തെ മകൻ അവനോടു ചോദിച്ചു.

"നീ കൊണ്ടുപോയ അപ്പമെല്ലാം അച്ഛൻ തിന്നോ?"

"ഉവ്വ്, മുക്കറ്റം തിന്നു."

മൂന്നാമത്തെ ദിവസമായി. ഇന്ന് ശവക്കുഴിയിലേയ്ക്കു പോകേണ്ടത് ഇവാന്റെ കടമയാണ്. അവൻ തന്റെ ജ്യേഷ്ഠന്മാരോടു പറഞ്ഞു.

"രണ്ടു രാത്രി അച്ഛന്റെ ശവക്കുഴിക്കരികെ ഞാനാണ് പോയത്. ഇന്ന് നിങ്ങൾ തന്നെ പോകേണം. ഞാൻ വീട്ടിലിരുന്നു വിശ്രമിക്കട്ടെ."

"ഒ, ഇല്ലില്ല" സഹോദരന്മാർ മറുപടി പറഞ്ഞു. "ഇന്നും നീതന്നെ പോകണം." ഇവാൻ. ഇന്ന് നിന്റെ ഊഴവുമാണല്ലോ."

അന്നും അപ്പവുമായി അവൻ ശവക്കുഴിയുടെ അടുത്തേക്കുപോയി. അന്നും പതിവുപോലെ പാതിരാവായപ്പോൾ ഭൂമി പിളർന്നു കിഴവനായ അവരുടെ അച്ഛൻ ശവക്കുഴിയിൽ നിന്ന് പുറത്തുവന്നു.

"ആരാത്?" അയാൾ ചോദിച്ചു, "എന്റെ മൂന്നാമത്തെ മകനല്ലേ? പറയൂ റഷ്യയിൽ കാര്യങ്ങളൊക്കെ എങ്ങനെ? എന്താത്? നായ്ക്കൾ കുരയ്ക്കുന്നതോ, ചെന്നായ്ക്കൾ ഓരിയിടുന്നതോ, അതുമല്ലെങ്കിൽ എന്റെ മോൻ തേങ്ങിക്കരയുന്നതോ?" ഇവാൻ മറുപടി പറഞ്ഞു.

"ഇത് ഞാൻ, ഇവാനാണച്ഛാ, റഷ്യയിൽ കാര്യമെല്ലാം ഭംഗിയായി നീങ്ങുന്നു."

ഇവാൻ കൊണ്ടുചെന്ന അപ്പമെല്ലാം തിന്നുതീർന്നപ്പോൾ അവനോടു കിഴവൻ പറഞ്ഞു:-

"നീ മാത്രമേ എന്റെ കല്പന അനുസരിച്ചുള്ളൂ, ഇവാൻ. മൂന്നു രാത്രിയിലും എന്റെ ശവക്കുഴിക്കരികെ വരാൻ നീ ഒട്ടും ഭയന്നില്ല. ഇപ്പോൾ നീ ആ വിശാലമായ മൈതാനത്തിൽ ചെന്ന് ഇങ്ങനെ ആർത്തുവിളിക്കണം "ചെങ്കുതിരേ, കേട്ടനുസരിക്കൂ! ഞാൻ വിളിച്ചത് ചെയ്യിക്കാനാണ്. ഇല്ലേ, കൊന്നുകളയും!" "അപ്പോൾ ഒരു കുതിര നിന്റെ മുമ്പിൽ പ്രത്യക്ഷപ്പെടും. അതിന്റെ വലത്തുചെവിയിലൂടെ കയറി നീ ഇടത്തേതിലൂടെ പുറത്തു വരണം. അപ്പോൾ നീ ഒരൊന്നാന്തരം സുന്ദരനും സുശക്തനുമായ യുവാവായി മാറും. എന്നിട്ടു കുതിരപ്പുറത്തു ചാടിക്കയറി നിനക്കിഷ്ടമുള്ളിടത്തേയ്ക്കു സവാരി ചെയ്തോളൂ."

"അച്ഛൻ കൊടുത്ത കടിഞ്ഞാൺ ഇവാൻ വാങ്ങി നന്ദിപറഞ്ഞു വീട്ടിലേക്കു മടങ്ങി. വഴിക്കിടയിൽ കണ്ടുമുട്ടുന്ന കൂണുകൾ പൊട്ടിക്കുവാൻ ഇടയ്ക്കിടയ്ക്കു നിന്നു ഇവാൻ വീട്ടിലേയ്ക്കു മടങ്ങിയെത്തി. ജ്യേഷ്ഠന്മാർ അവനോടു ചോദിച്ചു.

"നമ്മുടെ അപ്പനെക്കണ്ടോ, ഇവാൻ?"

"കണ്ടു." "ഇവാൻ മറുപടി പറഞ്ഞു.

"നീ കൊണ്ടുപോയ അപ്പമെല്ലാം തിന്നുതീർത്തോ?"

"തിന്നു. മൂക്കറ്റം തിന്നു. കൂടാതെ ഇനി എന്നോടു ശവക്കുഴിയുടെ അടുത്തു പോകേണ്ടെന്നും പറഞ്ഞു."

ഈ അവസരത്തിലാണ് തന്റെ നാട്ടിലും പുറത്തുമുള്ള അവിവാഹിതരായ സുന്ദരന്മാർ കൊട്ടാരത്തിൽ വന്നുചേരേണ്ടതാണെന്നു സാർ ചക്രവർത്തി ഒരു വിളംബരം ചെയ്തത്. സാറിന്റെ സുന്ദരിയായ മകൾ പന്ത്രണ്ടു തൂണുകളോടുകൂടി ഓക്ക് മരത്തടികളെക്കൊണ്ട് ഒരു കോട്ട പണിയുവാൻ കല്പന കൊടുത്തിരുന്നു. ആ കോട്ടയുടെ ഏറ്റവും മുകളിലുള്ള മുറിയുടെ ജാലകത്തിന്നടുത്ത് അവൾ ഇരുന്നു. അജ്ഞാതനായ

ഏതോ ഒരു യുവാവ് ഏതാനും നിമിഷങ്ങൾക്കുള്ളിൽ, കുതിരപ്പുറത്ത് താനിരിക്കുന്നത്ര ഉയരത്തിൽ കുതിച്ചു തന്റെ അധരങ്ങളിൽ അർപ്പിക്കാൻ പോകുന്ന ചുംബനവും കാത്താണവൾ ഇരിക്കുന്നത്. ഈ പരീക്ഷയിൽ ജയിക്കുന്നവന്, ധനികനായാലും വേണ്ടില്ല ദരിദ്രനായാലും വേണ്ടില്ല, തന്റെ സുന്ദരിയായ രാജകുമാരിയെ പകുതി രാജ്യത്തോടൊപ്പം നല്കുമെന്നായിരുന്നു രാജാവിന്റെ വിളംബരം.

ഈ വർത്തമാനം ഇവാന്റെ സഹോദരന്മാരുടെ ചെവിയിലും വന്നെത്തി. താങ്കളുടെ ഭാഗ്യം പരീക്ഷിക്കുവാൻ അവരും ഉറച്ചു.

തങ്ങളുടെ കുതിരകളെ നല്ല ധാന്യങ്ങൾ തീറ്റി ലായത്തിന്നു പുറത്തിറക്കി. വിശേഷപ്പെട്ട വസ്ത്രങ്ങളണിഞ്ഞ് ചുരുളൻമുടി ഭംഗിയിൽ കോതി മിനുക്കി. ഇതെല്ലാം കണ്ടുകൊണ്ടു അടുപ്പിന്നടുത്തിരിക്കുകയായിരുന്ന ഇവാൻ വിളിച്ചു ചോദിച്ചു.

"സഹോദരന്മാരേ, നിങ്ങളെന്നേയും കൂട്ടുമോ? "ഒന്നെനിക്കും ഭാഗ്യം പരീക്ഷിക്കേണ്ടേ?"

"കഴുതേ, നീ അടുപ്പിന്നടുത്തുതന്നെ ഇരുന്നോ!" അവരിരുവരും പൊട്ടിച്ചിരിച്ചു. "ഞങ്ങളൊന്നിച്ചു വരുകയാണെങ്കിൽ അവിടെവെച്ച് നീ കൂക്കിപ്പോകും, അതിലും ഭേദം കാട്ടിൽപോയി കൂൺ വേട്ടയാടുകയാണ്."

"തൊപ്പിയൊന്നു ചരിച്ചുവെച്ച് ചൂളം വിളിച്ചുകൊണ്ടു, പൊടിപടലങ്ങളുതിർത്തുകൊണ്ട് അവർ കുതിരപ്പുറത്തു സവാരി ചെയ്തുപോയി. ഇവാൻ അച്ഛൻ തനിക്കുതന്ന കടിഞ്ഞാൺ കയ്യിലെടുത്തു വിശാലമായ മൈതാനത്തിലേക്കു കടന്നുചെന്നു. അച്ഛൻ പഠിപ്പിച്ചതെല്ലാം അവൻ ആർത്തുവിളിച്ചു.

"ചെങ്കുതിരേ, കേട്ടനുസരിക്കൂ!

ഞാൻ വിളിച്ചത് നിന്നെക്കൊണ്ടു ചെയ്യിക്കുവാനാണ്.

ഇല്ലേ, കൊന്നുകളയും!"

പെട്ടെന്ന് ഒരു കുതിര തനിക്കെതിരെ പറപറന്നുവരുന്നതു ഇവാൻ കണ്ടു. അതിന്റെ കുളമ്പുകൾക്കടിയിൽ ഭൂമി കിടുകിടെ വിറച്ചു. അതിന്റെ നാസാരന്ധ്രങ്ങളിലൂടെ തീജ്വാലകളാണ് ചിന്തിയിരുന്നത്. അതിന്റെ ചെവികളിലൂടെ കാളമേഘങ്ങളും ഉയർന്നിരുന്നു. ഇവാന്റെ സമീപമെത്തിയപ്പോൾ ശാന്തമായി നിന്നുകൊണ്ടു കുതിര പറഞ്ഞു.

"ഇവാൻ നിങ്ങൾക്കെന്തുവേണം?"

ഇവാൻ അതിന്റെ കഴുത്തു തലോടി കടിഞ്ഞാണണിയിച്ചു. അച്ഛൻ പറഞ്ഞപോലെ അതിന്റെ വലത്തു ചെവിയിലൂടെ കയറി ഇടത്തേതിലൂടെ പുറത്തുവന്നു. അദ്ഭുതമെന്നല്ലാതെ മറ്റെന്തു പറയാൻ! പെട്ടെന്ന് ഉഷസ്സിലെ ആകാശത്തിനൊത്ത സൗന്ദര്യമുള്ള ഒരു യുവാവായി മാറി ഇവാൻ. അത്രമാത്രം സൗന്ദര്യമുള്ള ഒരു യുവാവ് അന്നോളം ഭൂമിയിൽ പിറന്നിരുന്നില്ല. ചെങ്കുതിരയുടെ പുറത്തു ചാടിക്കയറിയ ഇവാൻ നേരെ

സാറിന്റെ കൊട്ടാരത്തിലേക്കു തിരിച്ചു. വാലൊന്നു വെട്ടിക്കുന്നതിനിടയിൽ പർവ്വതവും താഴ്‌വരയും, കൊടുങ്കാറ്റിന്റെ വേഗത്തിൽ വീടുകളും മാമരങ്ങളും പിന്നിട്ടു. തികച്ചും ഒരാഴ്ചക്കുള്ള വഴി ഒരൊറ്റ ദിവസം കൊണ്ടു തന്നെ തരണം ചെയ്യാവുന്ന മട്ടിൽ ആണ് അതോടിയിരുന്നത്.

ഇവാൻ രാജസദസ്സിലെത്തുമ്പോഴേക്കും കൊട്ടാരം ജനങ്ങളാൽ നിറഞ്ഞിരുന്നു. പന്ത്രണ്ടു തൂണുകളാലും ഓക്കമരത്തടികളാലും പണി തീർത്ത ആ കോട്ട മുമ്പിൽ നിൽക്കുന്നു. അതിന്റെ ഒത്തമുകളിലുള്ള മുറിയുടെ ജാലകത്തിന്നടുത്ത് ഒരു പനിനീർപ്പൂപോലെ രാജകുമാരി ഇരുന്നിരുന്നു.

സാർ ചക്രവർത്തി സദസ്സിലേക്കു കടന്നുചെന്നു പറഞ്ഞു.

"കുതിരപ്പുറത്ത് ആ ജാലകത്തിന്നുയരത്തിൽ കുതിച്ച് ആരാണോ എന്റെ മകളുടെ അധരങ്ങളിൽ ചുംബനമർപ്പിക്കുന്നത് അയാൾക്കു ഞാൻ എന്റെ മകളെ കല്ല്യാണം കഴിച്ചു കൊടുക്കുന്നതാണ്. കൂടാതെ എന്റെ പകുതി സാമ്രാജ്യവും അവർക്കു നല്കാം"

"കുതിരകൾക്കു കുതിച്ചാലൊന്നും എത്താനാകാത്തത്ര ഉയരത്തിലാണ് ആ ജാലകം. എങ്കിലും ഓരോരുത്തരായി രാജകുമാരന്മാർ മുന്നോട്ടുവന്നു ഭാഗ്യം പരീക്ഷിച്ചു. എല്ലാവരും ശ്രമിച്ചുകഴിഞ്ഞിട്ടും ജാലകം അപ്രാപ്യമായിത്തന്നെ നിന്നു. ഇവാന്റെ രണ്ടു സഹോദരന്മാരും ശ്രമിച്ചു പരാജയമടഞ്ഞവരിൽപെടും.

ഇവാന്റെ ഊഴമായി, ചെങ്കുതിരയുടെ പുറത്ത് ഒരൊറ്റ കുതിക്കലിനു മറ്റാർക്കും കഴിയാത്തത്ര ഉയരത്തിൽ ഇവാനെത്തിയെങ്കിലും ജാലകം പിന്നേയും ഉയരത്തിൽതന്നെ. വീണ്ടും ശ്രമിച്ചപ്പോൾ പൂർവ്വാധികം ഉയരത്തിലെത്താൻ കഴിഞ്ഞു എന്നൊരു മെച്ചം മാത്രമുണ്ടായി. ഇനി ഒരു ചാൻസ് മാത്രം ബാക്കിയായി. ഇവാൻ, ചെങ്കുതിര കുത്തനെ കുതിക്കുന്നതുവരെ അതിനെ ചുറ്റിക്കറക്കിക്കൊണ്ടിരുന്നു. ഒരു മിന്നൽപോലെ ആ ജാലകം കടന്നുപോകുന്നതിന്നിടയിൽ ശക്തിയായി കുതിച്ചു രാജകുമാരിയുടെ മധുതുളുമ്പുന്ന അധരങ്ങളിൽ ഇവാൻ അമർത്തി ചുംബിച്ചു. അപ്പോൾ രാജകുമാരിയാകട്ടെ അയാളുടെ നെറ്റിത്തടത്തിൽ മുദ്രമോതിരം കൊണ്ട് തന്റെ അടയാളം കുത്തി.

"പിടിക്കവനെ! തടഞ്ഞുനിർത്തവനെ!" എന്നെല്ലാം ആളുകൾ ആർത്തു വിളിക്കുന്നതിന്നിടയിൽ ഇവാനും കുതിരയും പൊടിപടല മേഘങ്ങളിളക്കിവിട്ടുകൊണ്ടു പറന്നുപോയി.

അവൻ കുതിച്ചുപോയത് നേരെ വിശാലമായ മൈതാനത്തിലേക്കാണ്. ഇവാൻ, ചെങ്കുതിരയുടെ ഇടത്തു ചെവിയിലൂടെ കടന്നു വലത്തേതിലൂടെ പുറത്തുവന്നു. അദ്ഭുതം തന്നെ! ചെങ്കുതിരയെ സ്വതന്ത്രമാക്കി വിട്ട് അവൻ വീട്ടിലേക്കു തിരിച്ചു. ഇത്തവണയും വഴിക്കു കാണുന്ന കൂണുകൾ പൊട്ടിക്കുവാൻ വഴിക്കു നിന്നിരുന്നു. വീട്ടിലെത്തിയപ്പോൾ ഒരു കീറത്തുണിക്കഷ്ണമെടുത്തു നെറ്റിയിലെ അടയാളം കാണാത്ത മട്ടിൽ നെറ്റി മൂടിക്കെട്ടി മുമ്പത്തെപ്പോലെ അടുപ്പിന്മേൽ കയറി ഇരുപ്പായി.

അധികം കഴിഞ്ഞില്ല, സഹോദരന്മാരും തിരിച്ചുവന്നു. തങ്ങളെവിടെയെല്ലാം പോയെന്നും എന്തെല്ലാം കണ്ടെന്നു മറ്റും അവർ അവനോടു പറഞ്ഞു.

"നമ്മുടെ രാജകുമാരിക്ക് എത്രയെത്ര കാമുകന്മാരാണെന്നോ! എന്നാൽ അവരിലൊരുവനാണ് എല്ലാവരേക്കാളും ഭയങ്കരനായ തന്റെ കുതിരയുടെ പുറത്ത് കുത്തനെ കുതിച്ചുയർന്ന് രാജകുമാരിയെ ചുംബിച്ചത്. അവൻ വരുന്നത് ഞങ്ങൾ കണ്ടിരുന്നു. എന്നാൽ എങ്ങോട്ടാണ് പോയതെന്ന് ആരും കണ്ടില്ല."

ഇതെല്ലാം കേട്ട് മനസ്സുകൊണ്ടു ചിരിച്ച് ഇവാൻ ഇരുന്നേടത്തുനിന്നു പറഞ്ഞു.

"ഒരുപക്ഷേ, നിങ്ങൾ എന്നെയായിരിക്കും കണ്ടത്." ഈ അധികപ്രസംഗം കേട്ടപ്പോൾ ജ്യേഷ്ഠന്മാരുടെ കോപം ആളിക്കത്തി. അവർ പിറുപിറുത്തു.

"മിണ്ടല്ലെടാ കഴുതേ! അടുപ്പിന്മേലിരുന്നു നിന്റെ കൂണുകൾ തിന്നോ."

പെട്ടെന്ന് രാജകുമാരിയുടെ മുദ്രമോതിരമേറ്റുള്ള അടയാളം മറച്ചിരുന്ന കീറത്തുണി ഇവാൻ മാറ്റിയപ്പോൾ ആ കുടിൽ ഒരു ദീപ്തിപൂരത്താൽ ശോഭായമാനമായി. സഹോദരന്മാർ പേടിച്ചു നിലവിളിച്ചു.

"അസത്തേ നീയെന്താ ചെയ്യുന്നത്? നീ വീടിനു തീവെച്ചു!"

പിറ്റേന്നു സാർ ചക്രവർത്തി ഒരു സദ്യ ഒരുക്കി. തന്റെ എല്ലാ പ്രജകളേയും അദ്ദേഹം ക്ഷണിച്ചിരുന്നു.

ഇവാന്റെ സഹോദരന്മാരും സദ്യയ്ക്കു പോകാനൊരുങ്ങി.

"ചേട്ടന്മാരെ നിങ്ങളെന്നേയും കൂട്ടില്ലേ?" ഇവാൻ യാചിച്ചു.

"എന്താത്?" അവർ പൊട്ടിച്ചിരിക്കയാണുണ്ടായത്, "കാണുന്നവരെല്ലാം മക്കാറാക്കിക്കൊല്ലും. അതിലും ഭേദം ഇവിടെ ഇരുന്നു നീ കുൺ തിന്നുന്നതാണ്."

സഹോദരന്മാർ തങ്ങളുടെ കുതിരപ്പുറത്തുകയറി സവാരി ചെയ്തു പോയി. ഇവാൻ കാൽനടയായി അവരറിയാതെ അവരെ പിന്തുടർന്നു. കൊട്ടാരത്തിലെത്തിയ അവൻ മറ്റുള്ളവരുടെ ബഹളത്തിൽ നിന്നെല്ലാം അകന്ന് ഒരു മൂലയിൽ ഇരുപ്പുറപ്പിച്ചു. സദ്യക്ക് വരുന്ന ഓരോരുത്തനേയും പരിശോധിക്കുവാൻ രാജകുമാരി തീരുമാനിച്ചിരുന്നു.

തന്റെ കൈകൊണ്ടുതന്നെ ഓരോരുത്തർക്കും ഓരോ കപ്പ് പാനീയം കൊടുക്കുന്നതിന്നിടയിൽ തന്റെ മുദ്രയെങ്ങാനും അവരുടെ നെറ്റിയിലുണ്ടോ എന്നു പരിശോധിച്ചു. ഇവാനൊഴികെ എല്ലാവരും ആ പരീക്ഷണത്തിലൂടെ കടന്നുപോയി. ഇവാന്റെ അടുത്തെത്തിയപ്പോൾ രാജകുമാരിക്കു ശ്വാസംമുട്ടിപ്പോയി. പുകയേറ്റു അവന്റെ മേലെല്ലാം കരിപിടിച്ചിരുന്നു. അനുസരണമില്ലാതെ കുത്തനെ നില്ക്കുകയായിരുന്നു അവന്റെ ചെമ്പൻ മുടി.

ലൗലി രാജകുമാരി ചോദിച്ചു - അതെ, രാജകുമാരിയുടെ പേർ ലൗലി എന്നായിരുന്നു, - "നീയാരാണ്? നീയെവിടെനിന്നു വരുന്നു? എന്താ നെറ്റി മൂടിക്കെട്ടിയിരിക്കുന്നത്?"

"വീണ് നെറ്റി പൊട്ടിപ്പോയി" ഇവാൻ ഒരു നുണ പറഞ്ഞു.

രാജകുമാരി കീറത്തുണി മാറ്റിയപ്പോൾ കൊട്ടാരം മുഴുവൻ ഒരു ദീപ്തിപൂരത്തിൽ വെട്ടിത്തിളങ്ങി.

"ദാ, എന്റെ മുദ്ര!" അവൾ ആർത്തുവിളിച്ചു, എന്റെ വരനിതാ!"

സാർ ഇവാനെ വന്നു കണ്ടു സംസാരിച്ചു.

"ഒ, അല്ല, ലൌലി രാജകുമാരി! നിന്റെ വരനിതാവാൻ വഴിയില്ല! പുകയേറ്റു കരിപിടിച്ച ഇവൻ ഒരു നാടനാണല്ലോ."

അപ്പോൾ ഇവാന്നു സഹിച്ചില്ല. അവൻ ചക്രവർത്തിയോടു പറഞ്ഞു, "സാർ തിരുമേനീ, ഞാനൊന്നു മുഖം കഴുകിവരട്ടെ."

അതിന് രാജാവനുവദിച്ചു. ഇവാൻ നേരെ ആ വിശാലമായ മൈതാന ത്തിലേക്കു ഓടിച്ചെന്നു അച്ഛൻ പഠിപ്പിച്ചപോലെ ആർത്തുവിളിച്ചു.

"ചെങ്കുതിരേ, കേട്ടനുസരിക്കൂ!"

"ഞാൻ വിളിച്ചത് ചെയ്യിക്കാനാണ്. ഇല്ലേ, കൊന്നുകളയും!"

പെട്ടെന്ന് തനിക്കെതിരെ ചെങ്കുതിര വീണ്ടും കുതിച്ചു വരുന്നത് ഇവാൻ കണ്ടു. അതിന്റെ കുളമ്പുകൾക്കിടയിൽ ഭൂമി കിടുകിടെ വിറച്ചു. തീജ്വാലകളാണ് അതിന്റെ നാസാരന്ധ്രങ്ങളിലൂടെ ചിന്തിയിരുന്നത് അതിന്റെ ചെവികളിലൂടെ കാളമേഘങ്ങളും ഉയർന്നിരുന്നു. ഇവാൻ അതിന്റെ ഇടത്തുചെവിയിലൂടെ കയറി വലത്തേതിലൂടെ പുറത്തുവന്നു. അദ്ഭുതമല്ലാതെ മറ്റെന്ത് പറയാൻ! ഉഷസ്സിലെ ആകാശംപോലെ അനുപമസൗന്ദര്യത്തോടുകൂടിയ ഒരു യുവാവായി മാറി ഇവാൻ. വീണ്ടും തങ്ങളുടെ മുമ്പിൽ നില്ക്കുന്ന ഇവാനെ കണ്ടപ്പോൾ എല്ലാവർക്കും ശ്വാസംമുട്ടി. ഒരൊറ്റ അക്ഷരംപോലും ഉതിർക്കാൻ ഒരൊറ്റ നാവുമനങ്ങിയില്ല.

അധികം താമസിയാതെ ബഹുജനങ്ങളുടെ മുമ്പിൽവെച്ചുതന്നെ ലൗലി രാജകുമാരിയും ഇവാനും തമ്മിലുള്ള വിവാഹം നടന്നു. അതിനോടനുബന്ധിച്ചു ഒരു ഗംഭീരൻ സദ്യയും ഉണ്ടായിരുന്നു.

■

തവളരാജകുമാരി

സാർചക്രവർത്തിക്ക് മൂന്നു മക്കളുണ്ടായിരുന്നു. മക്കൾക്ക് പ്രായപൂർത്തിയായപ്പോൾ അവരെയെല്ലാം അടുത്തുവിളിച്ച് സാർ പറഞ്ഞു.

"എന്റെ പൊന്നുമക്കളേ, നിങ്ങളെല്ലാം വിവാഹം ചെയ്തുകാണാൻ ഞാൻ കൊതിക്കുന്നു. നിങ്ങളുടെ മക്കളെ, പേരക്കുട്ടികളെ, ഒന്നു കണ്ടിട്ട് അപ്പോൾ തന്നെ മരിച്ചാലും എനിക്ക് ദുഃഖമില്ല.

"അതാണ് അച്ഛന്റെ ആഗ്രഹമെങ്കിൽ ഞങ്ങളെ അനുഗ്രഹിക്കൂ. ഞങ്ങളാരെയെല്ലാം വിവാഹം കഴിക്കുന്നതാണ് അച്ഛനിഷ്ടം?"

"ആ പച്ചപിടിച്ച മൈതാനത്തിൽചെന്ന് നിങ്ങളോരോരുത്തരും ഓരോ അമ്പെയ്യുവിൻ. അവ ചെന്നുവീഴുന്നിടത്താണ് നിങ്ങളുടെ ഭാഗ്യം."

അവർ പിതാവിനെ താണുവണങ്ങി. അവർ ഓരോരുത്തരായി മൈതാനത്തിൽ ചെന്നു വില്ലു കുലച്ച് അമ്പെയ്തു.

മൂത്ത മകന്റെ അസ്ത്രം ചെന്നുവീണത് ഒരു പ്രഭുവിന്റെ കളമുറ്റത്താണ്. പ്രഭുവിന്റെ മകളാണ് അതെടുത്ത് സൂക്ഷിച്ചത്. ഒരു വർത്തകപ്രമാണിയുടെ മുറ്റത്താണ് നടുവിലുള്ള മകന്റേത് ചെന്നുവീണത്. വർത്തകനുമുണ്ടായിരുന്നു അവിവാഹിതയായ ഒരു മകൾ. അവൾ ആ അസ്ത്രവും സൂക്ഷിച്ചു.

എന്നാൽ ഇളയവനായ ഇവാന്റെ അസ്ത്രം ചെന്നു വീണതെവിടെയെന്നു മാത്രം ആർക്കും അറിഞ്ഞുകൂടാ. അതും തിരഞ്ഞു നടന്നു നടന്നു ചെന്നെത്തിയത് ഒരു ചതുപ്പുനിലത്തേക്കാണ്. രാജകുമാരനെ അദ്ഭുതപ്പെടുത്താനെന്നോണം വായിൽ ആ അസ്ത്രം കടിച്ചുപിടിച്ച് ഒരു തവള ഒരു ഇലയിന്മേൽ ഇരുന്നിരുന്നു. ഇവാൻ രാജകുമാരൻ അതിനോട് പറഞ്ഞു.

"തവളേ, തവളേ. എനിക്കെന്റെ അസ്ത്രംതരൂ." തവള മറുപടി പറഞ്ഞു.

"എന്നെ കല്യാണം കഴിക്കൂ!"

"ഞാനെങ്ങനെയാണ് ഒരു തവളയെ കല്യാണം കഴിക്കുക!"

"കല്യാണം കഴിക്കുകതന്നെ. അതിനാണ് നിന്റെ യോഗം."

ഇവാൻ രാജകുമാരൻ നിരാശനായി. എന്താണ് ചെയ്യുക? ഗത്യന്തര മില്ലാതെ അവസാനം തവളയേയും തൂക്കിപ്പിടിച്ച് കൊട്ടാരത്തിലേക്കു മടങ്ങി. സാർ ചക്രവർത്തി മൂവരുടേയും വിവാഹം ആഘോഷിച്ചു. മൂത്ത മകൻ ആ പ്രഭുവിന്റെ മകളേയും നടുവിലുള്ളവൻ വർത്തകപ്രമാണി യുടെ മകളേയും കല്യാണം കഴിച്ചു. പാവം ഇവാനാകട്ടെ ഒരു തവളയേയും.

ഒരു ദിവസം തന്റെ മക്കളെയെല്ലാം അടുത്തുവിളിച്ച് സാർ പറഞ്ഞു.

"നിങ്ങളിലാരുടെ ഭാര്യയാണ് തുന്നൽപ്പണിയിൽ മിടുക്കി യെന്നെനിക്കറിയണം. നാളെ പുലരുന്നതിന് മുമ്പ് അവർ ഓരോരുത്തരും എനിക്ക് ഓരോ ഷർട്ട് തുന്നിത്തരട്ടെ."

പിതാവിനെ താണുവണങ്ങി അവർ മടങ്ങിപ്പോയി. ദുഃഖിതനായ ഇവാൻ രാജകുമാരൻ കൊട്ടാരത്തിൽ ചെന്ന് ഒരു മൂലയിൽ ഇരിപ്പായി. തവള ഇതു കണ്ട് ചാടിച്ചാടിച്ചെന്നു ചോദിച്ചു.

"ഇവാൻ രാജകുമാരാ, നിങ്ങളെന്താണ് വിഷാദിച്ചിരിക്കുന്നത്? വല്ല കുഴപ്പത്തിലും ചെന്നുപെട്ടോ?"

"നാളെ പുലരുന്നതിനു മുമ്പ് എന്റെ അച്ഛന് നീ ഒരു ഷർട്ട് തുന്നി ക്കൊടുക്കണമെന്നു കല്പിച്ചിരിക്കുന്നു."

തവള പറഞ്ഞു.

"ഇതിനു മനസ്സിടിയുകയൊന്നും വേണ്ട, രാജകുമാരാ, പോയി കിടന്നുറങ്ങിക്കൊള്ളൂ. നിശ ഉപദേശത്തിന്റെ അമ്മയാണ്."

ഇതു കേട്ടപ്പോൾ രാജകുമാരൻ മനമില്ലാമനസ്സോടെ പോയി കിടന്നു റങ്ങി. തവള, ചാടിച്ചാടി വാതിൽപ്പടിയിൽ കയറിനിന്നു. തവളത്തോല് ഉരിച്ചുകളഞ്ഞു. ഒരു വിശ്വസുന്ദരിയും സമർത്ഥവുമായ *വാസിലൈസ യായി മാറി.

കൈകൊട്ടിക്കൊണ്ടു അവൾ നിലവിളിച്ചു.

"പെണ്ണുങ്ങളേ, ധാത്രികളെ, വേഗം പണി നടക്കട്ടെ. നാളെ വെളുപ്പിനു മുമ്പ്, എന്റെ അച്ഛൻ ഇട്ടിരുന്നപോലെയുള്ള ഷർട്ട് നെയ്തുതീർക്കണം."

"പിറ്റേന്നു രാവിലെ രാജകുമാരൻ കണ്ണു തിരുമ്മി ഉണർന്നപ്പോൾ തവള പഴയപോലെ നിലത്തു ചാടിനടക്കുക തന്നെയായിരുന്നു. മേശ പ്പുറത്ത് തനിക്കാവശ്യമായ ഷർട്ട് ഒരു പട്ടുതുണിയിൽ പൊതിഞ്ഞു വെച്ചിരുന്നു. ഇവാൻ രാജകുമാരൻ സന്തോഷംകൊണ്ടു മതിമറന്നു. തന്റെ സഹോദരന്മാരിൽനിന്ന് ഷർട്ടുകൾ വാങ്ങുന്ന സമയത്താണ് ഇവാൻ അച്ഛന്റെ അടുത്തെത്തിച്ചേർന്നത്. മൂത്തവൻ നല്കിയ ഷർട്ട് ഒന്ന് കണ്ണോടിച്ച് സാർ പറഞ്ഞു.

"ഇതെന്റെ വേലക്കാർക്കു പറ്റും."

* ഒരു പുരാണ കഥാനായിക

നടുവിലുള്ളവന്റെ ഷർട്ട് വാങ്ങിനോക്കി സാർ പറഞ്ഞു.

"ഇത് കുളിമുറിയിൽ മാത്രം ഉപയോഗിക്കാനേ പറ്റൂ."

സ്വർണ്ണത്തിലും വെള്ളിയിലും തുന്നൽപണിയുള്ള തന്റെ ഷർട്ട് ഇവാൻ രാജകുമാരൻ കൊടുത്തപ്പോൾ സാർ പറഞ്ഞതിതാണ്.

"ഇതൊരു ഷർട്ടുതന്നെ! ഞാനിതു വിശേഷാവസരങ്ങളിലേ ഇടൂ!"

മൂത്ത രണ്ടു പേരും വീട്ടിലേക്കു മടങ്ങുമ്പോൾ തമ്മിൽ പറഞ്ഞു.

"നമ്മൾ മക്കാറാക്കിച്ചിരിച്ചപോലെ ഇവാന്റെ ഭാര്യ ഒന്നിനും കൊള്ളാത്ത ഒരു തവളയല്ല. ഒരു മന്ത്രവാദിനിയാണെന്ന് എനിക്ക് തോന്നുന്നത്."

"വീണ്ടും വിഷാദാത്മകനായാണ് ഇവാൻ വീട്ടിലേക്കു മടങ്ങിയത്. അന്നും ചാടിച്ചാടിച്ചെന്നു തവള ചോദിച്ചു.

"രാജകുമാരാ, നിങ്ങൾക്കെന്താണൊരു വിഷാദം?"

"നാളെ അച്ഛന്റെ പ്രാതലിനുള്ള അപ്പം നീ തന്നെ പൊരിച്ചു കൊടുക്കണമത്രെ."

"അതൊന്നും സാരമില്ല. നിങ്ങൾ സുഖമായി കിടന്നുറങ്ങൂ. നിശ ഉപദേശത്തിന്റെ അമ്മയാണ്."

ആദ്യമെല്ലാം തവളയെ മക്കാറാക്കിയിരുന്ന മറ്റേ മരുമക്കൾ ഇത്തവണ തവള എങ്ങനെയാണ് അപ്പം ചുടുന്നതെന്നറിയുവാൻ രഹസ്യമായി ഒരു തള്ളയെ അയച്ചിരുന്നു.

എന്നാൽ ബുദ്ധിശാലിനിയായ തവള ഇതെല്ലാം മുൻകൂട്ടി മനസ്സിലാക്കി. അവൾ മാവെല്ലാം കുഴച്ചു ശരിയാക്കി. അടുപ്പിന്റെ മുകൾ ഭാഗമെല്ലാം അവൾ തട്ടിയുടച്ചു. എന്നിട്ട് അടുപ്പിൻ കുഴിയിലേക്ക് കുഴച്ച മാവെല്ലാം അവൾ ഒഴിച്ചു. ഇതെല്ലാം ഒളിച്ചുനിന്നു കണ്ട തള്ള മരുമക്കളുടെ അടുത്തേക്ക് ഓടിച്ചെന്നു കണ്ടതെല്ലാം വിവരിച്ചുകൊടുത്തു. തവള ചെയ്തിരുന്നതുപോലെത്തന്നെ അവരും ചെയ്തു.

തവള ചാടിച്ചാടി വാതിൽപ്പടിയിൽ കയറി നിന്നു "വാസിലൈസയായി" മാറി കൈമുട്ടി വിളിച്ചു.

"പെണ്ണുങ്ങളേ! ധാത്രികളേ, വേഗം പണിയെടുക്കിൻ! നാളെ രാവിലെയാകുമ്പോഴേക്കും, ഞാൻ എന്റെ വീട്ടിൽ തിന്നിരുന്നതുപോലെയുള്ള വെളുവെളുത്തു മൃദുലമായ ഒരു അപ്പം ഉണ്ടാക്കിത്തരണം."

രാവിലെ ഇവാൻ രാജകുമാരൻ ഉണർന്നപ്പോൾ, എല്ലാവിധ പൂപ്പണികളോടും കൂടിയ ഒരു അപ്പം മേശപ്പുറത്തിരിക്കുന്നതാണ് കണ്ടത്. അന്നും അത് അച്ഛനു കൊണ്ടുക്കൊടുക്കാൻ ചെല്ലുമ്പോൾ സാർ മറ്റുള്ളവരിൽ നിന്ന് അവർ കൊണ്ടുവന്നത് സ്വീകരിക്കുകയായിരുന്നു. ആ തള്ള പറഞ്ഞതെല്ലാം വിശ്വസിച്ച് അതുപോലെ ഉണ്ടാക്കിയ അപ്പമല്ലാത്ത അപ്പങ്ങളായിരുന്നു അവ. ആദ്യം മൂത്തമകന്റെ കയ്യിൽ നിന്നും അപ്പം

വാങ്ങി നോക്കിയ സാർ കോപാക്രാന്തനായി അത് അടുക്കളപ്പണിക്കാർക്കയച്ചുകൊടുത്തു. നടുവിലേത്തവൻ കൊണ്ടുചെന്ന അപ്പത്തിനും ആ വിധിതന്നെയാണ് കിട്ടിയത്. എന്നാൽ ഇവാന്റെ അപ്പം കൈയിലെടുത്തു രാജാവു പറഞ്ഞു.

"ഇതിനെയാണ് അപ്പമെന്നു വിളിക്കേണ്ടത്! ഇത് ഞാൻ ഒഴിവുദിവസത്തിലേ എടുക്കുകയുള്ളൂ."

പിറ്റേന്നു തന്റെ സദ്യയ്ക്കു മൂന്നു മക്കളും ഭാര്യമാരോടൊപ്പം വന്നു പങ്കെടുക്കണമെന്നു സാർ പ്രത്യേകം അറിയിച്ചു.

ഇവാൻ പൂർവ്വാധികം വിഷാദാത്മകനായാണ് അന്ന് മടങ്ങിയത്. അന്നും ഇതുകണ്ട് തവള ചാടിച്ചാടിച്ചെന്നു ചോദിച്ചു.

"ക്രാഗ്, ക്രോക്ക്. എന്താണ്, ഇവാൻ രാജകുമാരാ, വല്ലാതെ വിഷാദിച്ചിരിക്കുന്നത്? അച്ഛൻ വല്ലതും പറഞ്ഞോ?"

"തവളേ, എന്റെ തവളേ, ഞാനതല്ലാതെ മറ്റെന്തു ചെയ്യും?" നാളത്തെ അച്ഛന്റെ സദ്യയ്ക്ക് നിന്നോടുകൂടി ഞാൻ ചെല്ലണമത്രെ. എന്നാൽ എങ്ങനെയാണ് ആൾക്കാരുടെ മുമ്പിൽ നീ എന്റെ ഭാര്യയായി പ്രത്യക്ഷപ്പെടുക?"

"അതൊന്നും ചിന്തിച്ചു ഖേദിക്കേണ്ട രാജകുമാരാ," തവളപറഞ്ഞു, സദ്യയ്ക്കു തനിയെത്തന്നെ പോയ്ക്കൊള്ളൂ. പിന്നാലെ ഞാൻ വന്നുകൊള്ളാം. പെട്ടെന്നു വല്ല തട്ടലും മുട്ടലുമൊക്കെ കേട്ടാലൊന്നും നിങ്ങൾ പേടിക്കരുത്. ആരാനും ചോദിക്കുകയാണെങ്കിൽ അത് നിങ്ങളുടെ തവള പെട്ടിയിൽ നടക്കുകയാണെന്നു പറഞ്ഞാൽ മതി."

ഇവാൻ രാജകുമാരൻ സദ്യയ്ക്കു തനിയെയാണ് പോയത്. മൂത്ത സഹോദരന്മാർ വളരെ നേരത്തെത്തന്നെ ഭാര്യമാരോടൊപ്പം സന്നിഹിതരായിരുന്നു. പരിമളം പൂശി, വിശേഷവസ്ത്രങ്ങളെല്ലാമണിഞ്ഞ അവർ രാജകുമാരനെ കുറെ കളിയാക്കിച്ചിരിച്ചു.

"നിങ്ങളെന്തേ ഭാര്യയെ കൂടെ കൊണ്ടുവരാഞ്ഞേ? കൈലേസിൽ പൊതിഞ്ഞു എടുക്കാമായിരുന്നില്ലേ? നിങ്ങൾക്കെവിടെ നിന്നാണ് ആ വിശ്വസുന്ദരിയെ ലഭിച്ചത്? പാവം, ചതുപ്പുനിലം മുഴുവൻ അവൾക്കു വേണ്ടി നിങ്ങൾ തപ്പിയിരിക്കും!"

ഓക്ക്മരത്താൽ നിർമ്മിച്ചതും വിശേഷവിരികൾ വിരിച്ചതുമായ മേശയ്ക്കുചുറ്റും സാറും മക്കളും മരുമക്കളും സദ്യയ്ക്കിരുന്നു. പെട്ടെന്നു വാതില്ക്കൽ ഒരു മുട്ടുകേട്ടു. ആ മുറിയെ പിടിച്ചു കുലുക്കത്തക്കവിധം ഒരു മുഴക്കമുയർന്നു. അതിഥികൾ പേടിച്ച് ചാടിയെഴുന്നേറ്റു. എന്നാൽ ഇവാൻ രാജകുമാരൻ പറഞ്ഞു.

"പേടിക്കേണ്ട കൂട്ടരെ. അതെന്റെ തവളാച്ചി പെട്ടിയിൽ നടക്കുകയാണ്."

"പെട്ടെന്ന് ആറു വെള്ളക്കുതിരകൾ പൂട്ടിയ സ്വർണ്ണം പൂശിയ ഒരു വണ്ടി കൊട്ടാരവാതിലിൽ വന്നു മുട്ടി. അതിൽനിന്ന് സമർത്ഥയായ

"വാസിലൈസ" പുറത്തുവന്നു. ആകാശനീലിമയാർന്ന താരകപ്പുള്ളികളോടുകൂടിയ ഒരു പട്ടുസാരിയാണ് അവൾ ഉടുത്തിട്ടുള്ളത്. തലയിൽ പൌർണ്ണമിചന്ദ്രൻ പ്രകാശിച്ചിരുന്നു. ഇതുപോലൊരു സുന്ദരിയെ ലോകം കണ്ടിട്ടില്ല. ഉഷസ്സിലെ നീലാകാശം പോലെ സുന്ദരിയാണവൾ. ഇവാൻ രാജകുമാരൻ അവളെ കൈപിടിച്ചു മേശയ്ക്കരികെ നയിച്ചു.

അതിഥികൾ തിന്നുകുടിച്ച് ആഹ്ലാദിക്കുവാൻ തുടങ്ങി. വാസിലൈസ തന്റെ ചഷകത്തിൽ കുടിച്ചവശേഷിച്ചതെല്ലാം തന്റെ ഇടത്തെ കയ്യുറയിൽ ഒഴിച്ചു. പിന്നീട് കുറച്ചു അരയന്നങ്ങളുടെ എല്ലുകൾ വലത്തേതിലും ഇട്ടു.

മൂത്ത സഹോദരന്മാരുടെ ഭാര്യമാർ അവളിതു ചെയ്യുന്നതു കണ്ടപ്പോൾ തങ്ങളും അതുപോലെത്തന്നെ ചെയ്തു.

കുടിയും തീറ്റയുമെല്ലാം തീർന്നു. നൃത്തത്തിന്നുള്ള സമയമായി. വാസിലൈസയും ഇവാൻ രാജകുമാരനും തമ്മിലുള്ള നൃത്തം അരങ്ങു തകർത്തു. കാണികൾ വിസ്മയസ്തബ്ധരായി. അവൾ ഇടതുകൈ വീശിയപ്പോൾ ഒരു തടാകമാണ് പ്രത്യക്ഷപ്പെട്ടത്! വലത്തേതു വീശിയപ്പോൾ ആ തടാകത്തിൽ വെളുത്ത അരയന്നങ്ങൾ നീന്തിത്തുടിക്കാൻ തുടങ്ങി!

പിന്നീടു മറ്റു മരുമക്കളും നൃത്തത്തിന്നൊരുങ്ങി. അവർ ഒരു കൈ വീശിയപ്പോൾ മേലെല്ലാം മുന്തിരിച്ചാറ് തെറിച്ചു. മറ്റേക്കയ്യും അവർ വീശി. അപ്പോൾ അരയന്നത്തിന്റെ എല്ലുകൾ തെറിച്ചുവീണു. നിർഭാഗ്യത്തിന് അതിലൊന്ന് സാറിന്റെ വലത്തുകണ്ണിലാണ് ചെന്നു കൊണ്ടത്. കോപാക്രാന്തനായ സാർ ആ ഇരുമരുമക്കളേയും അവിടെനിന്നു ആട്ടിപ്പായിച്ചു. ഈ ബഹളത്തിന്നിടയിൽ ആരുമറിയാതെ ഇവാൻ രാജകുമാരൻ വീട്ടിലേക്കു വഴുതിപ്പോയിരുന്നു. അവിടെ കണ്ടെത്തിയ തവളയുടെ തോലെടുത്തു ഒന്നുമാലോചിക്കാതെ അയാൾ തീയിലേയ്ക്കെറിഞ്ഞു.

വീട്ടിൽ തിരിച്ചുവന്ന തവള എവിടെനോക്കിയിട്ടും തന്റെ തോൽ കണ്ടില്ല. അവളൊരു ബെഞ്ചിന്മേൽ ഇരുന്നു പൊട്ടിപ്പൊട്ടിക്കരഞ്ഞു. ഇവാനോടു പറഞ്ഞു.

"ഒ, ഇവാൻ രാജകുമാരാ, നിങ്ങളെന്താണീ ചെയ്തത്! മൂന്നുദിവസം കൂടി നിങ്ങൾ ക്ഷമിച്ചിരുന്നുവെങ്കിൽ ഞാൻ എന്നെന്നും നിങ്ങളുടേതാകുമായിരുന്നില്ലേ? ഇനി എന്നെ ഇരുപത്തേഴുകരകൾക്കുമപ്പുറത്ത് അമർത്ത്യനായ കോഷ്ചീരന്റെ ത്രൈസ്-തെൻ സാമ്രാജ്യത്തിൽ തിരഞ്ഞുവന്നാൽ മതി"

ഇത്രയും പറഞ്ഞുതീർന്നില്ല, വാസിലൈസ ഒരു കുക്കൂപക്ഷിയായി മാറി ജാലകത്തിലൂടെ പറന്നുപോയി. വളരെനേരം രാജകുമാരൻ തേങ്ങിത്തേങ്ങിക്കരഞ്ഞു. ഏതുഭാഗത്തിലൂടെയാണ് വാസിലൈസയെ തിരഞ്ഞുപോകേണ്ടതെന്നറിഞ്ഞിട്ടല്ലെങ്കിലും രാജകുമാരൻ നേരെ യാത്രയായി. എത്രദൂരം നടന്നുകാണുമെന്നൊന്നും പറയാൻ കഴിയുകയില്ല. എന്നാൽ ഒന്നുപറയാം. അവന്റെ ഷൂസിന്റെ അടിയെല്ലാം തേഞ്ഞു.

പട്ടുകുപ്പായങ്ങൾ കീറിപ്പറിഞ്ഞു. മഴ കൊണ്ടുകൊണ്ട് തൊപ്പിയെല്ലാം ചീഞ്ഞയായി. ഇടയ്ക്കുവെച്ചു ഈ ഭൂമിയോളംതന്നെ പഴക്കമുള്ള ഒരു കുറിയ വൃദ്ധനെ കണ്ടുമുട്ടി.

"എന്റെ കുഞ്ഞിന് ഞാൻ ഒരു നല്ല ദിവസമാശംസിക്കുന്നു." കിഴവൻ പറഞ്ഞു, "നീയെവിടെ പോകുന്നു? നിന്റെ യാത്രോദ്ദേശ്യം എന്താ?" കാര്യങ്ങളെല്ലാം രാജകുമാരൻ പറഞ്ഞുകേൾപ്പിച്ചു.

"നീ എന്തിനാണ് ഇവാൻ രാജകുമാരാ ആ തവളയുടെ തോൽ കത്തിച്ചു കളഞ്ഞത്?" കുറിയ കിഴവൻ ചോദിച്ചു, "അതെന്തു ചെയ്യണ മെന്നു നീയല്ലല്ലോ തീരുമാനിക്കാൻ. വാസിലൈസ ജനിക്കുമ്പോൾതന്നെ ബുദ്ധിശാലിയായ അച്ഛനെക്കാൾ ബുദ്ധിശാലിനിയായിരുന്നു. അതിൽ ശുണ്ഠിപിടിച്ച അവളുടെ അച്ഛനാണ് മൂന്നുകൊല്ലം തവളയായിപ്പോകട്ടെ എന്ന് അവളെ ശപിച്ചത്. സത്യം പറയാമല്ലോ, ഇതിലെനിക്കൊന്നും ചെയ്യാനാവില്ല. ഈ നൂലുണ്ട കയ്യിലെടുത്തൊന്നുരുട്ടി അതു പോകുന്നേട ത്തേക്കെല്ലാം ധൈര്യവാനായി നീ പൊയ്ക്കൊള്ളൂ."

ഇവാൻ രാജകുമാരൻ കിഴവനോടു നന്ദിപറഞ്ഞു. നൂലുണ്ടയെ പിന്തുടർന്നു. ഒരു മൈതാനത്തിലെത്തിച്ചേർന്ന രാജകുമാരൻ പെട്ടെന്ന് തന്റെ മുമ്പിൽ ഒരു കരടിയെയാണ് കണ്ടത്. അതിനെ കൊല്ലാൻ വില്ലു കുലച്ചപ്പോൾ ആ കരടി മനുഷ്യസ്വരത്തിൽ പറഞ്ഞു.

"എന്നെ കൊല്ലല്ലേ, രാജകുമാരാ എന്നെങ്കിലുമൊരിക്കൽ നിന ക്കെന്നെ ആവശ്യമുണ്ടാകും."

കരടിയെ കൊല്ലാതെതന്നെ രാജകുമാരൻ യാത്രതുടർന്നു. പെട്ടെന്ന് രാജകുമാരന്റെ തലയ്ക്കുമുകളിലൂടെ ഒരു താറാവ് ചിറകടിച്ചു പറന്നു. എയ്തുവീഴ്ത്താൻ വില്ലുയർത്തിയപ്പോൾ അതും മനുഷ്യസ്വരത്തിൽ പറഞ്ഞു.

"ഇവാൻ രാജകുമാരാ നിങ്ങളെന്നെ കൊല്ലരുത്. നിങ്ങൾക്കെന്നെ ങ്കിലും എന്നെ ആവശ്യമുണ്ടാകും."

അതിനെയും രാജകുമാരൻ കൊന്നില്ല. വീണ്ടും നൂലുണ്ടയെ അനുഗ മിച്ചു. ഇത്തവണ അയാൾ എത്തിച്ചേർന്നത് ഒരു നീലസമുദ്രത്തിന്റെ കരയിലാണ് തീരത്തിൽ ഒരു പരൽമീൻ ശ്വാസം കിട്ടാതെ പിടഞ്ഞുകളിച്ചി രുന്നു. ഇവാൻ അതിനെ എടുത്തു കടലിലേയ്ക്കെറിഞ്ഞു. തീരത്തിലൂടെ നടന്നു. പിന്നീട് നൂലുണ്ട ഉരുണ്ടുരുണ്ടു പോയത് ഒരു വൻകാട്ടിലേക്കാ യിരുന്നു. അവിടെ ഒരു കോഴിക്കാലിന്മേൽ ചുറ്റിക്കറങ്ങുന്ന ഒരു കൊച്ചു കുടിലിന്നടുത്തെത്തിയപ്പോൾ നൂലുണ്ട നിന്നു.

"കൊച്ചുകുടിലേ, കൊച്ചുകുടിലേ, ദയ ചെയ്ത് നീ മരങ്ങളുടെനേരെ പിന്തിരിഞ്ഞ് എന്റെ നേരെ മുഖം തിരിക്കൂ."

കുടിലിന്റെ മുഖം ഇവാന്നുനേരെ തിരിഞ്ഞു. യാതൊരു കൂസലും കൂടാതെ രാജകുമാരൻ കടന്നുചെന്നപ്പോൾ, അവിടെ തീകായാനുള്ള

മൂലയിൽ, കയ്യിൽ ചൂലുമായി "ബാബയാഗ" ഇരിക്കുന്നതാണ് കണ്ടത്- കൂർത്ത മൂർത്ത മൂക്കോടുകൂടിയ എല്ലുന്തിയ ഒരു മന്ത്രവാദിനി. അവനെ കണ്ട ക്ഷണത്തിൽ അവർ പറഞ്ഞു, "ഹ്വാ, ഹ്വാ, റഷ്യൻരക്തം, ഇതിനു മുമ്പ് ഞാൻ കണ്ടിട്ടില്ല. വാതിലിനടുത്തെത്തിയപ്പോൾത്തന്നെ ഞാൻ മണത്തറിഞ്ഞു. ആരാണിവിടെ വരുന്നത്? എവിടെനിന്ന് എന്തിനു വരുന്നു?"

"നീയെന്തൊരു പഹച്ചിയാണ്" രാജകുമാരൻ തർക്കുത്തരം പറഞ്ഞു, "ചോദ്യങ്ങൾ ചോദിക്കുന്നതിന്നു മുമ്പായി തിന്നാൻ ഇറച്ചിയും, കുടിക്കാനും കുളിക്കുവാൻ ആവിയുമല്ലേ നീ തരേണ്ടത്."

ബാബയാഗ രാജകുമാരനെ ആവിസ്നാനം കഴിപ്പിച്ചു. തിന്നാൻ ഒന്നാന്തരം പാകംചെയ്ത മാംസം കൊടുത്തു; കുടിക്കുവാനും. ഇതിനെല്ലാം ശേഷമെ രാജകുമാരൻ തന്റെ ഭാര്യയായ വാസലൈസിയേയും തിരഞ്ഞു നടക്കുകയാണെന്ന കാര്യം പറഞ്ഞുള്ളൂ.

"എനിക്കറിയാം, എനിക്കറിയാം" ബാബയാഗ ഇടയിൽക്കൂടി പറഞ്ഞു, "നിങ്ങളുടെ ഭാര്യ ഇപ്പോൾ അമർത്ത്യനായ കോഷ്ചീയുടെ അധീനത്തിലാണ്. അവളെ തിരിച്ചുകിട്ടാൻ വല്ലാത്ത പാടുണ്ട്. ഒരൊന്നാന്തരം എതിരാളിയായിരിക്കും അയാൾ. അയാളുടെ മരണമുണ്ടല്ലോ അത് ഒരു സൂചിമുനയിലാണ്, സൂചി ഒരു മുട്ടയിലാണ്, മുട്ട ഒരു താറാവിന്റെ വയറ്റിലാണ്, താറാവാകട്ടെ ഒരു മുയലിന്റേയും. ഈ മുയൽ ഒരു പേടകത്തിന്നുള്ളിലാണ്, പേടകം ആകാശം മുട്ടിനില്ക്കുന്ന ഒരു ഓക്ക് മരത്തിന്റെ തുന്നാരം കൊമ്പത്താണ്. തന്റെ കൃഷ്ണമണിപോലെയാണ് കോഷ്ചി അതിനെ സൂക്ഷിക്കുന്നത്." "അന്ന് രാത്രി ബാബയാഗയൊന്നിച്ച് രാജകുമാരൻ കഴിച്ചുകൂട്ടി. രാവിലെ അവൾ ആ ഓക്ക് മരത്തിന്നടുത്തേക്ക് ഏതിലെയെല്ലാമാണ് പോകേണ്ടതെന്നു കാണിച്ചുകൊടുത്തു രാജകുമാരനെ യാത്രയാക്കി. രാജകുമാരൻ എത്ര ദൂരം നടന്നുവെന്നൊന്നും പറയാൻ കഴിയുകയില്ല. എങ്കിലും ഒന്നു പറയാം. കുറേ ദൂരം നടന്നപ്പോൾ ഇരുമ്പുപേടകം തലയിലുള്ള ഓക്ക് മരത്തിന്നടുത്തു തന്നെയാണ് ഇവാൻ എത്തിച്ചേർന്നത്. അതിന്റെ അഗ്രത്തിൽ എത്തിച്ചേരുക വിഷമം തന്നെയായിരുന്നു.

അങ്ങനെ എന്താണ് ചെയ്യേണ്ടതെന്നറിയാതെ കലങ്ങിമറിഞ്ഞ ചിന്തയോടെ രാജകുമാരൻ നില്ക്കുമ്പോഴാണ് പെട്ടെന്നു മുമ്പത്തെ കരടി ഓടിവന്നത്. അത് ആ മരത്തെ കടയോടെ പിഴുതിട്ടു. ഇരുമ്പുപേടകം നിലത്തുവീണു തകർന്നു. അതിൽനിന്ന്, പുറത്തുചാടിയ മുയൽ ശരംപോലെ കുതികുതിച്ചെങ്കിലും കരടി അതിനെ പിടികൂടി കഷ്ണം കഷ്ണമാക്കി കീറി. അപ്പോൾ അതിന്നുള്ളിൽ നിന്ന് ഒരു താറാവ് ആകാശത്തിലേക്ക് ഒരു വെടിയുണ്ടപോലെ പറന്നുപൊങ്ങി. എന്നാൽ ഒന്ന് കണ്ണിമയ്ക്കുന്നതിന്നിടയിൽത്തന്നെ ആ പെൺതാറാവിനെ നമ്മുടെ മുമ്പത്തെ ആൺതാറാവ് അടിച്ചുവീഴ്ത്തി. താറാവ് ഉടനെ മുട്ടയിട്ടെങ്കിലും

നിർഭാഗ്യത്തിന് അതു ചെന്നുവീണത് നീലക്കടലിന്റെ അഗാധതയിലേക്കാണ്.

ഇതു കണ്ടപ്പോൾ രാജകുമാരന്റെ എല്ലാ ആശകളും തകർന്നു. ഇവാൻ പൊട്ടിപ്പൊട്ടിക്കരഞ്ഞു. എങ്ങനെയാണ് ഒരു കടലിനടിയിൽ നിന്നും ഒരു മുട്ട തിരഞ്ഞു പിടിക്കുക? എന്നാൽ അതും രാജകുമാരൻ തരണം ചെയ്തു. നമ്മുടെ പരൽമീൻ വായിൽ മുട്ടയും കടിച്ചു പിടിച്ചു നീന്തി നീന്തി വരുന്നതാണ് രാജകുമാരൻ കണ്ടത്.

ഇവാൻ രാജകുമാരൻ മുട്ട പൊട്ടിച്ച് സൂചി പുറത്തെടുത്തു. അതിന്റെ മുന വളയുന്നതോടൊപ്പം കോഷ്ചി പിടയുവാനും അട്ടഹസിക്കുവാനും തുടങ്ങി. എന്നാലൊക്കെ നിഷ്ഫലം! രാജകുമാരൻ സൂചി മുന പൊട്ടിച്ചതും കോഷ്ചി ചത്തുവീണു.

രാജകുമാരൻ കോഷ്ചിയുടെ വെണ്ണക്കൽകൊട്ടാരത്തിലേക്കു ചെല്ലുമ്പോൾ വാസിലിസെ അയാളെയും കാത്തിരിപ്പാണ്. അവൾ ഓടിച്ചെന്ന് ഇവാന്റെ മധുരാധരങ്ങളിൽ ചുംബിച്ചു. മതിമറന്ന ആനന്ദത്തോടെ അവർ നാട്ടിലേക്കു തിരിച്ചു.

■

ഹവ്റോഷ്ചെഖ

ലോകത്തിൽ നല്ല മനുഷ്യന്മാരുണ്ട്. നല്ലവരല്ലാത്തവരുമുണ്ട്. തങ്ങളുടെ കൊടും ക്രൂരകൃത്യങ്ങളിൽ ഒട്ടും ലജ്ജയില്ലാത്ത മൂന്നാമതൊരു കൂട്ടരും ഉണ്ട്.

ഇവരിൽ മൂന്നാമത്തെ കൂട്ടരുടെ ഇടയിൽ ചെന്നു വീഴാനാണ് നിർഭാഗ്യവശാൽ ഹവ്റോഷ്ചെഖയ്ക്ക് ഇടയായത്. അവൾ അനാഥയായിരുന്നു. അവളെ വളർത്തി വന്ന ആളുകൾ അങ്ങനെ ചെയ്തത് നട്ടെല്ലു തകരുവോളം അവളെക്കൊണ്ടു വേലയെടുപ്പിക്കാൻ മാത്രമായിരുന്നു. അവൾ നൂൽനൂൽക്കുകയും നെയ്യുകയും ചെയ്താൻ മാത്രം മതിയായിരുന്നില്ല. വീട്ടുപണി ഒന്നൊഴിയാതെ ചെയ്തുതീർക്കേണ്ടിയിരുന്നു. കൂടാതെ അവരുടെ അസംബന്ധങ്ങളായ ചോദ്യങ്ങൾക്കും മുഖം കൂർപ്പിക്കാതെ ഉത്തരം പറയേണ്ടിയിരുന്നു. ഇതിനൊക്കെപ്പുറമെ 'തൊട്ടതിനും പിടിച്ചതിനു' മെല്ലാമുള്ള അവരുടെ ശകാരങ്ങൾ നിശ്ശബ്ദമായി സഹിക്കുകയും.

യജമാനത്തിക്കു മൂന്നു പെൺമക്കളുണ്ടായിരുന്നു. മൂത്തവളെ ഒറ്റക്കണ്ണിയെന്നാണ് വിളിച്ചിരുന്നത്. രണ്ടാമത്തവളെ ഇരട്ടക്കണ്ണിയെന്നും. മൂന്നാമത്തവൾ മുക്കണ്ണിയുമായിരുന്നു.

ഗേറ്റിന്നടുത്തിരുന്ന്, എന്തെല്ലാമാണ് നിരത്തിലൂടെ കടന്നുപോകുന്നതെന്ന് നോക്കിയിരിക്കുന്നതല്ലാതെ മറ്റൊരു പണിയും ആ മൂന്നു സഹോദരികൾ എടുത്തിരുന്നില്ല. അപ്പോഴെല്ലാം അവർക്കുവേണ്ടി ഹവ്റോഷ്ചെഖ തുന്നുകയോ നൂൽനൂൽക്കുകയോ നെയ്യുകയോ ആയിരിക്കും. എന്നാൽ ഇത്രയൊക്കെ നല്ലത് ചെയ്തിട്ടും പകരം ഒരു നല്ല വാക്കെങ്കിലും അവൾ കേട്ടില്ല.

ഇടയ്ക്കിടയ്ക്ക് ഹവ്റോഷ്ചെഖെ പാടത്തേക്കു പോകും. അവിടെ മേയുന്ന ചെമ്പൻപശുവിന്റെ കഴുത്തിൽ കെട്ടിപ്പിടിച്ചു തന്റെ വേദനകളെല്ലാം അവളോടു പറഞ്ഞുതീർക്കും.

"എന്റെ പ്രിയപ്പെട്ട പശു," അവൾ പറയും, "അവരെന്നെ അടിക്കുന്നു, ചീത്ത പറയുന്നു. എനിയ്ക്കു വേണ്ടതൊന്നും അവർ തിന്നാൻ തരുന്നില്ല. ഞാനൊട്ടു കരയാനും പാടില്ലത്രെ. നാളെ പുലരുമ്പോഴേയ്ക്കും എനിക്കു എത്രമാത്രം നൂൽ നൂറ്റു നെയ്യുവാനുണ്ടെന്നോ!"

പശു സമാധാനം പറയും.

"എന്റെ മോളേ, നീ എന്റെ ഒരു ചെവിയിലൂടെ കടന്നു മറ്റേതിലൂടെ പുറത്തുവാ. നീ ചെയ്തുതീർക്കേണ്ട പണിയെല്ലാം ഇപ്പോൾ ചെയ്തു തീർക്കാം."

ആ പശു എന്തു പറഞ്ഞാലും പറഞ്ഞപോലെയാണ് കാര്യം. ഹവ്റോഷ്ചെഖ പശുവിന്റെ ഒരു ചെവിയിലൂടെ കടന്നു മറ്റേ ചെവിയിലൂടെ പുറത്തുവന്നു. അത്ഭുതംതന്നെ! അവൾ ചെയ്തുതീർക്കേണ്ട പണിയെല്ലാം തീർന്നു, വേണ്ടത്ര തുണി ഭംഗിയായി മടക്കി തന്റെ മുമ്പിൽ കിടക്കുന്നതാണ് ഹവ്റോഷ്ചെഖ കണ്ടത്.

അവൾ അതെല്ലാമെടുത്തു യജമാനത്തിയെ ഏല്പിക്കും. ഒന്നു കണ്ണോടിച്ചു മുറുമുറുത്തുകൊണ്ടു അവൾ അത് പെട്ടിയിലിട്ടു പിന്നേയും കുറേ പണി അവളെ ഏല്പിക്കും.

അപ്പോൾ പതിവുപോലെ ഹവ്റെഷ്ചെഖ വീണ്ടും പശുവെ സമീപിക്കും കഴുത്തിൽ കെട്ടിപ്പിടിച്ചു കരയും. ഒരു ചെവിയിലൂടെ കടന്ന് മറ്റേ ചെവിയിലൂടെ പുറത്തുവരും. അപ്പോൾ വീണ്ടും തന്റെ മുമ്പിൽ തയ്യാറായി കിടക്കുന്ന തുണിയെല്ലാം വാരിയെടുത്ത് അവൾ യജമാനത്തിയെ ഏല്പിക്കും. അതങ്ങനെ തുടർന്നുപോന്നു.

ഒരു ദിവസം ഒറ്റക്കണ്ണിയെ അടുത്തുവിളിച്ച് യജമാനത്തി പറഞ്ഞു.

"എന്റെ നല്ല മോളല്ലേ, മോള് പോയി, ആ അനാഥപ്പെണ്ണിനെ ആരാണ് പണിയിൽ സഹായിക്കുന്നതെന്ന് കണ്ടുപിടിച്ചു വാ. ആരാണ് നൂൽ നൂൽക്കുന്നതെന്നും തുണി നെയ്യുന്നതെന്നും മടക്കിക്കൊടുക്കുന്നതെന്നും അറിഞ്ഞുവാ."

ഒറ്റക്കണ്ണി ഹവ്റോഷ്ചെഖയുടെ കൂടെ അന്ന് കാട്ടിലേക്കു പോയി. കൂടെ പാടത്തേക്കും പോയി. എന്നാൽ അമ്മയുടെ കല്പനകളെല്ലാം അവൾ മറന്നുകളഞ്ഞു. വെയിൽ കാഞ്ഞ് പുല്ലിന്മേൽ കിടന്നു. ഹവ്റോഷ്ചെഖ പിറുപിറുത്തു.

"ഉറങ്ങൂ, ഒറ്റക്കണ്ണി ഉറങ്ങൂ!"

കണ്ണടച്ചതും ഒറ്റക്കണ്ണി ഉറക്കത്തിലാണ്. അവൾ ഉറങ്ങിയപ്പോൾ പശു നെയ്തു, വെളുപ്പിച്ചു, തുണിയെല്ലാം ഭംഗിയായി മടക്കിക്കൊടുത്തു.

യജമാനത്തിക്ക് ഇത്തവണ ഒന്നും മനസ്സിലാക്കാൻ കഴിഞ്ഞില്ല. അതിനാൽ അടുത്തതവണ ഇരട്ടക്കണ്ണിയെയാണ് അയച്ചത്.

"എന്റെ നല്ല മോളല്ലേ, മോള് പോയിട്ട് ആ അനാഥപ്പെണ്ണിനെ ആരാണ് പണിയിൽ സഹായിക്കുന്നതെന്നു അറിഞ്ഞു വാ."

ഇരട്ടക്കണ്ണി ഹവ്റോഷ്ചെഖയൊന്നിച്ചുപോയി. എന്നാൽ അവളും അമ്മയേല്പിച്ച കാര്യമെല്ലാം മറന്നു ഇളംവെയിലേറ്റു പുല്ലിൽകിടന്നു. അപ്പോൾ ഹവ്റോഷ്ചെഖ മെല്ലെ മൂളി.

"ഇരട്ടക്കണ്ണീ ഉറങ്ങിക്കോ! ഇരട്ടക്കണ്ണീ ഉറങ്ങിക്കോ!!"

ഇരട്ടക്കണ്ണി കണ്ണടച്ചതും അഗാധനിദ്രയിലാണ്ടു. അവൾ ഉറക്കത്തിലാണ്ടപ്പോൾ പശു നെയ്തു, വെളുപ്പിച്ചു, ഭംഗിയായി തുണിയെല്ലാം മടക്കിക്കൊടുത്തു.

യജമാനത്തിക്കു വല്ലാതെ ദ്വേഷ്യം വന്നു. മൂന്നാം നാൾ മൂന്നാമത്തെ മകളായ മുക്കണ്ണിയോടും, ഹവ്റോഷ്ചെഖയൊന്നിച്ചു പോയി അവളെ ആരാണ് സഹായിക്കുന്നതെന്നറിഞ്ഞു വരാൻ അമ്മ ആവശ്യപ്പെട്ടു.

മുക്കണ്ണിയും ഇളംവെയിലിൽ ആദ്യം കുറെ ഓടിക്കളിച്ചു. സ്കിപ്പിങ്ങ് കളിച്ച് വല്ലാതെ തളർന്നപ്പോൾ പുല്ലിന്മേൽ കിടന്നു. ഹവ്റോഷ്ചെഖ അപ്പോൾ മധുരമായി പാടി.

"ഉറങ്ങിക്കോളൂ മീൻകണ്ണീ! ഉറങ്ങിക്കോളൂ മീൻകണ്ണീ!"

എന്നാൽ ഉറങ്ങാതെ കിടന്നിരുന്ന മൂന്നാമത്തെ കണ്ണ് അവളുടെ ശ്രദ്ധയിൽ നിർഭാഗ്യത്തിനു പെട്ടില്ല.

മുക്കണ്ണിയുടെ രണ്ടു കണ്ണുകൾ ഉറക്കത്തിലാണ്ടു. എന്നാൽ മൂന്നാമത്തെ കണ്ണ് എല്ലാം നോക്കിക്കണ്ടു. അതെങ്ങനെ എന്ന് നിങ്ങൾ ചോദിക്കരുത്. കാരണം കഥയിൽ ചോദ്യമില്ല. പശുവിന്റെ ചെവിയിലൂടെ ഹവ്റോഷ്ചെഖ കയറി മറ്റേ ചെവിയിലൂടെ പുറത്തു വരുന്നതും തയ്യാറായിക്കിടന്നിരുന്ന തുണിയെല്ലാം പൊട്ടിച്ചിരിച്ചുകൊണ്ട് വാരിയെടുക്കുന്നതുമെല്ലാം അവൾ കണ്ടു.

മുക്കണ്ണി വീട്ടിൽ ചെന്ന് ഒന്നൊഴിയാതെ അമ്മയോടു പറഞ്ഞു. കിളവി ആനന്ദത്താൽ മതിമറന്നു. പിറ്റേദിവസം തന്നെ അവൾ ഭർത്താവിനോടു പറഞ്ഞു.

"പോയി, ആ ചെമ്പൻ പശുവെ കൊന്നുവന്നേ."

കിഴവൻ അദ്ഭുതംകൊണ്ടു ചൂളിപ്പോയി. അയാൾ അവളോടു കാരണമന്വേഷിച്ചു.

"നിന്റെ തലക്കല്ല് ഇളകിപ്പോയോ കിഴവീ?" അയാൾ ചോദിച്ചു, "ആ പശു വളരെ നല്ലതും ഇപ്പോഴും ചെറുപ്പവുമാണല്ലോ."

"കൊല്ലണമെന്നു പറഞ്ഞാൽ അതിനെ കൊല്ലണം. മറുത്തു പറയണ്ട."

പിന്നെ യാതൊരു വഴിയുമില്ലാതായപ്പോൾ കിഴവൻ കത്തി മൂർച്ച കൂട്ടാൻ തുടങ്ങി. ഹവ്റോഷ്ചെഖ ഇതു കാണേണ്ട താമസം പാടത്തേക്ക് ഓടിച്ചെന്നു ചെമ്പൻ പശുവിന്റെ കഴുത്തിൽ കെട്ടിപ്പിടിച്ചു.

"എന്റെ ചെമ്പൻ പശു, അവർ നിന്നെ കൊല്ലാൻ പോകുന്നു."

"എന്റെ മോള് അതിനെപ്പറ്റി ഖേദിക്കണ്ട. എന്റെ അസ്ഥികളെടുത്തു നീയൊരു കൈലേസിൽ പൊതിയണം. എന്നിട്ട് തോട്ടത്തിൽ കുഴിച്ചിടണം, ദിവസേന നനയ്ക്കുകയുംവേണം. എന്റെ മാംസം നീ തിന്നരുത്. എന്നെ ഒരിക്കലും മറക്കയുമരുത്." കിഴവൻ പശുവിനെ കൊന്നു.

ചെമ്പൻ പശു പറഞ്ഞതപോലെയെല്ലാം ഹാവ്റോഷ്ചെഖ ചെയ്തു. വല്ലാതെ വിശന്നിട്ടും അവൾ മാംസം തൊട്ടതുപോലുമില്ല. അവൾ എല്ലുകൾ തോട്ടത്തിൽ കുഴിച്ചിട്ട് ദിവസേന നനച്ചുവന്നു.

അധികനാളുകൾ കഴിയുന്നതിന്നുമുമ്പ് ആ സ്ഥലത്ത് ഒരു ആപ്പിൾ മരം മുളച്ചുവന്നു. അതൊരു അദ്ഭുതം നിറഞ്ഞ ആപ്പിൾമരം തന്നെയായിരുന്നു! ഉരുണ്ടു മനോഹരമായ അതിന്റെ ഫലങ്ങളുടെ മാധുര്യം അവാച്യം തന്നെ. ആടിക്കൊണ്ടിരിക്കുന്ന അതിന്റെ കൊമ്പുകൾ മുഴുവൻ വെള്ളിയായിരുന്നു. എല്ലായ്പോഴും മർമ്മരഗീതങ്ങളുതിർക്കുന്ന ഇലകളാകട്ടെ സ്വർണ്ണത്തിന്റെയും. അതിലേ കടന്നുപോകാനിടവരുന്ന ആരും അവിടെ തറച്ചുനിന്നു പോകാതിരിക്കില്ല. അതിന്നടുത്തുചെല്ലുന്ന ആരും വിസ്മയസ്തബ്ധരാകും.

വളരെ കാലം പിന്നിട്ടുകഴിഞ്ഞു. ഒരു ദിവസം ഒറ്റക്കണ്ണിയും ഇരട്ടക്കണ്ണിയും മുക്കണ്ണിയും തോട്ടത്തിൽ ഉലാത്തുകയായിരുന്നു. അപ്പോൾ ആകസ്മികമായി, യുവാവും സുശക്തനും ചുരുണ്ട മുടിയുള്ളവനുമായ ഒരാൾ അതിലേ സവാരി ചെയ്തു വന്നു. ആപ്പിൾപഴം നിറഞ്ഞു നില്ക്കുന്ന ആ മരം കണ്ടപ്പോൾ അയാൾ കുതിരയെ നിർത്തി.

തമാശയായി പെൺകുട്ടികളോട് ഇങ്ങനെ വിളിച്ചുപറഞ്ഞു, “സുന്ദരികളേ! ആ ആപ്പിൾ മരത്തിൽനിന്ന് ഒരാപ്പിൾ പഴം പൊട്ടിച്ചു തരുമെങ്കിൽ നിങ്ങളിലാരെയെങ്കിലും ഞാൻ കല്ല്യാണം കഴിക്കാം.’’

മറ്റുള്ളവരേക്കാൾ മുമ്പ് തനിക്കു പൊട്ടിക്കണമെന്ന കൊതിയോടെ മൂവരും ഒപ്പം മരത്തിന്നടുത്തേയ്ക്കു ഇരച്ചുപാഞ്ഞു.

എന്നാൽ വളരെ താണുനിന്നിരുന്നവയും, വളരെ എളുപ്പം പൊട്ടിക്കാമായിരുന്നവയുമായ പഴങ്ങൾ പെട്ടെന്ന് ആ സഹോദരികളുടെ തലയ്ക്കുമീതെ പൊന്തിപ്പൊന്തിപ്പോയി.

സഹോദരിമാർ കല്ലെറിഞ്ഞു വീഴ്ത്താനും തുനിയാതിരുന്നില്ല. എന്നാൽ അപ്പോൾ, അദ്ഭുതമെന്നേ പറയാവൂ ഇലകളങ്ങനെത്തന്നെ ഇറങ്ങിവന്ന് അവയെ മൂടിക്കളഞ്ഞു. ഈ അദ്ഭുതം കണ്ടിട്ടും അവർ ആപ്പിൾപഴം പൊട്ടിക്കുവാനുള്ള തങ്ങളുടെ ശ്രമം വിട്ടില്ല. പാവങ്ങൾ! അവർക്കു പഴങ്ങൾ തൊടാമായിരുന്നു. പക്ഷേ പൊട്ടിക്കാൻ മാത്രം കഴിഞ്ഞില്ല.

അപ്പോഴാണ് ഹവ്റോഷ്ചെഖ ആ വഴി കടന്നുവരാനിടയായത്. പെട്ടെന്ന് കൊമ്പുകൾ മന്ദംമന്ദം താണുതാണുവന്നു പഴങ്ങൾ അവളുടെ കയ്യിൽത്തന്നെ ചെന്നിരുന്നു. അവൾ ഒരു പഴം. പൊട്ടിച്ചെടുത്തു അപരിചിതനായ ആ യുവാവിനു നൽകി. അയാൾ അവളെ കല്യാണം കഴിക്കുകയും ചെയ്തു. അന്നുമുതൽ അവൾ ദുഃഖമെന്തെന്നറിയാതായി. വളരെ കാലങ്ങളോളം ആ ദമ്പതികൾ സന്തോഷപൂർവ്വം ജീവിച്ചു.

■

നുണയൻ

റഷ്യയിലുണ്ടായിട്ടുള്ള സാർചക്രവർത്തിമാരിലൊരാൾക്ക് ഏറ്റവുമധികം ആനന്ദം നുണപറഞ്ഞു കേൾക്കുന്നതിലായിരുന്നുവത്രെ. ഒരു പാത്രം നിറയെ സ്വർണ്ണവും അതിനടുത്ത് ഒരു മൂർച്ചയേറിയ വാളും വെച്ചു കൊണ്ടാണ് നുണ കേൾക്കാനിരിക്കുക. നിങ്ങളുടെ കഥയെല്ലാം കേട്ടവസാനം "എടോ താൻ നുണപറയുകയാണ്!" എന്ന് സാർ പറഞ്ഞു പോയാൽ ആ സ്വർണ്ണമത്രയും നിങ്ങൾക്കെടുക്കാം. അങ്ങനെ സാറിനെ ക്കൊണ്ട് പറയിപ്പിക്കുവാൻ നിങ്ങളുടെ കഥയ്ക്കു സാധിച്ചില്ലെങ്കിൽ കാര്യം കഷ്ടമാണ്. അടുത്തിരിക്കുന്ന വാളായിരിക്കും നിങ്ങളെ സ്വീകരിക്കുക. നിങ്ങളുടെ തല ഉടൽവിട്ടു പറപറക്കും.

ഒരു ദിവസം ഒരു നാടൻ കിഴവൻ, കുടിച്ചുകുടിച്ചു ബോധമറ്റപ്പോൾ, സാറിന്റെ മുമ്പിൽചെന്ന് നുണപറയുന്നതിൽ തന്റെ ഭാഗ്യമൊന്നു പരീക്ഷിച്ചാലോ എന്നു ചിന്തിച്ചു. കൊട്ടാരത്തിൽ ചെല്ലുമ്പോൾ അവിടെ ഒരു വലിയ വിരുന്നു നടക്കുകയാണ്. പ്രഭുക്കളും രാജകുടുംബാംഗ ങ്ങളുമെല്ലാം അതിൽ പങ്കെടുത്തിരുന്നു. നുണ പറയുന്നതിൽ തന്റെ ഭാഗ്യം പരീക്ഷിക്കുവാൻ ഒരാൾ എത്തിച്ചേർന്നിട്ടുണ്ടെന്നു കേട്ടപ്പോൾ സാർ മതിമറന്നു. സാധാരണപോലെത്തന്നെ സ്വർണ്ണവും വാളും മേശപ്പുറത്തുവന്നു. കിഴവൻ കഥ തുടങ്ങി.

"ഇന്നലെ ഞാൻ വയലിൽ ഉഴുവുകയായിരുന്നു. കഠിനാദ്ധ്വാനത്താൽ എന്റെ കുതിര വല്ലാതെ തളർന്നപ്പോൾ അതിനെ അഴിച്ചുവിടേണ്ടിവന്നു. പെട്ടെന്നാണ് ആ അദ്ഭുതമുണ്ടായത്. കുതിര മുമ്പോട്ടും പിമ്പോട്ടും ആടാൻ തുടങ്ങി. രണ്ടു കഷ്ണമായിട്ടങ്ങു മുറിഞ്ഞു. മുൻഭാഗം വയലിൽ നിന്നു തൊഴുത്തിലേക്ക് ഓടി. പിൻഭാഗംമാവട്ടെ വയലിൽനിന്നു നിലവിളിച്ചതേയുള്ളൂ."

"ഓ! ഇയാൾ നുണ പറയുകയാണ്!" സാറിന്റെ അടുത്ത ചങ്ങാതി കൾ പറഞ്ഞു. "ഇവനൊരു സൂത്രക്കാരനാണ്. ഈ മുതുക്കൻ എന്തും തട്ടിക്കൊണ്ടുപോയേക്കും."

"ഞാൻ പിൻഭാഗത്തെ തൊഴുത്തിലേക്കു തെളിച്ചു കൊണ്ടുപോയി മുൻഭാഗവുമായി ചേർത്തു നാരുകൊണ്ടുതുന്നിച്ചേർത്തു. ഉറപ്പിന് ഒരു

മരംകൊണ്ടു ആപ്പടിക്കുകയും ചെയ്തു. എന്നിട്ട് ഞാൻ കിടന്നുറങ്ങി. നേരം പുലർന്നു നോക്കുമ്പോളെന്താണിക്കാണുന്നത്! വില്ലോ മരമുണ്ട് വലുതായി വലുതായി അങ്ങ് സ്വർഗ്ഗത്തിലേയ്ക്കു കയറിയിരിക്കുന്നു! ഈ മരത്തിന്മേൽ പൊത്തിപ്പിടിച്ചു സ്വർഗ്ഗത്തിലേയ്ക്കൊന്നു പോയാലെന്താ എന്ന് ഇതെല്ലാം കണ്ടപ്പോൾ എനിക്കു തോന്നി.''

“ഈ കിഴവൻ സൊററ ഇളക്കുന്നു! ഒരു മരം സ്വർഗ്ഗത്തിലേക്കു വളർന്നുവത്രെ!''

“ഇപ്പഹയനൊരു കുറുക്കനാണ്. ഇവനെപ്പോലുള്ളവൻ എന്തും പറ്റിച്ചുകളയും.'' എന്നേ സാർ കരുതിയുള്ളൂ.

“സത്യം, ഞാൻ സ്വർഗ്ഗത്തിലേയ്ക്കങ്ങു കയറിച്ചെന്നു.''

“എന്നിട്ട് അവിടെ നമ്മുടെ പടച്ചതമ്പുരാനെ കണ്ടോ?'' പ്രഭുക്കന്മാർ ചോദിച്ചു.

“പിന്നില്ല്യേ!''

“അങ്ങോർ അവിടെ എന്തൊരുക്കുന്നു?''

“അങ്ങോർ അവിടെ പുണ്യവാളന്മാരൊത്തു ചീട്ടുകളിക്കുകയാണ്.''

“പ്രഭുക്കന്മാരെല്ലാവർക്കും ആ നാടൻ പച്ചക്കള്ളം പറയുന്നതായേ തോന്നിയുള്ളൂ. എന്നാൽ സാർ ഇടയിൽക്കടന്നു പറഞ്ഞു, “അതിനിപ്പോളെന്താ? വേണമെങ്കിൽ നിനക്കും എന്നോടൊത്തു ചീട്ടുകളിക്കാമല്ലോ; അപ്പോൾ പടച്ചതമ്പുരാൻ പുണ്യവാളന്മാരൊന്നിച്ചു ചീട്ടുകളിക്കാൻ പാടില്ല്യേ?''

“സ്വർഗ്ഗത്തിലങ്ങിനെ ലാത്തുന്നതിന്നിടയ്ക്ക് എനിക്കു കുതിരയെ പൂട്ടി ഉഴവ് തുടങ്ങേണ്ട നേരമായി! അതിനെനിക്കു ഭൂമിയിലേക്കു മടങ്ങണം. എന്റെ ഭക്ഷണം ഈ സമയംകൊണ്ടു ഭൂമിയിലിരുന്നു തണുത്തിരിക്കുമെന്നു ഞാൻ വിചാരിച്ചു. അല്ലെങ്കിൽ അതിലെ പോകാനിടയായ ഏതെങ്കിലും പഹയൻ തട്ടിയെടുത്തിരിക്കും. എന്നാൽ നിർഭാഗ്യമെന്നല്ലാതെ മറ്റെന്തു പറയട്ടെ? ഞാൻ സ്വർഗ്ഗത്തിലേക്കു പിടിച്ചുകയറിയ ആ വില്ലോമരം ഉണങ്ങി വീണുപോയിരുന്നു. എന്താണ് ചെയ്യേണ്ടതെന്നറിയാതെ വീണ്ടും സ്വർഗ്ഗത്തിലങ്ങോളമിങ്ങോളം ചുറ്റിക്കറങ്ങി. അപ്പോൾ അവിടെനിന്ന് ഭൂമിയിൽ ഒരു കർഷകൻ ധാന്യം വീശിപ്പാറ്റുന്നതു എനിക്കു കാണാമായിരുന്നു. ഭാഗ്യത്തിന് ഉമിയും പതിരും കാറ്റിൽ പറന്നുപറന്നു സ്വർഗ്ഗത്തിലേയ്ക്കുയർന്നുവന്നു. അവകൊണ്ട് ഞാൻ ഒരു കയർ പിരിച്ചുണ്ടാക്കി.''

“ഇതു കേൾക്കേണ്ട താമസം പ്രഭുക്കന്മാർ ആർത്തു വിളിച്ചു:-

“ഇവനെന്തൊരു നുണയനാണപ്പാ! ഉമികൊണ്ടു കയർ പിരിക്കുന്നു?'' എന്നാൽ സാർ ഇത്രയേ പറഞ്ഞുള്ളൂ, “ഇവനൊരു പുള്ളിക്കാരനാണ്. ഇവനെപ്പോലുള്ളവർ എന്തും തട്ടും.''

"പിരിച്ച കയറിന്റെ ഒരറ്റം ഞാൻ സ്വർഗ്ഗത്തിൽ കെട്ടിയുറപ്പിച്ചു, മറ്റേ അറ്റത്തിൽ പിടിച്ചു മെല്ലെമെല്ലെ ഭൂമിയിലേയ്ക്ക് ഊർന്നിറങ്ങി. ഭൂമിയിൽ നിന്ന് ആറുനാഴിക ഉയരമെത്തിയപ്പോഴാണ് കയറിന്നു വേണ്ടത്ര നീളമില്ലെന്ന് ഞാൻ കണ്ടത്. മറ്റെന്തു ചെയ്യാൻ, ഞാൻ വീണ്ടും മേല്പോട്ടു പൊത്തിപ്പിടിച്ചു കയറി. മുകളിൽ നിന്ന് കുറേനീളം കയർ മുറിച്ചെടുത്തു താഴെ അറ്റത്തിൽ ഏച്ചുകൂട്ടി.

"ഈ പണ്ടാരക്കാലൻ പച്ചക്കള്ളമല്ലേ ഇപ്പറയുന്നത്! പ്രഭുക്കന്മാർ ആർത്തുവിളിച്ചു;

"കയറിന്റെ മുകൾഭാഗം മുറിച്ചു താഴെ ഏച്ചുകൂട്ടിയത്രെ! വീണു പോകില്ലേ?" എന്നാൽ ഇത്തവണയും സാർ ഇത്രയേ പറഞ്ഞുള്ളൂ, "ഇവനൊരു സൂത്രക്കാരൻ പഹയനാണ്, ഇവനെന്തും ചെയ്തുകളയും."

"പിന്നേയും കുറേകൂടി താഴോട്ടിറങ്ങിയപ്പോൾ നീളം ഇനിയും മതിയാ കില്ല എന്നു കണ്ടു. ഭൂമിയിലേക്കു നൂറടികൂടി ഇനിയുമുണ്ട്. വീണ്ടും മുകളിലേക്കു പൊത്തിപ്പിടിച്ചു കയറി. കയർ മുറിച്ചെടുക്കുവാൻ മടി തോന്നിയതിനാൽ താഴത്തേയ്ക്കു ചാടാൻതന്നെ തീർച്ചയാക്കി. ചാടിയ പ്പോൾ തല കുത്തനെ വീണുപോയ ഞാൻ ഒരു വയലിന്റെ നടുവിൽ തോളിനൊപ്പം ചളിയിൽപ്പോയി. പൊങ്ങിവരാൻ എന്തു ചെയ്തിട്ടും സാധിച്ചില്ല. അതിനാൽ ഞാൻ അടുത്ത ഗ്രാമത്തിലേയ്ക്കു പോയി ഒരു മൺവെട്ടി വാങ്ങിക്കൊണ്ടുവന്നു ചളിയെല്ലാം മാറ്റി എന്നെ പുറത്തേക്കു തോണ്ടിയിട്ടു."

പ്രഭുക്കന്മാർക്കു ഇനിയും സഹിച്ചിരിക്കാൻ കഴിഞ്ഞില്ല അവർ ആർത്തുവിളിച്ചു, "ഈ കിഴവൻ നുണ പറയുന്നു! തോളിനൊപ്പം ചളിയിൽ പുതഞ്ഞുപോയെങ്കിൽ പിന്നെങ്ങനെയാണാവോ മൺവെട്ടി വാങ്ങാൻ പോകുക? കഴിഞ്ഞു എന്നുതന്നെ വിചാരിക്കുക, എന്നാൽ പിന്നെ കൈക്കോട്ടിന്റെ ആവശ്യം? പച്ചക്കള്ളമാണെല്ലാം!" എന്നാൽ സാർ സ്വയം നിയന്ത്രിച്ചു. ഇത്രമാത്രം പറഞ്ഞു; "ഇവനൊരു സൂത്രക്കാരൻ പഹയനാണ്."

"അവിടെനിന്ന് അതിനടുത്തുള്ള താഴ്വരയിലേയ്ക്കാണ് ഞാൻ പോയത്. അവിടെ ഒരു ഇടയൻ ആടുകളെ മേച്ചിരുന്നു. "എടോ ആട്ടിടയാ, വന്ദനം! പിന്നെ എന്തൊക്കെയാണ് നാട്ടുവർത്തമാനങ്ങൾ?" ഞാൻ കുശലം ചോദിച്ചു. എന്നാൽ അങ്ങോർക്കതത്ര പിടിച്ചില്ല. അയാൾ മുറു മുറുത്തു, "എന്നെ ആട്ടിടയാ എന്നൊന്നും വിളിക്കരുത്; ഞാൻ നിങ്ങളുടെ സാറിന്റെ അച്ഛനാണ്!"

ഇതു കേട്ടപ്പോൾ സാറും വിളിച്ചുപറഞ്ഞുപോയി, "ഇവൻ പച്ചക്കള്ള മാണ് പറയുന്നത്. എന്റെ അച്ഛൻ ഒരിക്കലും ആടു മേച്ചിട്ടില്ല."

"തിരുമേനീ, ഞാൻ കള്ളമാണ് പറയുന്നതെന്ന് അവിടുന്ന് ഇപ്പോഴെ ങ്കിലും സമ്മതിച്ചുവല്ലോ. ഇനി, ആ പാത്രത്തിലെ പൊന്നെല്ലാം എന്റേ തല്ലേ?"

■

മൂടൽ മഞ്ഞപ്പൻ

വളരെ മുമ്പ് ഒരു കിഴവനുണ്ടായിരുന്നു; അയാൾക്ക് ഒരു രണ്ടാം ഭാര്യയും? രണ്ടു ഭാര്യമാർക്കും ഓരോ കുട്ടിയുമുണ്ടായിരുന്നു. അയാൾക്ക് രണ്ടും പെൺമക്കളായിരുന്നു. ചിറ്റമ്മമാർ എങ്ങനെയുള്ളവരാണെന്നു എല്ലാവർക്കുമറിയാം. നിങ്ങൾ തെറ്റുചെയ്താലും ശരി ചെയ്താലും അടി തന്നെയാണ് കിട്ടുക. എന്നാൽ ചിറ്റമ്മ തന്റെ മകളോടങ്ങനെയല്ല കാട്ടിയിരുന്നത്. അവളെന്തു തെറ്റുതന്നെ ചെയ്താലും അവൾ ലാളിക്കപ്പെട്ടു പോന്നു.

കിഴവന്റെ മകൾ ദിവസവും സൂര്യനുദിക്കുന്നതിന്നുമുമ്പുണർന്നു കാലികളെ നോക്കണം. കത്തിക്കുവാനുള്ള വിറകും വെള്ളവും വീട്ടിലെത്തിക്കണം. അടുപ്പിൽ തീ കൂട്ടണം. നിലം അടിച്ചുവാരണം. അവളെല്ലാം ആവുംവണ്ണം ഭംഗിയോടെ ചെയ്തുപോന്നെങ്കിലും എല്ലാറ്റിലും ചിറ്റമ്മ കുറ്റങ്ങളാരോപിച്ചു ശകാരിക്കും.

കൊടുങ്കാറ്റുയർന്നാലും അത് ഒരിക്കൽ ശാന്തമാകാതിരിക്കില്ല. എന്നാൽ ഈ കിഴവിക്കു ഒരിക്കൽ ദേഷ്യം പിടിച്ചാൽ അങ്ങനെയല്ല. അവസാനം തന്റെ പോറ്റുമകളെ വീട്ടിൽ നിന്ന് തല്ലിയോടിക്കുവാൻ തന്നെ തീർച്ചയാക്കി.

“ഇവളെ എവിടെയെങ്കിലും വലിച്ചെറിയൂ.” “അവൾ ഭർത്താവിനോടു പറഞ്ഞു, “എനിക്കവളെ കാണുകയേ വേണ്ട. കടിക്കുന്ന കുഴമഞ്ഞ് വീഴുന്ന കാട്ടിൽ അവളെ വിട്ടേച്ചു വരൂ.”

ഇതു കേട്ടപ്പോൾ കിഴവൻ പൊട്ടിപ്പൊട്ടിക്കരഞ്ഞു. എന്നാൽ ഇതുകൊണ്ടൊന്നും യാതൊരു കാര്യവുമില്ലെന്നു അയാൾക്കറിയാം. അയാൾ നിസ്സഹായനാണ്. ഭാര്യ പറഞ്ഞാൽ അതിന്നപ്പുറം പോകാൻ അയാൾക്കു സാധ്യമല്ല. അയാൾ കുതിരയെ കോപ്പണിയിച്ചു. തന്റെ മകളെ വിളിച്ചു, “എന്റെ മോള് വാ; വണ്ടിയിൽ കയറി ഇരിക്കൂ.”

അമ്മയില്ലാത്ത ആ കുട്ടിയുമായി അയാൾ കാട്ടിലെത്തി. കുഴമഞ്ഞ് വീണുകൊണ്ടിരിക്കെ അവളെ ഒരു ഫർവൃക്ഷത്തിന്നടിയിൽ തള്ളിവിട്ട് അയാൾ ഓടിച്ചുപോയി.

നല്ല തണുപ്പുള്ള ദിവസമായിരുന്നു അത്. ആ കൂറ്റൻ വൃക്ഷത്തിനടിയിൽ പതുങ്ങിയിരുന്നു ആ പെൺകുട്ടി കിടുകിടെ വിറച്ചുകൊണ്ടിരുന്നു. പെട്ടെന്ന് ഒരു മരത്തിൽനിന്ന് മറ്റൊന്നിലേക്കു ചാടിച്ചാടി മൂടൽമഞ്ഞപ്പൻ, കൊമ്പുകൾ ഒടിച്ചും പൊട്ടിച്ചും വരുന്ന ശബ്ദം കേൾക്കായി. കണ്ണിമയ്ക്കലിന്നിടയിൽ അദ്ദേഹം ആ കൊച്ചുകുട്ടിയിരിക്കുന്ന മരത്തിനൊത്ത മുകളിലെത്തിച്ചേർന്നു.

"നിനക്കു ചൂടുണ്ടോ മോളേ?" അയാൾ ചോദിച്ചു.

"ഉണ്ട്, നല്ല ചൂടുണ്ട് മൂടൽമഞ്ഞപ്പാ!" അവൾ വിനയത്തോടെ മറുപടി പറഞ്ഞു.

വലിയ കോലാഹലത്തോടെ മൂടൽമഞ്ഞപ്പൻ അല്പം താഴോട്ടു ഇറങ്ങിവന്നു.

"എന്റെ മോക്ക് ചൂടുണ്ടോ?" അയാൾ വീണ്ടും വിളിച്ചുചോദിച്ചു.

"ഉവ്വോ എന്റെ മോളേ."

"ഉവ്വ്. എനിക്കു ചൂടുണ്ട്, മൂടൽമഞ്ഞപ്പാ" അവൾ പറഞ്ഞു.

മൂടൽമഞ്ഞപ്പൻ വീണ്ടും കുറേകൂടി താഴോട്ടിറങ്ങി. അപ്പോൾ പൂർവ്വാധികം ശബ്ദകോലാഹലത്തോടെയാണ് ചില്ലകൾ ഒടിക്കുകയും പൊട്ടിക്കുകയും ചെയ്തിരുന്നത്.

"എന്റെ മോള്ക്ക് ചൂടുണ്ടോ?" അയാൾ ചോദിച്ചു, "എന്റെ മോള്ക്ക് ചൂടുണ്ടോന്ന്?"

കുട്ടി കൂടെക്കൂടെ തണുത്തു മരവിക്കുകയായിരുന്നു. വളരെ ബുദ്ധിമുട്ടിയാണ് നാവനക്കിയത്, "എനിക്കു നല്ല ചൂടുണ്ട്. മൂടൽമഞ്ഞപ്പാ!"

മൂടൽമഞ്ഞപ്പന് ആ കുഞ്ഞിനോട് ദയതോന്നി. അയാൾ തന്റെ പളപളായമാനമായ രോമകുപ്പായം അവളെ അണിയിച്ചു. തന്റെ മെത്തയിൽ കിടത്തി.

ഈ അവസരത്തിൽ തന്റെ പോറ്റുമകൾ തണുത്തു മരവിച്ചിരിക്കുമെന്നോർത്ത് ആനന്ദിക്കുന്ന കിഴവി സദ്യ ഒരുക്കുകയായിരുന്നു; തന്റെ പോറ്റുമകളുടെ സ്മരണയ്ക്ക് അപ്പം വറക്കുകയായിരുന്നു. അവർ ഭർത്താവിനോടു പറഞ്ഞു, "കിഴവാ കാട്ടിൽപ്പോയി മകളെ കൊണ്ടുവന്നേക്ക്. ദഹിപ്പിക്കേണ്ടേ?"

കിഴവൻ കാട്ടിൽപോയി. തന്റെ മകളെ ഉപേക്ഷിച്ച അവിടെ അവൾ ഉല്ലാസചിത്തയായി ഇരിക്കുന്നതാണ് അയാൾ കണ്ടത്. ഒരൊന്നാന്തരം രോമക്കുപ്പായം അവൾ ഇട്ടിട്ടുണ്ട്. സ്വർണ്ണത്തിലും വെള്ളിയിലുമാണ് അവൾ മുഴുകിയിരിക്കുന്നത്. അവളുടെ തൊട്ടടുത്തു ഇതനൊക്കെപ്പുറമെ അനർഘസമ്മാനങ്ങളടങ്ങിയ ഒരു ഖജാനയുമുണ്ട്.

കിഴവൻ സന്തോഷത്താൽ മതിമറന്നു. അയാൾ മകളെ വാരിയെടുത്തു വണ്ടിയിലിരുത്തി. ഖജാനയും അവളുടെ അടുത്തുതന്നെ വെച്ച് ഓടിച്ചുപോയി.

ഇപ്പോഴും കിഴവി അപ്പം വറക്കുന്ന തിരക്കിലായിരുന്നു. അപ്പോൾ പെട്ടെന്ന് മേശയ്ക്കടിയിൽനിന്ന് തന്റെ നായ്ക്കുട്ടി പറയുന്നതവൾ കേട്ടു, “ബൗ ബൗ! കിഴവന്റെ മകളിതാ ധനികയായ കല്യാണപ്പെണ്ണായി വരുന്നു. എന്നാൽ കിഴവിയുടെ മകൾ, പാവം അവൾ ഒരു ദരിദ്രനെ യായിരിക്കും കല്ല്യാണം കഴിക്കുക.”

“ഇതു കേട്ടപ്പോൾ കിഴവിക്കു രസിച്ചില്ല. നായയ്ക്ക് ഒരപ്പം എറിഞ്ഞു കൊടുത്ത് അവൾ പറഞ്ഞു.

“നീ പറയുന്നതു തെറ്റാണ് നായേ! ഇങ്ങനെ പറയൂ.

കിഴവിയുടെ മകൾ അടുത്തുതന്നെ കല്ല്യാണപ്പെണ്ണാകും,

എന്നാൽ കിഴവന്റെ മകൾ ചത്തുപോയിരിക്കുന്നു!”

അപ്പം തിന്നുകഴിഞ്ഞശേഷവും നായ പഴയ പല്ലവിതന്നെ പാടി.

പെട്ടെന്ന് പടിവാതിലിൽ തുറക്കപ്പെട്ടു. വാതിലും തള്ളിത്തുറക്കപ്പെട്ടു. കിഴവന്റെ മകൾ സ്വർണ്ണത്തിന്റെയും വെള്ളിയുടേയും ആഭരണങ്ങളുടെ വെട്ടിത്തിളങ്ങുന്ന ശോഭയിൽ മുഴുകി അകത്തേക്കു കടന്നുചെന്നു. പിന്നാലെ ഘനമേറിയതും വിലപിടിച്ചതുമായ സമ്മാനങ്ങൾ നിറഞ്ഞ ഖജാന താങ്ങിപ്പിടിച്ച് പിതാവും. കിഴവിയാണ് ഇതെല്ലാം കണ്ടു മരവിച്ചു പോയത്. അവളുടെ കൈകൾ കുഴഞ്ഞുവീണു.

“കുതിരയെ അഴിക്കേണ്ട കിഴവാ!” അവൾ ഭർത്താവിനോടു പറഞ്ഞു.

“എന്റെ മകളേയും കാട്ടിൽ കൊണ്ടുപോയി, നിങ്ങളുടെ മകളെ ഉപേക്ഷിച്ചിടത്തുതന്നെ വിട്ടു വേഗം വാ.”

കിഴവൻ മകളെ വണ്ടിയിലിരുത്തി. അവളെ കാട്ടിലെത്തിച്ചു. കുഴ മഞ്ഞു നിപതിക്കേ പഴയ ആ ഫർവൃക്ഷച്ചുവട്ടിൽതന്നെ അവളേയും തള്ളിയിട്ടു. അയാൾ തിരിച്ചു.

കിഴവിയുടെ മകൾ അവിടെ ഇരുപ്പായി. വല്ലാതെ തണുപ്പുണ്ടായി രുന്നതിനാൽ അവളുടെ പല്ലുകൾ കൂട്ടിയടിക്കാൻ തുടങ്ങി.

പതിവുപോലെ ചില്ലകൾ ഒടിച്ചും പൊട്ടിച്ചും വൃക്ഷശിഖരങ്ങളിലൂടെ ചാടിച്ചാടിയും മൂടൽമഞ്ഞപ്പൻ വരവായി. ഇടയ്ക്കിടെ കിഴവിയുടെ മകളെ കണ്ണോടിച്ചിരുന്നു.

“ചൂടുണ്ടോ എന്റെ മോളേ” അയാൾ വിളിച്ചു ചോദിച്ചു.

“ഓ, ഇല്ല. എനിക്കു വല്ലാതെ തണുക്കുന്നു! മൂടൽമഞ്ഞപ്പാ, അങ്ങനെ ചില്ലകൾ പൊട്ടിക്കാതെയും ഒടിക്കാതെയുമിരിക്ക്.” അവൾ നീരസസ്വരത്തിൽ മറുപടി പറഞ്ഞു.

എന്നാൽ മൂടൽമഞ്ഞപ്പൻ അല്പംകൂടി താഴോട്ടിറങ്ങി അത്യുച്ചത്തിൽ ചില്ലകളൊടിക്കാനും കൊമ്പുകൾ പൊട്ടിക്കുവാനും തുടങ്ങി.

“ചൂടുണ്ടോ എന്റെ മോള്ക്ക്?” അയാൾ വിളിച്ചു ചോദിച്ചു, “എന്റെ മോള്ക്ക് ചൂടുണ്ടോന്ന്?”

“ഇല്ലേ അല്ല.” അവൾ പറഞ്ഞു, “ഞാനാകെ മരവിച്ചിരിക്കുന്നു. കടന്നുപോ മൂടൽമഞ്ഞേ!”

എന്നാൽ മൂടൽമഞ്ഞപ്പൻ പിന്നേയും കുറേകൂടി താഴോട്ടിറങ്ങി വരുകയാണുണ്ടായത്. പൂർവ്വാധികം ഒച്ചപ്പാടോടെ അയാൾ കൊമ്പുകൾ ഒടിക്കുകയും പൊട്ടിക്കുകയും ചെയ്തത്. അയാളുടെ ശ്വാസത്തിനു തണുപ്പു കൂടിക്കൂടി വന്നു.

“ഇപ്പോൾ ചൂടുണ്ടോ മോളേ?” അയാൾ വീണ്ടും വിളിച്ചു ചോദിച്ചു. “ഉവ്വോ ചൂടുണ്ടോ, മോളെ?”

“അയ്യോ ഇല്ല!” ''‘അവൾ വിളിച്ചു പറഞ്ഞു. “ഞാൻ മരവിച്ചു! കിഴവൻ മൂടൽമഞ്ഞേ, നിനക്കു മഹാമാരി പിടിപെടട്ടെ.”

“ഇതു കേട്ടപ്പോൾ മൂടൽമഞ്ഞപ്പന്നു വല്ലാതെ ദ്വേഷ്യംവന്നു. തന്റെ സർവ്വശക്തിയുമുപയോഗിച്ച് അയാൾ കിഴവിയുടെ മകളെ മരവിപ്പിച്ചു കൊന്നുകളഞ്ഞു.

നേരം വെളുത്തുതുടങ്ങിയതേയുള്ളൂ. കിഴവിയുണർന്നു, ഭർത്താവിനോടു പറഞ്ഞു, “വേഗംതന്നെ, കുതിരയെ കോപ്പണിയിക്കു. പോയി എന്റെ മകളെ സ്വർണ്ണത്തിലും വെള്ളിയിലും മുക്കി തിരിച്ചുകൊണ്ടുവാ.”

കിഴവൻ വണ്ടിയോടിച്ചുപോയപ്പോൾ മേശയുടെ ചുവട്ടിലിരുന്ന് നായ പറഞ്ഞു.

“ബൗ-ബൗ! കിഴവന്റെ മകൾ അടുത്ത് കല്ല്യാണപ്പെണ്ണാകും. എന്നാൽ കിഴവിയുടെ മകൾ തണുത്തു മരിച്ചിരിക്കുന്നു!”

കിഴവി നായക്കൊരു അപ്പം എറിഞ്ഞുകൊടുത്തുകൊണ്ട് പറഞ്ഞു, “നീ പറയുന്നതു തെറ്റാണ് നായേ! ഇങ്ങനെ പറയൂ.”

“കിഴവിയുടെ മകൾ ഒരു ധനികവധുവായി സുന്ദരിയായി വരുന്നു. എന്നാൽ കിഴവന്റെ മകൾ ഒരു ഇരപ്പാളിയേയാണ് കെട്ടുക!”

എന്നാൽ ഇത്തവണയും നായ മുമ്പത്തെതന്നെ വാചകങ്ങൾ ഉരുവിട്ടതേയുള്ളൂ.

“ബൗ-ബൗ! കിഴവിയുടെ മകൾ മരവിച്ചു മരിച്ചിരിക്കുന്നു!”

പെട്ടെന്നു പടിവാതിൽ തുറക്കപ്പെട്ടു. തന്റെ മകളെ എതിരേല്ക്കുന്നതിന്നു കിഴവി പുറത്തേക്കു കുതിച്ചുപാഞ്ഞു. മൂടിയിരുന്ന തുണി നീക്കിയപ്പോൾ വണ്ടിയിൽ വിറങ്ങലിച്ചു മരിച്ചുകിടക്കുന്ന മകളെയാണ് അവൾ കണ്ടത്.

അവൾ പൊട്ടിപ്പൊട്ടിക്കരഞ്ഞു. എന്നാൽ അത് വല്ലാതെ വൈകിപ്പോയിരുന്നു.

■

പട്ടാളക്കാരനും തള്ളയും

ഒരു വൃദ്ധനായ പട്ടാളക്കാരൻ തന്റെ ഒഴിവുകാലം ചെലവിടുവാൻ നാട്ടിലേക്കു പോകുകയായിരുന്നു. വളരെദൂരം നടന്നിരുന്നതിനാൽ, ഇനിയൊരടിപോലും മുന്നോട്ടുവെയ്ക്കുവാൻ വയ്യാത്തവിധം തളർന്നുപോയി. കഠിനമായ വിശപ്പും പിടികൂടിയിരുന്നു. ഒരു ഗ്രാമത്തിലെത്തിയപ്പോൾ ആദ്യം കണ്ണിൽപ്പെട്ട വീടിനെത്തന്നെ അയാൾ സമീപിച്ചു.

"അകത്തുവന്ന് അല്പം വിശ്രമിച്ചോട്ടെ?" വാതിൽക്കൽ മുട്ടിക്കൊണ്ട് പട്ടാളക്കാരൻ ചോദിച്ചു.

ഒരു തള്ളയാണ് വാതിൽ തുറന്നത്.

"അകത്തു വന്നോളൂ, പട്ടാളക്കാരാ" അവർ പുഞ്ചിരി തൂകിക്കൊണ്ടു പറഞ്ഞു.

"തിന്നാനെന്തെങ്കിലുമുണ്ടോ ഇവിടെ?"

"ആ തള്ളയുടെ കൈയ്യിൽ എല്ലാം ആവശ്യത്തിലധികമുണ്ടായിരുന്നു. പക്ഷേ തള്ളയാണെങ്കിൽ മഹാപിശുക്കത്തിയും. എന്നാൽ അതൊന്നും പുറത്തുകാട്ടാതെ, താനൊരു ദരിദ്രയാണെന്ന് അയാളെ ബോദ്ധ്യപ്പെടുത്താനാണ് അവർ ശ്രമിച്ചത്.

"ഓ, വഴിപോക്കാ, എന്റെ കൈയ്യിലൊന്നുമില്ലല്ലോ. ഇന്നലെകൂടി ഞാൻ പട്ടിണിയായിരുന്നു."

"നിങ്ങളില്ലെങ്കില്ലെന്നു പറയണമെങ്കിൽ തീർച്ചയായും നിങ്ങളുടെ കൈയിൽ ഉണ്ടായിരിക്കയില്ല."

എന്നു പറഞ്ഞു പട്ടാളക്കാരൻ ചുറ്റും കണ്ണോടിച്ചപ്പോൾ, തായില്ലാത്ത ഒരു മഴു ബെഞ്ചിന്നടിയിൽ കിടക്കുന്നതയാൾ കണ്ടുപിടിച്ചു.

"ഒന്നുമില്ലെങ്കിലും സാരമില്ല. പോറിഡ്ജ് ഉണ്ടാക്കുവാൻ ഈ മഴു തന്നെ ധാരാളമാണ്." പട്ടാളക്കാരൻ ആശ്വസിപ്പിക്കാനെന്നോണം പറഞ്ഞു.

"മഴുവിൽ നിന്ന് പോറിഡ്ജോ?" തള്ളയ്ക്കതു വിശ്വസിക്കുവാൻ കഴിഞ്ഞില്ല.

"എന്തുകൊണ്ടില്ല. നിങ്ങളെനിക്കു വേഗം ഒരു കുടം തരൂ."

തള്ള ഒരു കുടം കൊണ്ടുവന്നു കൊടുത്തു. പട്ടാളക്കാരൻ ആ മഴു വൃത്തിയായി കഴുകി ആ കുടത്തിലിട്ടു. അതിൽ കുറേ വെള്ളവുമൊഴിച്ചു അടുപ്പത്തുവെച്ചു തീ കത്തിക്കാൻ തുടങ്ങി.

പട്ടാളക്കാരൻ ഒരു കരണ്ടിയെടുത്തു ഇളക്കുവാൻ തുടങ്ങി. ഇടയ്ക്ക് സ്വാദുനോക്കിക്കൊണ്ടു പറഞ്ഞു:-

"ഞാനിപ്പോൾ തയ്യാറാക്കുമായിരുന്നു. പക്ഷേ ഉപ്പില്ലായാതിപ്പോയി. അല്പം മതിയായിരുന്നു."

"എന്റെ കൈയ്യിൽ ഉപ്പുണ്ടല്ലോ." തള്ള വേഗം അകത്തുപോയി ഉപ്പെടുത്തു കൊണ്ടുവന്നു, "'ദാ ഉപ്പ്."

പട്ടാളക്കാരൻ ഉപ്പു ചേർത്തശേഷം വീണ്ടും സ്വാദു നോക്കി.

"ഒരു പിടി കുത്തിയ ധാന്യമുണ്ടെങ്കിൽ എത്ര നന്നായിരുന്നു." "ആരോടൊന്നില്ലാതെ പട്ടാളക്കാരൻ പറഞ്ഞു.

തള്ള കലവറയിൽചെന്ന് ഒരു ചെറിയ സഞ്ചിയിൽ ധാന്യവും കൊണ്ടുവന്നു കൊടുത്തു.

"ഹോ, ഇത് ധാരാളം!"

പട്ടാളക്കാരൻ പാകം ചെയ്യുന്ന പണിയിൽ മുഴുകി. ഇളക്കിക്കൊണ്ടിരിക്കുന്നതിന്നിടയിൽ വീണ്ടും സ്വാദുനോക്കി.

തള്ളയ്ക്ക് ആ മനുഷ്യനിൽനിന്ന് അദ്ഭുതംകൊണ്ടു കണ്ണെടുക്കുവാനേ കഴിഞ്ഞില്ല.

"ഹായ് ഇതെന്തൊരു പോറിഡ്ജാണെന്നോ," പട്ടാളക്കാരൻ ആനന്ദത്തോലെ പിറുപിറുത്തു.

"അല്പം വെണ്ണകൂടിയുണ്ടായിരുന്നുവെങ്കിൽ കഥ പറയേ വേണ്ട!" തള്ള എവിടെനിന്നെല്ലാമോ വെണ്ണയും കൊണ്ടുവന്നു കൊടുത്തു. അവർ വെണ്ണയും വേണ്ട പോലെ ചേർത്തു.

"ഒരു കരണ്ടികൂടി എടുത്തു വരൂ, തള്ളേ."

അങ്ങനെ അവരിരുവരും പോറിഡ്ജ് കഴിക്കുവാൻ തുടങ്ങി. എത്ര കഴിച്ചിട്ടും അവർക്കു മതിയായില്ല.

"വല്ലാത്ത അദ്ഭുതം തന്നെ." തള്ള ആശ്ചര്യപ്പെട്ടു; വെറും മഴുവിൽ നിന്ന് ഇത്ര നന്നായി പോറിഡ്ജ് ഉണ്ടാക്കുവാൻ കഴിയുമെന്ന് ഞാൻ വിചാരിച്ചില്ല!"

"പട്ടാളക്കാരന് ചിരി അടക്കാൻ കഴിഞ്ഞില്ല. തിന്നുന്നതിന്നിടയിൽ അയാൾ പൊട്ടിപ്പൊട്ടിച്ചിരിച്ചുകൊണ്ടിരുന്നു.

■

കൗശലക്കാരനായ മൂഴിക്ക്*

വളരെ കൊല്ലങ്ങൾക്കുമുമ്പ് നടന്ന ഒരു കഥയാണിത്. പണ്ട് പണ്ട് ഒരു തള്ളയുണ്ടായിരുന്നു. അവർക്ക് രണ്ട് ആൺമക്കളുമുണ്ടായിരുന്നു. ഒരുത്തൻ മരിച്ചുപോയി. മറ്റവൻ വിദൂരദേശത്തെവിടെയോ ആണ്. അവൻ പോയിട്ട് മൂന്നുദിവസം തികഞ്ഞിട്ടില്ല. അപ്പോഴാണ് ഒരു പട്ടാളക്കാരൻ തള്ളയെ സമീപിച്ചു ഇങ്ങനെ പറഞ്ഞത്.

"ഈ രാത്രി ഞാനിവിടെ കൂടട്ടെ, മുത്തശ്ശീ"

"വരൂ മകനേ, നീ എവിടെനിന്നു വരുന്നു.

"ഞാൻ സ്വർഗ്ഗലോകത്തുനിന്നാണ്."

"വിശ്വസിക്കുവാൻപോലും സാധിക്കുന്നില്ല! എന്റെ മോൻ മരിച്ചിട്ടധികമായിട്ടില്ല. വല്ലപ്പോഴും നിങ്ങളവനെ കണ്ടുകയുണ്ടായോ?"

"ഉണ്ടെന്നോ! ഞങ്ങളിരുവരും ഒരുമിച്ച് ഒരേ മുറിയിലാണ് താമസിച്ചിരുന്നത്."

"അതെയോ?"

"മുത്തശ്ശീ, അവന് അവിടെ കൊക്കുകളെ നോക്കലാണ് പണി!

"ഓ, പാവം, വല്ലാത്ത ദുരിതംപിടിച്ച പണിതന്നെയാകും."

"അതെ മുത്തശ്ശി. കൊക്കുകളെന്നാലെന്തെന്നറിയാമോ? അവ എല്ലോഴും മുൾക്കാട്ടിലേ നില്ക്കുകയുള്ളൂ."

"അവന്റെ കാലടികളും കൈമുട്ടുകളും നഗ്നമാണല്ലോ. ഞാനവയെല്ലാം കീറിമുറിയുമ്പോൾ പൊതിഞ്ഞുകൊടുത്തിരുന്നു."

"നിങ്ങൾ കണ്ടാൽ പൊട്ടിക്കരഞ്ഞുപോകും മേലാകെ കീറിപ്പൊളിഞ്ഞിട്ടുണ്ട്."

"നല്ലവനായ മനുഷ്യാ, എന്റെ പക്കൽ നാല്പതുവാര തുണിയുണ്ട്. പത്തു റൂബിളുകളും കാണും. ദയവുചെയ്ത് അതെന്റെ മകന് എത്തിക്കുമോ?"

---

* റഷ്യയിലെ ഒരു വർഗ്ഗത്തിന്റെ പേര്

"അങ്ങനെത്തന്നെ, മുത്തശ്ശീ."

"ഏതാനും നാളുകൾ കഴിഞ്ഞപ്പോൾ വിദേശപര്യടനമെല്ലാം കഴിഞ്ഞ് മകൻ തിരിച്ചെത്തി.

"അമ്മേ, വന്ദനം."

"വന്ദനം മകനേ, നീ പോയ അവസരത്തിൽ സ്വർഗ്ഗത്തിൽനിന്നും ഒരാൾ ഇവിടെ വരികയുണ്ടായി. മരിച്ചുപോയ നിന്റെ സഹോദരനെപ്പറ്റി എല്ലാ കഥകളും അയാൾ പറഞ്ഞു. ഈ മനുഷ്യനും അവനും സ്വർഗ്ഗത്തിൽ ഒരേ മുറിയിൽത്തന്നെയായിരുന്നത്രെ. ഞാനവന്റെ പക്കൽ കുറച്ചു തുണിയും പത്തു റൂബിളും മോനെത്തിക്കാൻ ഏല്പിച്ചിട്ടുണ്ട്."

"അപ്പോൾ, അങ്ങനെയൊക്കെയാണ് കാര്യങ്ങളെങ്കിൽ, അമ്മയ്ക്കു നമസ്കാരം." മകൻ പറഞ്ഞു. "ഞാൻ വീണ്ടും വിശാലമായ ഈ ലോകത്തിലേക്കു പോകാൻ തീർച്ചയാക്കിയിരിക്കുന്നു. നിങ്ങളേക്കാൾ പടുവിഡ്ഢിയെ കണ്ടുമുട്ടുമെങ്കിൽ മാത്രമേ ഞാനിനി തിരിച്ചുവരുന്നുള്ളൂ. ഇല്ലെങ്കിൽ മറ്റെവിടെയെങ്കിലും കഴിയും." അയാളൊരു ഗ്രാമത്തിലെ പ്രഭുവിന്റെ മണിമേടയിലാണെത്തിച്ചേർന്നത്. അവിടെ ഒരു പന്നിയും കുട്ടികളും തിന്നുകയായിരുന്നു. മൂഴിക്ക് മുട്ടുകുത്തിക്കൊണ്ട് പന്നിയെ സമീപിച്ചു നമസ്കരിച്ചു. പ്രഭ്വി ഇതെല്ലാം കാണുന്നുണ്ടായിരുന്നു. അവർ തന്റെ വേലക്കാരിയോടു വിളിച്ചു പറഞ്ഞു:

"പോയി, ആ മൂഴിക്കിനോട് എന്താണ് പന്നിയെ നമസ്കരിക്കുന്നതെന്നു ചോദിച്ചു വാ."

അവൾ പോയി ചോദിച്ചു:

"മൂഴിക്കേ, നീയെന്താണിങ്ങനെ മുട്ടുകുത്തുന്നത്? എന്തിനാണ് ഞങ്ങളുടെ പന്നിയെ നമസ്ക്കരിക്കുന്നത്?"

"പെണ്ണേ, പ്രഭ്വിയോടു പോയി പറയൂ. നിങ്ങളുടെ പന്നി എന്റെ കെട്ടിയവളുടെ അനുജത്തിയാണ്. എന്റെ മകന്റെ കല്ല്യാണം നാളെയാണ്. അതിനാൽ അവരെ കൂട്ടിക്കൊണ്ടു പോകുവാനാണ് ഞാൻ വന്നിരിക്കുന്നത്. പന്നിയേയും കുട്ടികളേയും കല്യാണത്തിൽ പങ്കെടുക്കുവാനനുവദിക്കുമോ?"

"പ്രഭ്വി ഇതെല്ലാം കേട്ടപ്പോൾ വേലക്കാരിയോടു പറഞ്ഞു.

"ഒരു പന്നിയേയും അതിന്റെ കുഞ്ഞുങ്ങളേയും ഒരു കല്യാണത്തിന്നു ക്ഷണിക്കുവാൻ അയാളെന്തു വിഡ്ഢിയാണ്! ശരി. ആളുകൾ അവനെ മക്കാറാക്കട്ടെ. എന്റെ രോമക്കുപ്പായമെടുത്ത് പന്നിയെ ധരിപ്പിക്കൂ. രണ്ടു കുതിരകളെ വണ്ടിക്കു കെട്ടി അതും അവർക്കു കൊടുക്കാൻ പറയൂ. കല്ലാണത്തിന്നു പോകുന്നവരല്ലേ!"

"അങ്ങനെ അവർ കുതിരകളെ വണ്ടിക്കു പൂട്ടി. പന്നിയേയും കുട്ടികളേയും അതിലിരുത്തി. എല്ലാം മൂഴിക്കിനെ ഏല്പിച്ചു. അയാൾ വണ്ടിയിൽ കയറി തെളിച്ചുപോയി.

നായാട്ടിന്നു പോയിവരുന്ന പ്രഭു മടങ്ങിവന്നപ്പോൾ, പ്രഭ്വി പൊട്ടി ച്ചിരിച്ചുകൊണ്ട് അദ്ദേഹത്തോട് ഇതെല്ലാം പറഞ്ഞുകൊടുത്തു:

"നോക്കു നിങ്ങൾക്കിന്ന് ഒരു നല്ല ചിരിയാണ് നഷ്ടപ്പെട്ടത്! ഇവിടെ ഒരു മൂഴിക്ക് വന്നിരുന്നു. മൂപ്പർ നമ്മുടെ പന്നിയെ നമസ്ക്കരിക്കുമ്പോഴാണ് ഞാൻ കണ്ടത്. അവൻ പറയുകയാണ്, അതവന്റെ കെട്ടിയവളുടെ അനുജത്തിയാണത്രെ. അതിനാൽ തന്റെ മകന്റെ കല്യാണത്തിൽ പങ്കെടുക്കുവാൻ പന്നിയേയും കുഞ്ഞുങ്ങളേയും കൂടെ അയച്ചു കൊടുക്കേണമെന്ന് അയാൾ ആവശ്യപ്പെട്ടു."

"നീയെന്തു ചെയ്തു എന്നെനിക്കറിയാം." പ്രഭു പറഞ്ഞു, "നീ അവന് പന്നിയേയും കുഞ്ഞുങ്ങളേയും കൊടുത്തു ഇല്ലേ."

"ഉവ്വ്. ഞാൻ പന്നിയേ എന്റെ രോമക്കുപ്പായമണിയിച്ചാണ് പറഞ്ഞ യച്ചത്. അവർക്കു പോകാൻ രണ്ടു കുതിരകളെ പൂട്ടിയ ഒരു വണ്ടിയും കൊടുത്തു."

"ആ മൂഴിക്ക് എവിടുത്തുകാരനാണ്?"

"അതെനിക്കറിയില്ലല്ലോ?"

"അപ്പോൾ നീയാണ് വിഡ്ഢി. അയാളല്ല."

"പ്രഭവിന് അവളുടെ വിഡ്ഢിത്തത്തിൽ വല്ലാതെ ദ്വേഷ്യം പിടിച്ചു. കുതിരപ്പുറത്തു ചാടിക്കയറി അയാൾ മൂഴിക്കിനെ പിന്തുടർന്നു. ഇതിന്നിടയിൽതന്നെ ആരോ പിന്തുടരുന്നുണ്ടെന്നു മൂഴിക്ക് മണത്ത റിഞ്ഞു. അയാൾ കുതിരകളെ ഒരു വങ്കാട്ടിന്നുള്ളിലേയ്ക്കു തെളിച്ചു. കുതിരകളേയും വണ്ടിയേയും അവിടെ വിട്ട് അയാൾ തിരിച്ചുവന്നു. എന്നിട്ട് തലയിൽനിന്ന് തൊപ്പിയെടുത്തു നിലത്തു കമഴ്ത്തിവെച്ചു. ഒന്നുമറിയാത്ത ഭാവത്തിൽ അതിന്നടുത്തിരിപ്പായി.

"ഹിയ് താടിവാലാ! നിന്നോടാണ്!" "പ്രഭു ഗർജ്ജിച്ചു, "ഒരു മൂഴിക്ക് രണ്ടു കുതിരകളോടും പന്നിയോടും കുഞ്ഞുങ്ങളോടുംകൂടി ഒരു വണ്ടിയിൽ ഇതിലേ പോയത് നീ കണ്ടില്ലേ?"

"ഉവ്വ് സേർ, കണ്ടു. അയാൾ പോയിട്ട് മണിക്കൂറുകളോളമായല്ലോ?"

"ഏതിലെയാണവൻ പോയത്? എനിക്കവനെ പിടികൂടണം."

"കുറച്ചു ദൂരമുണ്ടെങ്കിലും അവനെ പിടികിട്ടും. നിങ്ങൾ നേരെ പോയ്ക്കൊള്ളു. ഈ ചുറ്റുപാടെല്ലാം പരിചയമില്ലേ?"

"ചങ്ങാതി, ദയവുചെയ്തു എനിക്കു ആ മൂഴിക്കിനെ പിടിച്ചുകൊണ്ടു വന്നു തരുമോ?"

"ഇല്ല സർ. സാദ്ധ്യമല്ല. ഈ തൊപ്പിക്കടിയിൽ ഒരു പ്രാവുണ്ട്."

"ഞാനത് കാത്തു സൂക്ഷിക്കാം."

"ദാ, അതിനെ പുറത്താക്കരുത്. വളരെ വിലപിടിച്ചതാണ്. എന്നാൽ എന്റെ യജമാനൻ എന്നെ കൊന്നുകളയും."

"ഇതിനെന്തു വിലവരും?"

"എല്ലാംകൂടി മുന്നൂറു റൂബിൾ."

"അതിനെപ്പറ്റി നീ പേടിക്കേണ്ട. പേടിക്കേണ്ട, അതെല്ലാം ഞാൻ തരും."

"വെണ്ണ പുരട്ടിയ വാക്കുകൾ തന്നെ. പക്ഷേ അതു മാത്രം വേണ്ട സർ."

"നിങ്ങൾക്കെന്നെ വിശ്വാസമില്ല. ഇല്ലെങ്കിൽ ദാ, മുന്നൂറു റൂബിൾ പിടിച്ചോളൂ."

മൂഴിക്ക് പണമെടുത്ത് പ്രഭുവിന്റെ കുതിരപ്പുറത്തു ചാടിക്കയറി കാട്ടിലേക്ക് ഓടിച്ചുപോയി. അപ്പോഴെല്ലാം ആ കാലിത്തൊപ്പിയും കാത്തുകൊണ്ട് പ്രഭു ഇരുന്നു. മണിക്കൂറുകളോളം അയാൾ കാത്തിരുന്നു. സൂര്യൻ അസ്തമിക്കാറായി. എന്നാൽ മൂഴിക്കു തിരിച്ചുവരുന്ന യാതൊരടയാളവും പ്രഭു കണ്ടില്ല.

"എന്നാൽ ഇതിന്നുള്ളിൽ വല്ല പ്രാവുമുണ്ടോ എന്നു നോക്കട്ടെ. ഉണ്ടെങ്കിൽ അവൻ വരും. ഇല്ലേ, കാത്തിരുന്നിട്ടു കാര്യമില്ല."

അയാൾ തൊപ്പി പൊന്തിച്ചു. എന്നാൽ ഉള്ളിൽ ഒന്നുമില്ലായിരുന്നു.

"അസത്ത്! ഭാര്യയെ വിഡ്ഢിയാക്കിയ അതേ മൂഴിക്കുതന്നെയായിരിക്കണം ഇവൻ. വളരെ ബുദ്ധിമുട്ടി ആയാൾ വീട്ടിലേക്കു നടന്നു. എന്നാൽ എത്രയോ മുമ്പുതന്നെ മൂഴിക്ക് തന്റെ വീട്ടിലെത്തിയിരുന്നു.

"അമ്മേ!" അവൻ തള്ളയോടു പറഞ്ഞു, "നമ്മുക്കൊന്നിച്ചുതന്നെ ജീവിക്കാം. ഈ ലോകത്തിലെ ഏറ്റവും പടുവിഡ്ഢി നിങ്ങളല്ല, തീർച്ച. അവരെനിക്കു മൂന്നു കുതിരകളേയും ഒരു വണ്ടിയേയും ഒരു പന്നിയേയും പന്നിക്കുട്ടികളേയും തന്നു. പുറമെ മുന്നൂറു റൂബിളും എല്ലാം വെറുതെ!"

■

പൂവൻ കോഴിയും പയറുമണിയും

"പണ്ട് ഒരു പൂവൻകോഴിയും പിടക്കോഴിയുമുണ്ടായിരുന്നു. ഒരു ദിവസം തോട്ടത്തിൽ മാന്തിക്കിളച്ചുകൊണ്ടിരിക്കെ പൂവൻകോഴിക്ക് ഒരു പയറുമണി കിട്ടി.

"ക്ലക്ക്-ക്ലക്ക്-ക്ലക്ക്-പിടേ ഈ പയറുമണി തിന്നോ."

"ക്ലക്ക്-ക്ലക്ക്-ക്ലക്ക്-വളരെ ഉപകാരം പൂവാ" പിടക്കോഴി മറുപടി പറഞ്ഞു, "അത് നിങ്ങൾതന്നെ തിന്നോളൂ."

പൂവൻകോഴി അത് കൊത്തിയെടുത്തു. ഒരൊറ്റ വിഴുങ്ങലിന് അകത്താക്കാൻ നോക്കിയതായിരുന്നു. നിർഭാഗ്യത്തിന് അത് ചങ്കിൽ തടഞ്ഞു."പിടേ" "അവൻ വിളിച്ചു, "പോയി നദിയോട് എനിക്കു കുടിക്കാൻ കുറച്ചു വെള്ളം തരാൻ പറയൂ."

അല്ലാതെന്തു ചെയ്യാനാണ്? പിടക്കോഴി നദിയുടെ അടുത്തേക്ക് ഓടിച്ചെന്നു.

"നദീ, നദീ, പൂവൻകോഴിക്കു കൊടുക്കാൻ കുറച്ചു വെള്ളം എനിക്കു താ. അദ്ദേഹത്തിന്റെ തൊണ്ടയിൽ ഒരു പയറുമണി തടഞ്ഞിരിക്കുന്നു."

എന്നാൽ നദി പറഞ്ഞു:

"പോയി ആ മരത്തിനോട് ഒരു ഇല വാങ്ങിക്കൊണ്ടുവന്നാൽ ഞാൻ നിനക്കു വെള്ളം തരാം.

അല്ലാതെ മറ്റെന്തുചെയ്യാനാണ്? അവൾ വൃക്ഷത്തെ സമീപിച്ചു.

"മരമേ, മരമേ, എനിക്കു ഒരു ഇല താ, ഞാൻ ഇല നദിക്കു കൊണ്ടുകൊടുക്കും. അപ്പോൾ നദി പൂവൻകോഴിക്കുകൊടുക്കാൻ എനിക്കു അല്പം വെള്ളം തരും. എന്തെന്നാൽ അദ്ദേഹത്തിന്റെ തൊണ്ടയിൽ ഒരു പയറുമണി തടഞ്ഞിരിക്കുന്നു."

എന്നാൽ മരം പറഞ്ഞതിങ്ങനെയാണ്:

"എങ്കിൽ കർഷകപുത്രിയുടെ അടുത്തുനിന്നു കുറച്ചു നൂൽ കൊണ്ടുവന്നുതരണം."

"മറ്റെന്തു ചെയ്യാനാണ്? അവൾ കർഷകപുത്രിയുടെ അടുത്തേക്കു പറപറന്നു:

"കർഷകപുത്രീ, കർഷകപുത്രീ, എനിക്കു കുറച്ചു നൂലുതാ! ഞാൻ നൂൽ മരത്തിന്നുകൊടുക്കും. മരം എനിക്കു ഒരില തരും. ഇല ഞാൻ നദിക്കു കൊടുക്കും. അപ്പോൾ പൂവൻകോഴിക്കു കൊടുക്കാൻ നദി എനിക്കു വെള്ളം തരും. എന്തെന്നാൽ അദ്ദേഹത്തിന്റെ തൊണ്ടയിൽ ഒരു പയറുമണി തടഞ്ഞിരിക്കുന്നു."

"ചീർപ്പുണ്ടാക്കുന്നവരിൽനിന്ന് ഒരു ചീർപ്പ് എനിക്കു കൊണ്ടു ത്തരാമോ? എന്നാൽ നൂൽ തരാം."

മറ്റെന്തു ചെയ്യാനാണ്? പിടക്കോഴി ചീർപ്പുണ്ടാക്കുന്നവരുടെ അടുത്തേക്കും പറന്നു:

"ചീർപ്പുകാരാ, ചീർപ്പുകാരാ; എനിക്കൊരു ചീർപ്പുതാ! ചീർപ്പ് ഞാൻ കർഷകപുത്രിക്കു കൊടുക്കും, അവൾ, മരത്തിന്നു നല്കാൻ കുറച്ചു നൂൽ തരും, മരം എനിക്കു ഒരില തരും നദിക്കു കൊടുക്കാൻ. നദി യെനിക്കു പൂവൻകോഴിക്കു കൊടുക്കാൻ കുറച്ചു വെള്ളം തരും. എന്തെ ന്നാൽ അദ്ദേഹത്തിന്റെ തൊണ്ടയിൽ ഒരു പയറുമണി തടഞ്ഞിരിക്കുന്നു."

എന്നാൽ ചീർപ്പുകാരൻ പറഞ്ഞു.

"അപ്പക്കാരന്റെ പക്കൽ നിന്ന് ഞങ്ങൾക്കു കുറച്ചു അപ്പം കൊണ്ടു വന്നു താ. എന്നാൽ ഞങ്ങൾ ഒരു ചീർപ്പുതരാം."

മറ്റെന്തു ചെയ്യാനാണ്? അവൾ അപ്പക്കാരന്റെ അടുത്തേക്കും പറന്നു,

"അപ്പക്കാരാ, അപ്പക്കാരാ, എനിക്കു കുറച്ചു അപ്പം തരുമോ! അപ്പ മെല്ലാം ഞാൻ ചീർപ്പുകാർക്കു കൊടുക്കും. ചീർപ്പുകാർ കർഷക പുത്രിക്കു കൊടുക്കാൻ ഒരു ചീർപ്പുതരും. അവൾ മരത്തിന്നു നൽകാൻ കുറച്ചു നൂൽ തരും, മരം, നദിക്കു കൊടുക്കാൻ ഒരില തരും. നദി, പൂവൻ കോഴിക്കായി വെള്ളവും അപ്പോൾ തരും. എന്തെന്നാൽ അദ്ദേഹത്തിന്റെ തൊണ്ടയിൽ ഒരു പയറുമണി തടഞ്ഞിരിക്കുന്നു."

"എന്നാൽ അപ്പക്കാർ പറഞ്ഞു.

"എങ്കിൽ വിറകുവെട്ടുകാരിൽനിന്ന് കുറച്ചു വിറക് കൊണ്ടുവന്നു തരണം!"

അല്ലാതെ മറ്റെന്തു ചെയ്യാനാണ്? അവൾ വിറകുവെട്ടുകാരുടെ അടുത്തേക്കു പറന്നു.

"വിറകുവെട്ടുകാരേ, വിറകുവെട്ടുകാരെ, അപ്പക്കാർക്കു കൊടുക്കാ നാണ്, എനിക്കു കുറച്ചു വിറകുതരൂ. അവർ എനിക്കു കുറച്ചു അപ്പം തരും. അത് ചീർപ്പുകാർക്കുകൊടുത്താൽ, കർഷകപുത്രിക്കു കൊടു ക്കാൻ അവർ ഒരു ചീർപ്പുതരും. അപ്പോൾ അവൾ മരത്തിന്നു കൊടു ക്കാൻ കുറച്ചു നൂൽ തരും. മരം നദിക്കുകൊടുക്കാൻ ഒരിലതരും നദി പൂവൻകോഴിക്കുകൊടുക്കുവാൻ എന്തായാലും വെള്ളം തരാതിരിക്കില്ല.

എന്തെന്നുവെച്ചാൽ അദ്ദേഹത്തിന്റെ തൊണ്ടയിൽ ഒരു പയറുമണി തടഞ്ഞിരിക്കുന്നു.''

''എന്നാൽ ഈ വിറകുവെട്ടുകാർ മറ്റുള്ളവരെപ്പോലെ അത്ര ദയയില്ലാത്ത വരായിരുന്നില്ല. അവർ പിടക്കോഴിക്കു കുറച്ചു വിറകുകൊടുത്തു. പിടക്കോഴി വിറക് അപ്പക്കാർക്കു കൊണ്ടുകൊടുത്തു. അപ്പക്കാർ, ചീർപ്പുകാർക്കുകൊടുക്കാൻ കുറച്ചു അപ്പം അവൾക്കു കൊടുത്തു. ചീർപ്പുകാർ കർഷകപുത്രിക്കുകൊടുക്കുവാൻ ഒരു ചീർപ്പുകൊടുത്തു. അവൾ മരത്തിന്നുകൊടുക്കുവാൻ പിടക്കോഴിക്കു നൂലും. മരം നദിക്കുകൊടുക്കുവാൻ ഒരു ഇലകൊടുത്തു. നദി, സന്തോഷപൂർവ്വം പൂവൻകോഴിക്കു കുടിക്കാൻ വെള്ളവും കൊടുത്തു.

പൂവൻകോഴി വെള്ളവും കുടിച്ചു. അപ്പോൾ പയറുമണി വയറ്റിലേക്കു ആണ്ടുപോയി.

''കോക്ക്-എ-ഡൂഡിൽ-ഡൂ!'' പൂവൻകോഴി ഉച്ചത്തിലൊന്നു കൂകി.

■

ആങ്ങളയും പെങ്ങളും

ഒരിക്കൽ ഒരു കിഴവനും കിഴവിയുമുണ്ടായിരുന്നു. അൽയോനുഷ്ക എന്നൊരു പെൺകുട്ടിയും ഇവാനുഷ്ക എന്നൊരു ആൺകുട്ടിയുമായിരുന്നു അവരുടെ മക്കൾ.

കിഴവനും കിഴവിയും മരിച്ചുപോയി. ഈ വിശാലമായ ലോകത്തിൽ അൽയോനുഷ്കയും ഇവാനുഷ്കയും ഒറ്റപ്പെട്ടു.

അൽയോനുഷ്ക ദിവസേന കൂലിപ്പണിക്കു പോകുമ്പോൾ ഇവാനുഷ്കയേയും കൂടെ കൂട്ടും. ഒരു ദിവസം പണിയന്വേഷിച്ച് അവർ പോകുകയായിരുന്നു. വളരെ വളരെ ദൂരം ഇനിയും അവർക്കു പോകേണ്ടതുണ്ട്. ഒരു വലിയ പാടം മുറിച്ചു കടക്കുകയായിരുന്നു. അപ്പോൾ ഇവാനുഷ്കക്കു വല്ലാതെ ദാഹിച്ചു.

"അൽയോനുഷ്ക ചേച്ചി, എനിക്കു ദാഹിക്കുന്നു." അവൻ പറഞ്ഞു.

"ക്ഷമിക്കു കൊച്ചനുജാ, നമ്മളിപ്പോൾ ഒരു കിണറ്റിന്നടുത്തെത്തും."

"അവർ വീണ്ടും നടത്തം തുടർന്നു. സൂര്യൻ തലയ്ക്കു മുകളിൽ നിന്നും തീക്കനലാണ് ചൊരിഞ്ഞിരുന്നത്. വായുപോലും ചൂടുപിടിച്ചു വരണ്ടിരുന്നു. അധികദൂരം പിന്നിടുന്നതിനുമുമ്പ് ഒരു പശുവിന്റെ കുളമ്പടയാളത്തിന്നടുത്തെത്തിച്ചേർന്നു. അതിൽ നിറയെ വെള്ളമുണ്ടായിരുന്നു.

"അൽയോനുഷ്കച്ചേച്ചി, ഞാനിതു കുടിക്കട്ടെ.

"അരുത് കൊച്ചനുജാ, നീയൊരു പൈക്കുട്ടിയായ്പ്പോകും."

അപ്പോഴും സൂര്യൻ തലക്കു മുകളിൽതന്നെ. കാറ്റ് ചൂടേറ്റു വരണ്ടതും. വീണ്ടും നടന്നുതുടങ്ങിയ അവർ ഇത്തവണ എത്തിച്ചേർന്നത് ഒരു കുതിരയുടെ കുളമ്പടയാളത്തിന്നടുത്താണ്. അതിലും നിറയെ വെള്ളമുണ്ടായിരുന്നു.

"അൽയോനുഷ്ക ചേച്ചി, ഞാനിതു കുടിക്കട്ടെ?"

"അരുത് കൊച്ചനുജാ. നീയൊരു കുതിരക്കുട്ടിയാകും."

ഇവാനുഷ്ക ഒന്നു നെടുവീർപ്പിട്ടു, അൽയോനുഷ്കയെ പിന്തുടർന്നു.

അവർ വീണ്ടും കുറേ ദൂരം നടന്നു. ഇപ്പോഴും സൂര്യൻ തലയ്ക്കു മുകളിൽതന്നെ. വായു വരണ്ടതും ചുടുപിടിച്ചതും. ഇത്തവണ ഒരു കോലാടിന്റെ കുളമ്പടിയടയാളത്തിന്നടുത്താണ് എത്തിയത്. അതിലും നിറയെ വെള്ളമുണ്ട്.

"അൽയോനുഷ്കച്ചേച്ചി, ദാഹിച്ച് ഞാനിപ്പൊ ചത്തുപോകും. ഈ വെള്ളം ഞാൻ കുടിക്കട്ടെ." ഇവാനുഷ്ക വീണ്ടും ചോദിച്ചു.

"അരുത് കൊച്ചനുജാ. നീയൊരു ആട്ടിൻകുട്ടിയാകും."

ഇത്തവണ തന്റെ സഹോദരിയെ അനുസരിക്കുവാൻ ഇവാനുഷ്കയ്ക്കു സാദ്ധ്യമായില്ല. അവൻ കോലാടിന്റെ കുളമ്പടയാളത്തിലെ വെള്ളം മുഴുവൻ കുടിച്ചുതീർത്തു. ആ നിമിഷത്തിൽതന്നെ ഇവാനുഷ്ക ഒരു ആട്ടിൻകുട്ടിയായി മാറി.

ഇതൊന്നും അൽയോനുഷ്ക അറിഞ്ഞതേയില്ല. തിരിഞ്ഞുനോക്കിയപ്പോൾ അവൾ അനുജനെ കണ്ടില്ല. കുറേ നിലവിളിച്ചുനോക്കി. അപ്പോൾ ഇവാനുഷ്കക്കു പകരം ഒരു വെളുവെളുത്ത ആട്ടിൻകുട്ടിയാണ് അവളുടെ അടുത്തേക്കു ഓടിച്ചെന്നത്.

ആട്ടിൻകുട്ടി തന്റെ ചുറ്റും തുള്ളിച്ചാടിക്കളിക്കുമ്പോളെല്ലാം അവൾ പൊട്ടിപ്പൊട്ടിക്കരയുകയായിരുന്നു.

പെട്ടെന്നു ഒരു കച്ചവടക്കാരൻ അതിലെ പോകാനിടയായി.

"നീ എന്തിനാണ് സുന്ദരീ കരയുന്നത്?" അയാൾ ചോദിച്ചു. എല്ലാം അവൾ തുറന്നുപറഞ്ഞു.

കച്ചവടക്കാരൻ സമാധാനിപ്പിച്ചു, "നീയെന്നെ കല്യാണം കഴിക്കുമോ? ഞാൻ നിന്നെ സ്വർണ്ണത്തിലും വെള്ളിയിലും അഭിഷേകം ചെയ്യാം. ഈ ആട്ടിൻകുട്ടിയും നമ്മോടൊത്തു ജീവിച്ചോട്ടെ."

അവൾ സമ്മതിച്ചു. ആട്ടിൻകുട്ടിയും അങ്ങനെത്തന്നെ. അൽയോനുഷ്കയും ആട്ടിൻകുട്ടിയും ഒരേ പാത്രത്തിൽനിന്നുതന്നെയാണ് ഭക്ഷണം കഴിച്ചിരുന്നത്.

ഒരു ദിവസം വ്യാപാരസംബന്ധമായി കച്ചവടക്കാരൻ വിദൂരദേശത്തേക്കുപോയി. പെട്ടെന്ന് എവിടെനിന്നെന്നറിയുകയില്ല ഒരു മന്ത്രവാദിനി അവിടെ പ്രത്യക്ഷപ്പെട്ടു. അവൾ ജാലകത്തിന്നുള്ളിൽ മറഞ്ഞുനിന്നു അൽയോനുഷ്കയെ പുഴയിൽപോയി കുളിച്ചുവരുവാൻ പ്രേരിപ്പിച്ചു.

അൽയോനുഷ്കയെ മന്ത്രവാദിനി പിന്തുടർന്നിരുന്നു. അവിടെ എത്തി എത്തില്ലെന്നായപ്പോൾ, മന്ത്രവാദിനി അവളുടെമേൽ ചാടിവീണു. ഒരു വലിയ കല്ലെടുത്തു അവളുടെ കഴുത്തിൽ കെട്ടിത്തൂക്കി അവളെ പുഴയിലേക്ക് വലിച്ചെറിഞ്ഞുകളഞ്ഞു.

എന്നിട്ട് മന്ത്രവാദിനി അൽയോനുഷ്കയുടെ രൂപം ധരിച്ചു, അവളുടെ തന്നെ വസ്ത്രങ്ങളണിഞ്ഞു. അവളുടെ വീട്ടിലേക്കു പോയി. അവൾ

മന്ത്രവാദിനിയാണെന്ന് സ്വപ്നത്തിൽപോലും ആരും സംശയിച്ചില്ല. കച്ചവടക്കാരൻ മടങ്ങിവന്നപ്പോൾ, അത് അൽയോനുഷ്കതന്നെന്നാണ് അയാളും വിശ്വസിച്ചത്.

ആട്ടിൻകുട്ടിക്കുമാത്രം എങ്ങനെയോ നടന്നതെല്ലാം മനസ്സിലാക്കാൻ കഴിഞ്ഞു. ആ സംഭവത്തിനുശേഷം അത് ഭക്ഷണവും വെള്ളവും തൊടുകപോലും ചെയ്തില്ല. അതങ്ങനെ കൂടെക്കൂടെ ക്ഷീണിച്ചുവന്നു. രാവിലേയും വൈകുന്നേരവും ദിവസേന ആട്ടിൻകുട്ടി പുഴക്കരയിൽ ചെന്നുനിന്നു വിളിക്കും.

"എന്റെ പൊന്നൽയോനുഷ്കച്ചേച്ചീ!

നീന്തിനീന്തി പുറത്തുവാ, എന്റെ അടുത്തുവാ."

ഇതെങ്ങനെയോ മന്ത്രവാദിനി മണത്തറിഞ്ഞു. അവൾ കൂടെക്കൂടെ ആട്ടിൻകുട്ടിയെ കൊല്ലാൻ ഭർത്താവിനെ നിർബന്ധിച്ചുവന്നു.

എന്നാൽ ഇതിന്നിടക്കു കച്ചവടക്കാരന്റെ കണ്ണിലുണ്ണിയായിത്തീർന്നിരുന്നു ആ ആട്ടിൻകുട്ടി. ആദ്യമെല്ലാം കച്ചവടക്കാരൻ അതിനെ എതിർത്തു. എങ്കിലും മന്ത്രവാദിനിയുടെ 'കരച്ചിലും പിഴിച്ചിലും' കണ്ടപ്പോൾ ഗത്യന്തരമില്ലാതെ അതിനെകൊല്ലാൻ സമ്മതിക്കേണ്ടിവന്നു.

"ശരി. എന്നാൽ അതിനെ കൊന്നുകളയാം" എന്നയാളെക്കൊണ്ട് അവൾ പറയിപ്പിച്ചു.

മന്ത്രവാദിനി വലിയ അടുപ്പിൽ തീ പിടിപ്പിച്ചു. വലിയ ചെമ്പുകൾ ചൂടു പിടിപ്പിച്ചു. വലിയ കത്തികൾ മൂർച്ചകൂട്ടി.

തന്നെ കൊല്ലുന്നതിനാണ് ഈ വട്ടങ്ങളെന്നു ആട്ടിൻകുട്ടിക്കു മനസ്സിലായി. അപ്പോൾ അത് പോറ്റച്ഛനോടു വീണുകേണപേക്ഷിച്ചു, "ചാകുന്നതിന്നു മുമ്പ്, ഞാനാപുഴക്കരയിൽ ചെന്ന് ഒരിറക്ക് വെള്ളം അവസാനമായി കുടിക്കട്ടെ."

"പോ" കച്ചവടക്കാരൻ അനുവദിച്ചു.

ആട്ടിൻകുട്ടി പുഴക്കരയിലേക്കു കുതികുതിച്ചു. കരയിൽനിന്ന് അത് ദയനീയമായി നിലവിളിച്ചു.

"എന്റെ പൊന്നൽയോനുഷ്കച്ചേച്ചീ!
നീന്തിവാ നീന്തി എന്റെ അടുത്തുവാ.
തീ ആളിയാളി കത്തുന്നൂ
കുടങ്ങളിൽ വെള്ളം തിളച്ചുമറിയുന്നൂ
കത്തികൾ വീണ്ടും വീണ്ടും മൂർച്ച കൂട്ടുന്നൂ
അവർ എന്നെ കൊല്ലാൻ പോകുന്നൂ"

പുഴയുടെ അടിത്തട്ടിൽ നിന്നും അൽയോനുഷ്കയുടെ മറുപടി ഉയർന്നുവന്നു.

"എന്റെ കൊച്ചനുജാ, ഇവാനുഷ്ക!

എന്റെ ചുമലുകളിൽ കൂറ്റൻ കല്ലുകളാണ് കിടക്കുന്നത്; മൃദുല ങ്ങളായ പുല്ലിൽ എന്റെ കാലുകൾ കെട്ടുപിണഞ്ഞു കിടക്കുന്നു."

മാറിൽ അട്ടിയട്ടിയായി മണ്ണ് കൂടിക്കിടക്കുന്നു."

ആട്ടിൻകുട്ടിയെ കാണാതായപ്പോൾ മന്ത്രവാദിനി ചുറ്റും നടന്നു നോക്കി. എന്നാൽ എങ്ങും കണ്ടില്ല. അപ്പോൾ ഒരു വേലക്കാരനെ വിളിച്ചുപറഞ്ഞു, "ആ ആട്ടിൻകുട്ടിയെ തിരഞ്ഞു പിടിച്ചുകൊണ്ടുവാ."

വേലക്കാരൻ തിരഞ്ഞുതിരഞ്ഞു പുഴക്കരയിലെത്തി. അവിടെ ആട്ടിൻകുട്ടി പുഴക്കരയിൽ അങ്ങോട്ടുമിങ്ങോട്ടും ഓടി നടക്കുകയാണ്. അത് ദയനീയമായി കരഞ്ഞിരുന്നു.

"എന്റെ പൊന്നൽയോനുഷ്ക ചേച്ചീ
"നീന്തി പുറത്തുവാ, എന്റെ അടുത്തുവാ.
തീ ആളിയാളി കത്തുന്നൂ
ചെമ്പുകളിൽ വെള്ളം തിളച്ചു മറിയുന്നൂ
കത്തികൾ കൂടെക്കൂടെ മൂർച്ച കൂട്ടുന്നൂ.
അവർ എന്നെ കൊല്ലാൻ പോകുന്നൂ."

പുഴയിൽനിന്ന് അപ്പോൾ അൽയോനുഷ്കയുടെ ശബ്ദം ഉയർന്നു വന്നു.

"എന്റെ കൊച്ചനുജാ, ഇവാനുഷ്ക!
എന്റെ ചുമലുകളിൽ കൂറ്റൻകല്ലു കിടക്കുന്നൂ
എന്റെ കാലുകൾ മൃദുലങ്ങളായ പുല്ലിൽ കുടുങ്ങിക്കിടക്കുന്നൂ.
എന്റെ മാറിൽ മണ്ണ്, അട്ടിയട്ടിയായി കിടക്കുന്നൂ"

വേലക്കാരൻ ആട്ടിൻകുട്ടിയെ പിടിക്കാൻ നില്ക്കാതെ നേരെ വീട്ടി ലേക്കു ഓടിച്ചെന്നു, പുഴക്കരയിൽ കണ്ടതും കേട്ടതുമായ സംഗതികൾ യജമാനനോടു പറഞ്ഞു. ചുറ്റുപാടുമുള്ള ആളുകളെയെല്ലാം വിളിച്ച് കച്ചവടക്കാരൻ നേരെ പുഴക്കരയിലേക്കങ്ങു ചെന്നു. പട്ടുനൂലിനാൽ നെയ്തെടുത്ത ഒരു വലവീശി അൽയോനുഷ്കയെ കരയിലേക്കു വലിച്ചു കയറ്റി. അവളുടെ കഴുത്തിൽ കെട്ടിക്കിടന്നിരുന്ന ഭാരിച്ച കല്ല് അവർ മുറിച്ചു. അവളെ നല്ല വെള്ളത്തിൽ കുളിപ്പിച്ചു. വിശേഷപ്പെട്ട വസ്ത്രങ്ങള ണിയിച്ചു. അവൾ വീണ്ടും ജീവിതത്തിലേക്കു തിരിച്ചുവന്നു. പൂർവ്വാധികം സുന്ദരമായ ഒരു ജീവിതമാണ് പിന്നീട് അവർ നയിച്ചത്.

സന്തോഷത്താൽ മതിമറന്ന ഇവാനുഷ്ക മൂന്നുതവണ തലകുത്തി മറിഞ്ഞു നിന്നപ്പോൾ വീണ്ടും പണ്ടത്തെ കൊച്ചു ഇവാനുഷ്കയായി മാറി.

ആ മന്ത്രവാദിനിയെ, അവരെല്ലാവരും കൂടി പിടിച്ചു, ഒരു ഭയങ്കരൻ കുതിരയുടെ വാലിനോടു ചേർത്തുകെട്ടി, വിശാലമായ ഒരു മൈതാന ത്തിലേക്കു പറ പറപ്പിച്ചു.

വായാടിയായ ഭാര്യ

പണ്ട് പണ്ട് ഒരു കൃഷിക്കാരനും അയാളുടെ ഭാര്യയും ജീവിച്ചിരുന്നു. വായാടിയായ ഭാര്യക്ക് ഒന്നും രഹസ്യമായിവെക്കുവാൻ സാധിച്ചിരുന്നില്ല. വല്ലതിനെപ്പറ്റിയും കുറച്ചെന്തെങ്കിലും അവൾ കേൾക്കേണ്ട താമസം, ആ ഗ്രാമം മുഴുവൻ അത് പരക്കും.

പതിവുപോലെ അന്നും അയാൾ കാട്ടിലേക്കുപോയി. ഒരു ചെന്നായയ്ക്കു കെണിവെക്കുവാൻ കുഴിക്കുന്നതിന്നിടയ്ക്കു അയാൾ നിധി കണ്ടെത്തി. അയാൾ തന്നത്താൻ പറഞ്ഞു, "ഞാനെന്താണു ചെയ്യുക? എന്റെ ഭാര്യയെങ്ങാനും ഇതു കണ്ടുവെങ്കിൽ ഗ്രാമം മുഴുവൻ ഈ വാർത്തപരക്കും. അങ്ങനെ നാടുവാഴിയുടെ ചെവിയിലും എത്താതിരിക്കുകയില്ല. പിന്നെ എല്ലാം തുലഞ്ഞു!"

അയാൾ വീണ്ടും വീണ്ടും ചിന്തിച്ചു. അവസാനം അയാൾക്ക് ഒരു യുക്തി തോന്നി. നിധി ഒരിടത്തു കുഴിച്ചിട്ടു. ഒരു അടയാളവും വെച്ചു വീട്ടിലേക്കു തിരിച്ചുപോയി. പുഴയുടെ അടുത്തെത്തിയപ്പോൾ താനവിടെ വീശിയിരുന്ന വലയിൽ ഒരു പരൽമീൻ പിടയുന്നതു കണ്ടു. അയാൾ അതിനെ കൈയിലെടുത്തു വീണ്ടും യാത്ര തുടർന്നു. മുയലിനെ പിടിക്കുവാൻ മറ്റൊരിടത്തും അയാൾ കെണിവെച്ചിരുന്നു. അതിൽ ഒരു മുയൽ കുടുങ്ങിയിട്ടുണ്ട്. കർഷകൻ മുയലിനെ കെണിയിൽനിന്ന് പുറത്തെടുത്തു മത്സ്യത്തെ അതിന്റെ സ്ഥാനത്തിട്ടു. പിന്നീട് ആ മുയലിനെ വലയിലുമിട്ടു.

വീട്ടിലെത്തുമ്പോൾ നേരം വല്ലാതെ ഇരുട്ടിയിരുന്നു.

"ടാറ്റ്യാന, വേഗം കുറെ പാൻകേക്കുണ്ടാക്ക്."

"എന്തിന്? പാതിരയ്ക്കുശേഷം പാൻകേക്കുണ്ടാക്കിയതായി കേട്ടിട്ടുണ്ടോ?" "അവൾ തുടർന്നു, "ആരാണിത്ര വൈകി പാൻകേക്കുണ്ടാക്കുക? ഇനി എന്താണാവോ വേണ്ടത്?"

"വാദിക്കാതെ പറയുന്നതൊക്കെ ചെയ്യു. ഞാൻ നിധി കണ്ടെത്തിയിരിക്കുന്നു. ടാറ്റ്യാന, ഇന്നു രാത്രിതന്നെ നമുക്കതും വീട്ടിലെത്തിക്കണം."

അപ്പോൾ അവൾക്കുണ്ടായ സന്തോഷമൊന്നും പറയണ്ട. അവൾക്ക് എത്രത്തോളം സന്തോഷിക്കാൻ ശക്തിയുണ്ടോ അത്രത്തോളം

സന്തോഷിച്ചു. ഒരു നിമിഷത്തിന്നുള്ളിൽ അടുപ്പിൽ തീ കൂട്ടി പാൻകേക്ക് ഉണ്ടാക്കാൻ തുടങ്ങി.

"ഇതൊക്കെ ചൂടോടെത്തന്നെ തിന്നൂ" അവൾ പറഞ്ഞു.

അയാൾ ഒന്നു തിന്നും, അതോടൊപ്പം രണ്ടുമൂന്നെണ്ണം അവളറിയാതെ മാറാപ്പിലേക്ക് ഇടും. മറ്റൊന്നുകൂടെ തിന്നു. രണ്ടോ മൂന്നോ അതിലധികമോ ഭാര്യ അറിയാതെ വീണ്ടും അയാൾ അതിലിടും.

"നിങ്ങളിന്നു കേക്കൊക്കെ വിഴുങ്ങുകയാണ്! ഇത്രവേഗം ഞാനെങ്ങനെയാണ് കേയ്ക്കുണ്ടാക്കുക?" "നമുക്കിന്നെമ്പാടും ദൂരം പോകാനുണ്ട്. നിധിയാണെങ്കിൽ വല്ലാത്ത കനവും. അതിനാൽ ഞാൻ ഇങ്ങനെ തിന്നേ മതിയാവൂ."

"മാറാപ്പിനുള്ളിൽ നിറഞ്ഞപ്പോൾ അയാൾ പറഞ്ഞു.

"എനിക്കു മതിയായി. വേഗം നീയും വല്ലതും തിന്ന്. നമുക്കു വേഗം പോണം."

ഭാര്യ തിരക്കിട്ട് ഏതാനും കേക്ക് തിന്നു. അവർ പുറത്തിറങ്ങി.

ആ കൂരാക്കൂരിരുട്ടിൽ ഭാര്യയുടെ മുമ്പിൽ നടന്നിരുന്ന കർഷകൻ മാറാപ്പിൽനിന്ന് ഓരോ കേക്കെടുത്തു മരക്കൊമ്പുകളിൽ തൂക്കിയിട്ടിരുന്നത് ടാറ്റ്യാന കണ്ടില്ല.

മെല്ലെ മെല്ലെ അയാളുടെ ഭാര്യ കേക്ക് കണ്ടെത്തി.

"അവിടെ നോക്ക്. മരത്തിന്മേൽ പാൻകേക്കുകൾ!"

"എന്താണിപ്പറയുന്നത്!" `"ഭർത്താവ് പറഞ്ഞു, "അപ്പോൾ, ഇപ്പോൾ തന്നെ കേയ്ക്കു മഴ പെയ്തത് നീ അറിഞ്ഞില്ലെന്നോ?"

"വല്ല വേരും തടഞ്ഞു വീഴാതിരിക്കുവാൻ ഞാൻ നിലംനോക്കി നടക്കുകയായിരുന്നു."

"ഞാനിവിടെ മുയലിന് ഒരു കെണിവെച്ചിരുന്നു. ഒന്നുപോയി നോക്കിയാലോ." അങ്ങനെ അവർ കെണിയുടെ അടുത്തെത്തി. അതിൽനിന്നു മത്സ്യത്തെ കൃഷിക്കാരൻ പൊക്കിയെടുത്തു.

"എങ്ങനെയാണ് ഒരു കെണിയിൽ മത്സ്യം കുടുങ്ങിയത്?" "ഭാര്യ ചോദിച്ചു, "നിനക്കിതുമറിയില്ലാ? വെള്ളത്തിലെന്നപോലെത്തന്നെ കരയിലും മത്സ്യങ്ങളുണ്ട്."

"അദ്ഭുതംതന്നെ! ഞാനെന്റെ കണ്ണുകൊണ്ടു കണ്ടിരുന്നില്ലെങ്കിൽ വിശ്വസിക്കുമായിരുന്നില്ല!"

"അവർ പുഴക്കരയിലെത്തി, "നിങ്ങൾ ഇവിടെ എവിടേയോ ആണല്ലോ വല വീശുക, അല്ലേ?" ഭാര്യ പറഞ്ഞു. "അതും നമുക്കൊന്നു നോക്കിക്കളയാം."

അവർ വല പൊന്തിച്ചു. അതിലുണ്ടായിരുന്നത് ഒരു മുയലാണ്.

"അയ്യോ" അവൾ നിലവിളിച്ചു, "ഇതെന്തൊരു അദ്ഭുതം നിറഞ്ഞ ദിവസം! ഒരു മീൻ വലയിൽ ഒരു മുയൽ കുടുങ്ങിയതു നോക്കുക."

"നീ എന്തെല്ലാമാണ് പുലമ്പുന്നത്? ജീവിതത്തിലൊരിക്കലും നീ

നീർമുയലിനെ കണ്ടിട്ടില്ലേ?'' അവളുടെ ഭർത്താവ് പരിഹാസസ്വരത്തിൽ പറഞ്ഞു.

''സത്യം, ഞാൻ കേട്ടിട്ടില്ല!''

ഇപ്പോഴേക്കും അവർ നിധി കുഴിച്ചിട്ടിടത്തു വെച്ചിരുന്ന അടയാള ത്തിന്നടുത്തെത്തിക്കഴിഞ്ഞിരുന്നു. അയാൾ സ്വർണ്ണം കുഴിച്ചെടുത്തു ഓരോരുത്തർക്കും എടുക്കാനാവുന്നത്ര എടുത്തു വീട്ടിലേക്കു മടങ്ങി.

നാടുവാഴിയുടെ വീട്ടിന്നടുത്തു കൂടെയാണ് അവർക്കു പോകേണ്ടത്. അതിന്നടുത്തെത്തിയപ്പോൾ പെട്ടെന്ന് ഒരു ചെമ്മരിയാടിന്റെ കരച്ചിൽ ഉയർന്നു, ''ബാ.....ാ......ാ; ബാ......ാ......ാ''

''അയ്യോ എന്താത്? ഞാൻ പേടിച്ചു ചാകും!'' ''പെണ്ണു പിറുപിറുത്തു.

''ഓടിക്കോ. യജമാനന്റെ വീട്ടിലെ ചെകുത്താന്മാർ! അവർ നമ്മെ കാണാതിരുന്നാൽ മാത്രം മതി!''

''ശ്വാസമടക്കിപ്പിടിച്ച് അവർ വീട്ടിലേക്കു കുതികുതിച്ചു.

അയാൾ സ്വർണ്ണമെല്ലാം കുഴിച്ചിട്ടു. കിടന്നുറങ്ങി.

''നോക്ക്, നിധിയെപ്പറ്റി ആരോടും മിണ്ടിപ്പോകരുത് ടാറ്റ്യാന, എങ്കിൽ നമ്മൾ കുഴപ്പത്തിലാകും.''

''ഒരൊറ്റ അക്ഷരം ഞാൻ മിണ്ടില്ല. അതിനെപ്പറ്റി പേടിക്കണ്ട.''

പിറ്റേന്നു വളരെ വൈകിയാണ് അവർ എഴുന്നേറ്റത്.

അവർ അടുപ്പിൽ തീകൂട്ടി. ടാറ്റ്യാന കുടങ്ങൾ എടുത്തു വെള്ളം കൊണ്ടുവരാൻ കിണറ്റിന്നടുത്തുചെന്നു.

കിണറ്റിൻകരയിലുണ്ടായിരുന്ന അയൽക്കാരത്തിപ്പെണ്ണുങ്ങൾ ചോദിച്ചു, ''ടാറ്റ്യാന ഇന്നെന്താ തീകൂട്ടാൻ ഇത്ര വൈകിയത്?''

''അങ്ങനെ ചോദിക്ക്, രാത്രി മുഴുവൻ ഞാൻ പുറത്തായിരുന്നു. അങ്ങനെ ഞാൻ ഉറക്കത്തിൽപ്പെട്ടുപോയി.''

''നീ എന്തെടുക്കുകയായിരുന്നു, രാത്രി മുഴുവൻ?''

''ആരോടും പറയരുത്. എന്റെ ഭർത്താവ് നിധി കണ്ടെത്തിയിട്ടുണ്ട്. അതെടുക്കാനാണ് രാത്രി പോയത്.''

അന്ന് ആ ഗ്രാമത്തിലെ സംസാരം മുഴുവൻ അതിനെപ്പറ്റിയായിരുന്നു. ''ടാറ്റ്യാനയും കെട്ടിയവനും നിധി കണ്ടെത്തിയിരിക്കുന്നു. രണ്ടു ചാക്ക് നിറയെ പണം അവർ വീട്ടിലെത്തിച്ചിട്ടുണ്ട്.''

അന്നു വൈകുന്നേരം നാടുവാഴിയും വർത്തമാനമറിഞ്ഞു. അദ്ദേഹം കൃഷിക്കാരന് ആളയച്ചു.

''നീയെന്താ നിധി കണ്ടെത്തിയിട്ട് എന്നോടു പറയാഞ്ഞത്?''

''നിധി? ഞാനൊരു നിധിയെപ്പറ്റിയും കേട്ടിട്ടുകൂടിയില്ല.''

''പെരുങ്കള്ളം!'' ''യജമാനൻ ഗർജ്ജിച്ചു; ''എനിക്കെല്ലാമറിയാം. നിന്റെ കെട്ടിയവൾ തന്നെയാണ് എല്ലാവരോടും പറഞ്ഞിട്ടുള്ളത്.''

"ഓഹ്, എന്നാൽ അവൾ തലയ്ക്കു സുഖമില്ലാത്ത കൂട്ടത്തിലാണല്ലോ. അങ്ങേയ്ക്ക് സ്വപ്നം കാണാൻപോലുമാകാത്ത കാര്യങ്ങൾ കൂടി അവൾ സത്യമെന്നപോലെ നിങ്ങളോടു പറയും."

"എന്നാലതൊന്നു കാണട്ടേ?"

നാടുവാഴി ടാറ്റ്യാനക്കും ആളയച്ചു.

"നിന്റെ കെട്ടിയവൻ നിധി കണ്ടെത്തിയിട്ടുണ്ടോ?"

"ഉവ്വ്, പ്രഭോ."

"ശരി. എന്നോടു നടന്നതെല്ലാം തുറന്നു പറയൂ."

"ആദ്യം ഞങ്ങൾ ഒരു കാട്ടിലൂടെ പോയി. അപ്പോൾ എല്ലാ മരത്തിന്മേലും പാൻകേക്കുകൾ തൂങ്ങിക്കിടന്നിരുന്നു."

"പാൻകേയ്ക്കുകളോ?"

"അതേ പ്രഭോ, ഒരു കേക്കുമഴ പെയ്യുകയുണ്ടായി. പിന്നെ മുയൽ കെണിയിൽ ചെന്നുനോക്കിയപ്പോൾ അതിലൊരു മത്സ്യത്തെ കണ്ടു. അതും കയ്യിലെടുത്തു ഞങ്ങൾ വീണ്ടും യാത്ര തുടർന്നു. പിന്നീട് ഞങ്ങൾ പുഴക്കരയിലാണെത്തിച്ചേർന്നത്. വല പൊന്തിച്ചുനോക്കിയപ്പോഴാണ് അതിൽ കുടുങ്ങിയത് ഒരു മുയലാണെന്ന് ഞങ്ങൾ കണ്ടത്. ഞങ്ങൾ മുയലിനേയും പുറത്തെടുത്തു. അതിന്നടുത്തുനിന്ന് വളരെ ബുദ്ധിമുട്ടി എന്റെ അദ്ദേഹം നിധി കുഴിച്ചെടുത്തു. ഓരോ സഞ്ചി നിറയെ സ്വർണ്ണമെടുത്ത് ഞങ്ങൾ വീട്ടിലേക്കു മടങ്ങി.

ചെകുത്താന്മാർ ഏമാന്റെ വീട്ടിൽ കോലാഹലങ്ങളുണ്ടാക്കുമ്പോഴാണ് ഞങ്ങൾ ആ നിരത്തിലൂടെ മടങ്ങിയത്".

"നാടുവാഴിയുടെ ക്ഷമയെല്ലാം കെട്ടു. കാൽ നിലത്താഞ്ഞു ചവിട്ടിക്കൊണ്ട് അയാൾ അലറി;

"കടന്നുപോ, അസത്തേ!"

"ഒന്നും മനസ്സിലാവാതെ ടാറ്റ്യാന സ്തംഭിച്ചു.

"ശരി" അവളുടെ ഭർത്താവ് പറഞ്ഞു, "അവൾ പിച്ചു പറയുന്നത് അങ്ങിപ്പോൾ കണ്ടില്ലേ? എന്റെ ജീവിതം അവൾ എത്രമാത്രം ദുരിതമാക്കുന്നുവെന്നോ!"

"ഇപ്പോൾ എനിക്കു വിശ്വസിക്കാതെ തരമില്ല. നിങ്ങൾ വീട്ടിലേക്കു പോയ്ക്കൊള്ളൂ." കൈകൊണ്ടു ആട്ടിക്കൊണ്ട് അദ്ദേഹം പറഞ്ഞു.

അത്യധികം ആനന്ദത്തോടെയാണ് അന്ന് കൃഷിക്കാരൻ വീട്ടിൽ മടങ്ങിച്ചെന്നത്. ഇന്നും അയാൾ റഷ്യയിൽ തന്റെ ഗ്രാമത്തിൽ ജീവിച്ചു വരുന്നു. സന്തോഷപൂർണ്ണമായ ഒരു ജീവിതമാണദ്ദേഹത്തിന്റേത്. ഇന്നും ചിലപ്പോഴെല്ലാം, ആ നാടുവാഴിയെ താൻ "ചെണ്ടകൊട്ടിച്ച" കഥപറഞ്ഞു അയാൾ പൊട്ടിച്ചിരിക്കാറുണ്ട്.

■

ഒരു ക്രിസ്തുമസ്സ് കഥ

നൂറ്റാണ്ടുകൾക്കുമുമ്പ് നടന്ന കഥയാണിത്. അന്ന് നാലുംകൂടിയ ഒരു കവലയ്ക്കടുത്തായി ഒരു ചെറ്റക്കുടിൽ ഉണ്ടായിരുന്നു. ബാബുഷ്കാ എന്നൊരു സ്ത്രീയാണ് അതിൽ താമസിച്ചിരുന്നത്.

അന്ന് കനത്ത ഹിമവർഷമുണ്ടായിരുന്നതിനാൽ മഞ്ഞു മൂടി എല്ലാ യിടവും വെളുവെളുത്തുകിടന്നിരുന്നു. തന്റെ മുറികൾ വൃത്തിയാക്കുന്ന തിന്നിടയിൽ ജാലകത്തിലൂടെ പുറത്തുനോക്കിയപ്പോൾ ബാബുഷ്കാ ഒരു മനോഹരദൃശ്യം കണ്ടു.

സ്വർണ്ണക്കിരീടമണിഞ്ഞ മൂന്നു രാജാക്കന്മാരുണ്ട് മൂന്നു വെളുത്ത ഒട്ടകത്തിലേറി അതിലെ വരുന്നു. അവരുടെ വസ്ത്രങ്ങൾ മാത്രമല്ല, ഒട്ടകപ്പുറത്തുള്ള വിരികൾപോലും കസവുനെയ്ത് ചന്തം പിടിപ്പിച്ചിരുന്നു. രാജാക്കന്മാരിലൊരുവന്റെ കയ്യിൽ സുഗന്ധദ്രവ്യമടങ്ങിയ ഒരു ഭരണി യാണ്. മറ്റൊരാളുടെ സഞ്ചിയിൽ നിറയെ സ്വർണ്ണം. മൂന്നാമൻ വിലമതി ക്കാനാവാത്ത ഒരു പാത്രത്തിൽ കുന്തിരുക്കവുമാണ് എടുത്തിട്ടുള്ളത്.

ഈ കാഴ്ചയും നോക്കി ബാബുഷ്കാ കുറേ നേരം നിന്നുപോയി. രാജാക്കന്മാർ മറഞ്ഞപ്പോൾ അവരുടെ വേലക്കാർ തിരിഞ്ഞു സംസാരിച്ചു, “നിങ്ങളൊരു വാൽനക്ഷത്രം കാണുന്നോ? ഞങ്ങളതിനെ നോക്കി പോകുകയാണ്. വിദൂരതയിലെവിടെയോ പിറന്ന ഒരു കുഞ്ഞിന്നടുത്തേക്കാണ് ആ നക്ഷത്രം ഞങ്ങളെ നയിക്കുന്നത്.

“കുട്ടി ആരാണ്.” “എന്ന് ബാബുഷ്ക ചോദിച്ചു.

“ആരാലും വന്ദിക്കപ്പെടേണ്ട രാജാധിരാജൻ! ബാബുഷ്കയും വരുന്നോ?”

“എന്റെ പണികളൊന്നും മുഴുമിച്ചിട്ടില്ല. ഇന്ന് നിങ്ങൾ ഇവിടെ കൂടുമോ. എങ്കിൽ ഞാനും ആ രാജാധിരാജനെ വന്ദിക്കാൻ കൂടെ വരാം.”

എന്നാൽ രാജാധിരാജനെ ദർശിക്കുവാൻ പോകുന്നവർക്ക് വഴിയിൽ തങ്ങാൻ പാടില്ലാത്തതിനാൽ അവർ യാത്ര തുടർന്നു.

ബാബുഷ്ക ചെയ്യേണ്ട പണിയെല്ലാം തിരക്കിട്ടുചെയ്തു. അപ്പോൾ, പണിചെയ്യുന്നതിന്നിടക്കൊക്കെ അവരുടെ കൂടെ പോകാതിരുന്നതിന് തന്നത്താൻ ശപിച്ചിരുന്നു. അവളുടെ മനസ്താപം കൂടിക്കൂടിവന്നു.

പിറ്റേന്നു രാജാധിരാജനെ അന്വേഷിച്ച് അവൾ തനിയെ പോയി. എന്നാൽ അന്ന് വഴികാട്ടിയ ആ നക്ഷത്രം ആകാശത്തിൽ ഉദിച്ചില്ല.

വഴിയിൽ കണ്ട ഓരോ കുടിലിലും ബാബുഷ്കാ കടന്നുചെന്നു. അവിടെ തൊട്ടിലുകളിൽ കിടന്നിരുന്ന ഓരോ കുഞ്ഞിനേയും സൂക്ഷിച്ചു നോക്കി. എന്നാൽ രാജാധിരാജനെ മാത്രം കാണാൻ പറ്റിയില്ല.

രാജാധിരാജനെ കണ്ടു വന്ദിക്കുന്നതിനേക്കാൾ തന്റെ നിസ്സാര കാര്യങ്ങൾക്കു പ്രാധാന്യം നല്കിയതിനാൽ തനിക്ക് ആ ലോകനാഥനെ കാണാൻ സാധിച്ചില്ലല്ലോ എന്നവൾ പശ്ചാത്തപിച്ചു. ഇപ്പോഴും ബാബുഷ്ക സങ്കടത്തോടെ അലയുകയാണത്രെ.

ക്രിസ്തുമസ്കാലത്ത് പിഞ്ചുകുട്ടികൾക്ക് സമ്മാനങ്ങൾ നൽകാൻ ഒരിക്കലും അവർക്കു മറവിപറ്റിയിട്ടില്ലത്രെ.

■

ഒരു കൊച്ചു പെൺകുട്ടിയും അരയന്നങ്ങളും

പണ്ടു പണ്ടു ഒരു കൃഷിക്കാരനും ഭാര്യയുമുണ്ടായിരുന്നു. അവർക്കു മക്കളായി ഒരു കൊച്ചുപെൺകുട്ടിയും ഒരു കൊച്ചു ആൺകുട്ടിയും ഉണ്ടായിരുന്നു.

"മകളേ" അമ്മ മകളോടു പറഞ്ഞു, "ഞങ്ങൾ പണിക്ക് പോകയാണ്. അതിനാൽ കൊച്ചനുജനെ നോക്കണം. നീ നല്ല കുട്ടിയായി വാതിലിന്നപ്പുറം പോകാതിരിക്കുമെങ്കിൽ ഞങ്ങൾ നിനക്കു ഒരു നല്ല കൈലേസ് സമ്മാനം തരും."

അച്ഛനും അമ്മയും പോയി. തന്നോടെന്തെല്ലാമാണ് അമ്മ പറഞ്ഞിരുന്നതെന്നെല്ലാം അവൾ മറന്നു. ജാലകത്തിന്നടുത്ത്, പുൽത്തകിടിയിൽ കൊച്ചനുജനെ ഇരുത്തി കൂട്ടുകാരൊന്നിച്ചു അവൾ കളിക്കുവാൻ പോയി.

പെട്ടെന്ന് ഒരു കൂട്ടം അരയന്നങ്ങൾ താണുവന്ന് ആ കുഞ്ഞിനെ തൂക്കിയെടുത്തു ചിറകിന്മേൽ വെച്ചു പറന്നുപോയി.

പെൺകുട്ടി വീട്ടിലേക്കു മടങ്ങിവന്നപ്പോൾ അനുജനെ കണ്ടില്ല. അവൾ കിതയ്ക്കുവാൻ തുടങ്ങി. അവിടെയുമിവിടേയുമെല്ലാം ഓടിനോക്കി. പൊട്ടിക്കരഞ്ഞു കൊണ്ട്, തന്റെ അടുത്തുവന്നാൽ തനിക്കു അച്ഛനമ്മമാർ തരാമെന്നേറ്റിട്ടുള്ള കൈലേസ് തരാമെന്നു പിളിച്ചുപറഞ്ഞു. എന്നാൽ കൊച്ചനുജന്റെ മറുപടിമാത്രം കേട്ടില്ല.

അവൾ മൈതാനത്തിലേക്ക് ഓടിച്ചെന്നു. ഒന്നും കണ്ടില്ലെന്നില്ല. കുറ്റിക്കാട്ടിന്നു മീതെ കുറേ അരയന്നങ്ങൾ പറന്നുപോകുന്നതു മാത്രം കണ്ടു. തീർച്ചയായും തന്റെ അനുജനെയാണ് അവ റാഞ്ചിക്കൊണ്ടു പോകുന്നതെന്ന് അവൾക്കു മനസ്സിലായി. കൊച്ചുകുട്ടികളെ റാഞ്ചിക്കൊണ്ടുപോകുന്ന അരയന്നങ്ങളെപ്പറ്റി പലതും, അമ്മ പറഞ്ഞുകൊടുത്തിരുന്ന കഥകളിലൂടെ അവൾ കേട്ടിട്ടുണ്ട്.

അതിനാൽ ആ പക്ഷികൾക്കു പിന്നാലെ അവൾ കുതിച്ചോടി. ഓടിയോടി ആദ്യം ഒരടുപ്പിന്നടുത്തെത്തി.

"അടുപ്പേ, അടുപ്പേ, അരയന്നങ്ങളെവിടേക്കാണ് പറന്നുപോയതെന്നു പറഞ്ഞുതരുമോ?"

"തരാം. എന്നാൽ അതിന്നു മുമ്പ് നീ എന്റെ ഒരപ്പം തിന്നണം."

"എന്ത്! ഒരപ്പം തിന്നുകയോ? വീട്ടിൽ ഗോതമ്പുകൊണ്ടുണ്ടാക്കുന്ന അപ്പംപോലും ഞങ്ങൾ തിന്നാറില്ല."

അപ്പോൾ അടുപ്പ് അവളോടു മിണ്ടാട്ടമില്ലാതായി. കുറച്ചുദൂരം കൂടി ഓടിയപ്പോൾ അവൾ ഒരാപ്പിൾ മരത്തിന്നടുത്തെത്തി.

"ആപ്പിൾ മരമേ, ആപ്പിൾ മരമേ, ആ അരയന്നങ്ങൾ എങ്ങോട്ടാണ് പറന്നു പോയതെന്നു പറഞ്ഞുതരുമോ?"

"എന്റെ ഒരു കാട്ടാപ്പിൾപ്പഴം നീ തിന്നുമോ. എന്നാൽ ഞാൻ പറഞ്ഞു തരാം!"

"വീട്ടിൽ തോട്ടത്തിലുള്ള ആപ്പിൾപഴങ്ങൾപോലും ഞങ്ങൾ തിന്നാറില്ല!"

അതിനാൽ ആപ്പിൾമരം പിന്നെ ഒന്നും മിണ്ടിയില്ല. ആ കൊച്ചുപെൺകുട്ടി പിന്നേയും കൂറേ ദൂരമോടി പഴക്കുഴമ്പിന്റെ കരയോടുകൂടിയ പാലാഴിയിലെത്തിച്ചേർന്നു.

"പാലാഴീ, പാലാഴീ, ആ അരയന്നങ്ങൾ എങ്ങോട്ടേക്കാണ് പറന്നു പോയതെന്ന് എന്നോടു പറയുമോ?"

എന്റെ പാലോടൊന്നിച്ചു അല്പം കുഴമ്പ് നീ തിന്നുമോ. എങ്കിൽ ഞാൻ പറഞ്ഞുതരാം."

"വീട്ടിൽ ഞങ്ങൾ പാൽപ്പാടകൂടി കഴിക്കാറില്ല."

അങ്ങനെ പാലാഴിയും ഒന്നും മിണ്ടാതായി.

ദിവസം മുഴുവൻ കാനനങ്ങളിലൂടേയും കുറ്റിക്കാടുകളിലൂടേയും അവൾ ഓടി. സന്ധ്യയാകാറായപ്പോൾ ഇനി വീട്ടിലേക്കു മടങ്ങുകയല്ലാതെ മറ്റൊന്നും ചെയ്യാൻ സാധ്യമല്ലെന്ന് അവൾക്കു തോന്നി. എന്നാൽ പെട്ടെന്നാണ്, ആ കാട്ടിന്നുള്ളിൽ, ഒരു പിടക്കോഴിയുടെ കാലിന്മേൽ, ഒരു ചെറിയ ജാലകത്തോടുകൂടിയ ഒരു കുടിൽ ചുറ്റിക്കറങ്ങിക്കൊണ്ടിരിക്കുന്നത് കണ്ടത്.

കുടിലിന്നുള്ളിൽ ഒരു മന്ത്രിവാദിനിയായ ബാബ-യാഗ വല നെയ്തിരിക്കുകയായിരുന്നു. അവളുടെ തൊട്ടടുത്ത് ഒരു ബെഞ്ചിൽ തന്റെ അനുജൻ വെള്ളി ആപ്പിൾപ്പഴങ്ങൾ തിന്നു കളിക്കുന്നതാണ് അവൾ കണ്ടത്.

പെൺകുട്ടി അകത്തു കടന്നുചെന്നു.

"മുത്തശ്ശീ വന്ദനം!"

"വന്ദനം പേരക്കുട്ടീ. നീയെങ്ങനെ ഇവിടെ എത്തി?"

"മഞ്ഞ് കൊണ്ടുകൊണ്ട് ഉടുപ്പെല്ലാം നനഞ്ഞിരിക്കുന്നു. ഒന്നു ചൂടാക്കാനാണ് ഞാൻ വന്നിട്ടുള്ളത്."

"ഇരിക്കൂ. കുറച്ചുനേരം വല നെയ്യൂ. എല്ലാം ശരിയാക്കാം."

ബാബ-യാഗ സ്പിൻഡിൽ അവൾക്കു കൊടുത്തു അകത്തുപോയി. അവൾ അവിടെയിരുന്നു നെയ്തുകൊണ്ടിരിക്കുന്നതിന്നിടയ്ക്കു പെട്ടെന്നാണ് ഒരു ചുണ്ടെലി അടുപ്പിന്നുള്ളിൽ നിന്ന് പുറത്തു ചാടിവന്നു അവളോടിത്രയും പറഞ്ഞത്:-

"മോളെ, മോളെ, എനിക്കല്പം പോറിഡ്ജ് തന്നാൽ ഞാൻ ചിലതെല്ലാം നിന്നോടു പറയാം."

അടുത്ത് ഒരു പാത്രത്തിൽ പോറിഡ്ജ് കണ്ടപ്പോൾ അല്പം ചുണ്ടെലിക്കു കൊടുത്തു. ചുണ്ടെലി പറഞ്ഞു:

"ബാബ-യാഗ കുളിമുറിയിലേയ്ക്കു പോയിട്ടുള്ളത് തീപ്പിടിപ്പിക്കാനാണ്. അവൾ നിന്നെ ആവിസ്നാനം കഴിപ്പിക്കും. പിന്നെ അടുപ്പിലിട്ടു ചുട്ടു നിന്നെ തിന്നുകളയും."

"പെൺകുട്ടി പേടിച്ചു വിറയ്ക്കുവാനും കരയുവാനും തുടങ്ങി. എന്നാൽ ചുണ്ടെലി തുടർന്നു.

"വേഗം കൊച്ചനുജനേയുമെടുത്ത് ഓടിപ്പോ. നിനക്കുവേണ്ടി വല ഞാൻ നെയ്തോളാം."

കൊച്ചനുജനേയും വാരിയെടുത്ത് അവൾ ഓടി. ഇടയ്ക്കിടക്ക് ജാലകത്തിന്നടുത്തുവന്നു ബാബ-യാഗ ചോദിക്കും.

"പേരക്കുട്ടീ, നീ നെയ്യുന്നുണ്ടോ?"

"കുളിപ്പുരയിൽ തീപിടിപ്പിച്ചശേഷം ബാബ-യാഗ പെൺകുട്ടിയെ എടുത്തു കൊണ്ടുപോകാൻ വന്നു. എന്നാൽ കുടിൽ ശൂന്യമായിരുന്നു. ബാബ-യാഗ അത്യുച്ചത്തിൽ നിലവിളിച്ചു.

"അരയന്നങ്ങളേ, വേഗം പറക്കിൻ, പറന്ന് അവരെ പിടിച്ചുകൊണ്ടുവാ! കൊച്ചനുജനെ ആ പെൺകുട്ടി തട്ടിക്കൊണ്ടുപോയി!"

പാലാഴിയിലെത്തുന്നതുവരെ അവൾ ഓടി. അവിടെ എത്തിയപ്പോൾ എന്താണവൾ കാണുന്നത്! തങ്ങളുടെ പിന്നാലെയുണ്ട് അരയന്നങ്ങൾ പറപറന്നു വരുന്നു.

"പാലാഴി, പാലാഴി, എന്നെ ഒന്നൊളിപ്പിക്കൂ! പെൺകുട്ടി കരഞ്ഞു.

"എന്റെ കുഴമ്പ് മാത്രമെങ്കിലും നീ തിന്നൂ."

അവൾ അല്പം തിന്ന് നദിയോടു നന്ദി പറഞ്ഞു. അപ്പോൾ പാലാഴി അവളെയും കൊച്ചനുജനേയും കരയുടെ നിഴലിൽ ഒളിപ്പിച്ചു. അവരെ കാണാതായപ്പോൾ അരയന്നങ്ങൾ പറന്നുപോയി. പെൺകുട്ടി വീണ്ടും ഓട്ടം തുടങ്ങി. എന്നാൽ പെട്ടെന്ന് അരയന്നങ്ങൾ പിന്തിരിഞ്ഞു. അവൾക്കുനേരെ പറന്നടുത്തു. ഏതു നിമിഷത്തിലും അവൾ അവരുടെ കണ്ണിൽ പെട്ടുപോയേക്കും! അവളെന്ത് ചെയ്യാനാണ്? അവൾ ആപ്പിൾ മരത്തിന്നടുത്തേക്ക് ഓടിച്ചെന്നു.

"ആപ്പിൾമരമേ, ആപ്പിൾ മരമേ, എന്നെ ഒന്നൊളിപ്പിക്ക്!"

"എന്റെ കാട്ടുപഴങ്ങൾ തിന്നുമോ?"

ഒരാപ്പിൾപഴം വേഗം അവൾ തിന്നുതീർത്തു അതിനോടു നന്ദി പറഞ്ഞു. ആപ്പിൾമരം അവരെ തന്റെ ഇലകൾക്കും കൊമ്പുകൾക്കു മിടയിൽ മറച്ചുകളഞ്ഞു.

അവളെ പെട്ടെന്നു കാണാതായപ്പോൾ അരയന്നങ്ങൾ വീണ്ടും തിരിച്ചുപോയി.

കൊച്ചനുജനെ മുറുകെ പിടിച്ച് അവൾ വീണ്ടും ഓടി. വീട്ടിന്നടുത്ത് എത്താറായപ്പോൾ നിർഭാഗ്യത്തിന്ന് അവൾ അരയന്നങ്ങളുടെ ദൃഷ്ടിയിൽ പെട്ടുപോയി. അവ കലമ്പൽകൂട്ടി ചിറകാഞ്ഞടിച്ചു വന്നു. അടുത്ത നിമിഷ ത്തിൽ അവർ അവളുടെ കൈയ്യിൽനിന്ന് കുഞ്ഞിനെ റാഞ്ചിയെടുക്കു മായിരുന്നു.

അതിന്നുമുമ്പ് അടുപ്പിന്നടുത്തേയ്ക്ക് ഓടിച്ചെന്നു അവൾ പറഞ്ഞു.

"അടുപ്പേ, അടുപ്പേ, എന്നെ ഒന്നൊളിപ്പിക്കൂ."

"എന്റെ ഒരപ്പം തിന്നണം!"

അവൾ ഒരു കഷ്ണം അപ്പം തിരക്കിട്ടു തിന്നു; അനുജനൊന്നിച്ചു അടുപ്പിന്നുള്ളിൽ ഒളിച്ചിരുന്നു.

അരയന്നങ്ങൾ അട്ടഹസിച്ചും കലമ്പൽ കൂട്ടിയും കുറേനേരം അവിടെ വട്ടമിട്ടു പറന്നുനോക്കി. കുറച്ചുനേരത്തിന്നുള്ളിൽ ആ ശ്രമത്തിൽനിന്ന് നിരാശരായി പിന്തിരിഞ്ഞു, ബാബ-യാഗയുടെ കുടിലിലേക്ക് അവ പറന്നുപോയി.

അടുപ്പിനോടു നന്ദി പറഞ്ഞു പെൺകുട്ടി, അനുജനെ എടുത്തു കൊണ്ടു വീട്ടിലേക്കു ഓടിച്ചെന്നു.

അധികം കഴിഞ്ഞില്ല, അവരുടെ അച്ഛനും അമ്മയും വീട്ടിലേക്കു മടങ്ങിവന്നു.

■

വാന്ത്

ഒരു കുഗ്രാമത്തിൽ സഹോദരന്മാരായ രണ്ടു കർഷകരുണ്ടായിരുന്നു. ഒരുവൻ മഹാധനികനായിരുന്നു. മറ്റേവൻ മഹാദരിദ്രനും, ധനികൻ പട്ടണത്തിൽ ഒരു മണിമാളിക പണികഴിച്ചു അതിൽ താമസമാക്കി. അയാൾ ഒരു വലിയ കച്ചവടക്കാരനുമായിരുന്നു. എന്നാൽ പാവപ്പെട്ട സഹോദരന് ഒരു കഷ്ണം അപ്പംപോലും കയ്യിലില്ലായിരുന്നു. അവന്റെ പിഞ്ചുകിടാങ്ങൾ എപ്പോഴും വിശന്നു നിലവിളിച്ചുകൊണ്ടിരിക്കും. നേരം വെളുത്താൽ ഇരുട്ടുന്നതുവരെ, ഹിമക്കട്ടമേൽ തലയിട്ടടിക്കുന്ന മത്സ്യംപോലെ പ്രാരബ്ധങ്ങളോട് അയാൾ മല്ലിടും. എന്നാൽ എല്ലാം നിഷ്ഫലമായിരുന്നു.

ഒരു ദിവസം അയാൾ ഭാര്യയോട് പറഞ്ഞു.

"പട്ടണത്തിൽചെന്നു സഹോദരനോടു വല്ലതും ചോദിച്ചാലോ എന്നു ഞാൻ വിചാരിക്കുകയാണ്. എന്തായാലും അങ്ങോർ വല്ലതും തരാതിരിക്കില്ല."

അങ്ങനെ അയാൾ ധനികന്റെ വീട്ടിൽ ചെന്നു.

"എന്റെ പൊന്നുസഹോദരാ," അയാൾ പറഞ്ഞു, "എന്റെ ഭാര്യയും മക്കളും പട്ടിണിയാണ്. കയ്യിൽ ഒന്നുമില്ല. രാത്രിയും പകലും അവർ വിശന്നിരിക്കുന്നു."

"ഈ ആഴ്ച എനിക്കുവേണ്ടി പണിയെടുക്കുമെങ്കിൽ ഞാൻ നോക്കാം."

ശരി. അല്ലാതെ ആ സാധു എന്തുചെയ്യാനാണ്? അങ്ങനെ അയാൾ പണിയെടുത്തു. വിറകുകീറലും വെള്ളം കോരലും കുതിരയെനോക്കലും അടിച്ചുവാരലുമെല്ലാം അയാളുടെ പണിയായിരുന്നു.

ആഴ്ചയുടെ അവസാനം ധനികനായ സഹോദരൻ അയാൾക്ക് ഒരു കഷ്ണം അപ്പം കൊടുത്തു.

"ദാ, നിന്റെ കൂലി." അയാൾ പറഞ്ഞു.

അയാൾ പറഞ്ഞു: "വളരെ നന്ദി, സഹോദരാ? ഒന്നുമില്ലാത്തതിലും ഭേദമാണല്ലോ:"

"കുമ്പിട്ടു വണങ്ങി പോകാനൊരുങ്ങിയപ്പോൾ ധനികൻ വീണ്ടും അയാളെ വിളിച്ചു:

"ഒരു നിമിഷം നില്ക്കൂ സഹോദരാ! നാളെ നിങ്ങളെന്റെ അതിഥിയായി വരണം. കെട്ടിയവളേയും കൂടെ കൂട്ടണം. നിങ്ങൾക്കറിയുമോ; നാളെ എന്റെ പിറന്നാളാണ്."

"ഓ, ഞാനെങ്ങനെ വരാനാണ്! നിനക്കെല്ലാം നല്ലവണ്ണം അറിഞ്ഞുകൂടെ. വലിയവലിയ കച്ചവടക്കാരെല്ലാം നിന്റെ പിറന്നാളിനു വരും. ഒന്നാന്തരം ബൂട്ട്സണിഞ്ഞ്, രോമക്കുപ്പായങ്ങളണിഞ്ഞു വരുമ്പോളിടാൻ തേഞ്ഞ ബൂട്ട്സും കീറിയ കുപ്പായവുമല്ലാതെ എനിക്കൊന്നുമില്ല."

"അതൊന്നും സാരമില്ല! വരാതിരിക്കരുത്. നിങ്ങൾക്കു ഞാൻ ഒരു പ്രത്യേക സ്ഥലമേർപ്പാടുചെയ്യാം."

ദരിദ്രൻ വീട്ടിലെത്തി. ഭാര്യക്ക് അപ്പം കൊടുത്തു അയാൾ അവളോടു പറഞ്ഞു.

"കേൾക്കുന്നുണ്ടോ? നാളെ പിറന്നാളിനു നമ്മെ ക്ഷണിച്ചിട്ടുണ്ട്."

"എന്താ നിങ്ങൾ പറയുന്നത്? ആരുടെ പിറന്നാളിനു ക്ഷണിച്ചിട്ടുണ്ട്?"

"നാളെ എന്റെ സഹോദരന്റെ പിറന്നാളാണ്. അതിനാൽ നമ്മെ ഇരുവരേയുംകൂടി ക്ഷണിച്ചിട്ടുണ്ട്."

"എന്നാൽ നമുക്ക് പോകണം."

പിറ്റേന്ന് അവർ പട്ടണത്തിലെത്തി. പണക്കാരന്റെ വീട്ടിൽചെന്നു അവർ സഹോദരന് ഒരു നല്ല ജന്മദിനമാശംസിച്ചു. ഒരു ബെഞ്ചിന്മേൽ ആ ദമ്പതികൾ ഇരുപ്പായി. മേശയ്ക്കടുത്ത് വളരെ ധനികരായ വർത്തക പ്രമാണികളും ഇരുന്നിരുന്നു. ആതിഥേയൻ അവരോടെല്ലാം ഉദാരമായി പെരുമാറി. എന്നാൽ ദരിദ്രരായ ആ ദമ്പതികളുടെ നേരെ ഒരിക്കലും അയാൾ കണ്ണോടിച്ചില്ല എന്നു മാത്രമോ? ഒന്നും കൊടുക്കുകയും ചെയ്തില്ല. അങ്ങനെ അവർക്ക് അവിടെ മറ്റുള്ളവർ എങ്ങനെയാണ് തിന്നുന്നതെന്നും നോക്കിയിരിക്കേണ്ടിവന്നു.

സദ്യയവസാനിച്ചപ്പോൾ അതിഥികൾ മേശക്കരികിൽനിന്നുമെഴുന്നേറ്റ് ആതിഥേയരോടു നന്ദിപറഞ്ഞു പിരിഞ്ഞുപോയി. ആ ദരിദ്രസഹോദരനും കൂട്ടത്തിൽ കുമ്പിട്ടു.

കുടിച്ചു മദിച്ചു ധനികരായ അതിഥികൾ പാട്ടുപാടിയും ഒച്ചപ്പാടുണ്ടാക്കിയും വീട്ടിലേക്കു മടങ്ങി. എന്നാൽ ദരിദ്രൻ ഒഴിഞ്ഞവയറും തലോടിയാണ് വീട്ടിലേക്കു മടങ്ങിയത്.

"നമുക്കും ഒരു പാട്ടുപാടുക," അയാൾ ഭാര്യയോടു പറഞ്ഞു.

"വിഡ്ഢിത്തം കാട്ടല്ലേ! അവർ പാടുന്നതു മൂക്കറ്റം തിന്നുകുടിച്ചതിനാലാണ്. എന്നാൽ നിങ്ങളെന്തിനാണ് പാടാൻ പോകുന്നത്?"

"അല്ല, ഞാനും സഹേദരന്റെ പിറന്നാളിൽ പങ്കെടുത്തിരുന്നല്ലോ. ഇല്ലേ? അപ്പോൾ പാട്ടുപാടാതെ ഞാൻ പോകുന്നതു ലജ്ജതന്നെ.

അതുമല്ല ഞാനും പാടുകയാണെങ്കിൽ, എന്നെയും മറ്റെല്ലാവരേയും പോലെ സഹോദരൻ സൽക്കരിച്ചുവെന്നേ ആരും വിശ്വസിക്കുകയുള്ളൂ."

"ശരി. പാടിയേ തീരൂ എങ്കിൽ പാടിക്കോളൂ. പക്ഷേ ഞാനില്ല."

എന്നാൽ പാടിത്തുടങ്ങിയപ്പോൾ മറ്റൊരു സ്വരം കൂടി കേട്ടപ്പോൾ അയാൾ നിർത്തി. "നിന്റേതാണോ ആ ചിലമ്പിച്ച ഒച്ച?" "അയാൾ ഭാര്യയോടു ചോദിച്ചു.

"നിങ്ങൾക്കെന്താണ് പറ്റിയത്? ഞാൻ ചിന്തിച്ചിട്ടുപോലുമില്ല."

"എന്നാൽ പിന്നെ ആരാ?"

"ഞാനെങ്ങനെ അറിയും?" "അവൾ പറഞ്ഞു, "ഒരിക്കൽ കൂടി പാടൂ. ഞാൻ നോക്കാം."

"അയാൾ വീണ്ടും പാടാൻ തുടങ്ങി. താൻ മാത്രമേ പാടുന്നുള്ളുവെന്നു അയാൾക്കുറപ്പുണ്ടായിരുന്നു. എന്നാൽ ഇത്തവണയും അയാൾ മറ്റൊരു സ്വരം കേട്ടു. വീണ്ടും അയാൾ പാട്ടു നിർത്തി:

"വാന്ത്, വാന്ത്, നീയല്ലേ കൂടെ പാടുന്നത്?"

"അതെ ഏമാനെ" വാന്ത് മറുപടി പറഞ്ഞു.

"വരുന്നോ; നമുക്കൊന്നിച്ചു പോകാം."

"അങ്ങനെത്തന്നെ ഏമാനേ. ഞാനിനി ഒരിക്കലും പിരിയില്ല."

നടന്നു നടന്ന് അവർ വീട്ടിലെത്തി. വാന്ത് ദരിദ്രനെ കള്ളുഷാപ്പിലേക്കു ക്ഷണിച്ചു.

"ഞാനില്ല. എന്റെ കയ്യിൽ ഒരു പൈസപോലുമില്ല."

"എന്തിനാണ് പണം? നിന്റെ ആ ആട്ടിൻതോൽകുപ്പായം നിനക്കൊരനാവശ്യമല്ലേ? വസന്തകാലമാണ് ഇനി വരുന്നത്. ഇനി നീ അതിടുകയുമുണ്ടാവില്ല. നമുക്ക് അതിന് കള്ളുഷാപ്പിൽപോയി കുടിക്കാം."

അവരിരുവരും കള്ളുഷാപ്പിൽ പോയി ആ ആട്ടിൻതോൽ കുപ്പായത്തിന്റെ ആയുസ്സിന്നുവേണ്ടി കുടിച്ചു.

പിറ്റേന്ന്, തലേദിവസം പിടിപെട്ട തലവേദനയാൽ വാന്ത് മൂളാനും ഞരങ്ങാനും തുടങ്ങി. അന്നും തന്റെ യജമാനനെ വാന്ത് കുടിക്കാൻ ക്ഷണിച്ചു.

"പണമില്ല" ദരിദ്രൻ പറഞ്ഞു.

"എന്തിനാണ് പണം?" വാന്ത് പറഞ്ഞു, "നിങ്ങളുടെ വണ്ടിയില്ലേ?"

അങ്ങനെ വണ്ടിയും വലിച്ചിഴച്ച് അവർ കള്ളുഷാപ്പിലെത്തി. അയാളും വാന്തും കുടിച്ചു കുടിച്ച് അതിന്റെ വിലയെല്ലാം തുലച്ചു.

പിറ്റേന്ന് പൂർവ്വാധികം ശക്തിയോടെയാണ് വാന്തു മൂളാനും ഞരങ്ങാനും തുടങ്ങിയത്. തന്റെ തലവേദനമാറ്റാൻ അവൻ യജമാനനെ വിളിച്ചുവരുത്തി. അന്ന് തന്റെ നുകവും കരിയും വിറ്റുകിട്ടിയതുകൊണ്ടാണ് ആ ദരിദ്രകർഷകനും വാന്തും കുടിച്ചത്.

ഒരുമാസംകൊണ്ടു തന്റെ കയ്യിലുള്ളതെല്ലാം വിറ്റു കുടിച്ചു. തന്റെ കുടിൽപോലും അയൽക്കാരനു വിറ്റു.

എന്നിട്ടും വാന്ത് എജമാനനെ നേർവഴിക്കാക്കാതെ വീണ്ടും കള്ളു ഷാപ്പിലേക്കുതന്നെയാണ് വലിച്ചിഴച്ചത്.

"ഇല്ല, വാന്തേ! നീതന്നെ പറയൂ. ഇനിയേതൊന്നാണ് വിൽക്കാനുള്ളത്?"

"എന്തില്ല? നിന്റെ കെട്ടിയവൾക്ക് രണ്ടു സാർഫൻസില്ലേ. ഒന്നവൾ ഉടുത്തോട്ടെ. മറ്റൊന്നു നമുക്കു വിൽക്കാം."

അയാൾ ഭാര്യയുടെ ഒരു സാർഫൻ എടുത്തു വിറ്റു. അതുകൊണ്ട് അന്ന് കുടിച്ചു മദിച്ചു.

"ഹാവൂ. ഇപ്പോൾ ഞാൻ എല്ലാ ഏടാകൂടത്തിൽ നിന്നും രക്ഷപ്പെട്ടു. എനിക്കോ എന്റെ കെട്ടിയവൾക്കോ ഈ വിശാലമായ ലോകത്തിൽ ഒരു വടിയോ കല്ലിൻകഷ്ണമോ സ്വന്തമായില്ല."

പിറ്റേന്നു നേരം പുലർന്നപ്പോൾ; ഇനി എന്താണ് എജമാനന്റെ കൈയിലുള്ളതെന്ന് വാന്ത് തലപുകഞ്ഞ് ആലോചിച്ചു. അവസാനം ഉടുവസ്ത്രമൊഴികെ ഒന്നുമില്ലെന്നു മനസ്സിലായപ്പോൾ വാന്ത് മെല്ലെ വിളിച്ചു.

"ഏമാനേ?"

"എന്താ വാന്തേ?"

"ഇതാ ഒരു വഴി. പോയി അയൽക്കാരന്റെ പക്കൽനിന്ന് അയാളുടെ കാളവണ്ടി തരാൻ പറയൂ."

ദരിദ്രൻ അയൽക്കാരനെ സമീപിച്ചു ചോദിച്ചു.

"ദയവുചെയ്തു കുറച്ചുനേരത്തേയ്ക്കു നിങ്ങളുടെ വണ്ടി തരാമോ?" അയാൾ തുടർന്നു, "പകരം ഒരാഴ്ച നിങ്ങൾക്കുവേണ്ടി അദ്ധ്വാനിക്കാം."

"നിനക്കെന്തിനാണ്?"

"കാട്ടിൽനിന്ന് അല്പം വിറകുകൊണ്ടുവരാനാണ്." "ശരി ശരി, എന്നാൽ എടുത്തോളൂ. എന്നാൽ ഒരു കാര്യം, അധികമൊന്നും കേറ്ററുത്."

"ഇല്ലില്ല. ദൈവം നിങ്ങളെ അനുഗ്രഹിക്കട്ടെ." അയാൾ കാളവണ്ടി വീട്ടിലേക്കു തെളിച്ചു. അയാളും വാന്തും വണ്ടിയിൽ കയറി വിശാലമായ മൈതാനത്തിലേക്കു തിരിച്ചു.

"ഏമാനെ" വാന്ത് ചോദിച്ചു, "ഈ മൈതാനത്തിന്റെ നടുവിലുള്ള ആ വലിയ കല്ല് നിങ്ങൾ കണ്ടിട്ടുണ്ടോ?"

"ഉണ്ട്."

"ശരി. എന്നാൽ അതിന്നടുത്തേയ്ക്കുതന്നെ വിട്ടോളൂ."

എത്തേണ്ട സ്ഥലത്തെത്തിയപ്പോൾ വണ്ടി നിർത്തി. അവർ വണ്ടിയിൽനിന്ന് പുറത്തുവന്നു. വാന്ത് കൃഷിക്കാരനോട് അവർക്ക് ആ കല്ല് പൊന്തിച്ചെടുക്കണമെന്നു പറഞ്ഞു. വാന്ത് പൊന്തിക്കുവാൻ സഹായിച്ചു.

അവസാനം അവരതു പൊക്കിയെടുത്തു. കല്ലിന്നടിയിൽ ഒരു കുഴിനിറയെ സ്വർണ്ണമാണ് അവർ കണ്ടത്!

“തുറിച്ചുനോക്കാതെ അതെല്ലാം വേഗം വണ്ടിയിലാക്ക്!” വാന്ത് പറഞ്ഞു.

അയാൾ സ്വർണ്ണം വണ്ടിയിലാക്കുന്ന പണിയിൽ മുഴുകി. ഒരൊറ്റ സ്വർണ്ണനാണയംപോലും കുഴിയിൽ ബാക്കിയുണ്ടായിരുന്നില്ല. കുഴി ശൂന്യമാണെന്നു തീർച്ചയായപ്പോൾ അയാൾ വാന്തിനോടു പറഞ്ഞു:

“ഒന്ന് നോക്ക്, വാന്ത്. ഇനിയും അവിടെ പണമുണ്ടെന്നു തോന്നുന്നു.”

വാന്ത് കുനിഞ്ഞുനോക്കി.

“എവിടെ. എനിക്കൊന്നും കാണുന്നില്ല.”

“എന്താത്! അതാ ആ മൂലയിൽ ഒരു തിളക്കം!!”

“ഇല്ല. ഞാൻ കാണുന്നില്ല.”

“കുഴിയിൽ ഇറങ്ങിനോക്ക്. അപ്പോൾ കാണും.”

വാന്ത് കുഴിയിലേക്ക് ഇറങ്ങിയപ്പോൾ ഉടനെ ആ കല്ലുകൊണ്ടു അയാൾ കുഴി മൂടിക്കളഞ്ഞു.

“ഇതാണ് നല്ലത്” അയാൾ പറഞ്ഞു, “അല്ലാതെ ഇനിയും കൂട്ടുന്ന പക്ഷം എല്ലാം കുടിച്ചു തുലയും. ഇരപ്പാളി വാന്ത്!”

അയാൾ വീട്ടിലേക്കു മടങ്ങി. പണമെല്ലാം കല്ലറയിലിട്ടു വണ്ടി മടക്കിക്കൊടുക്കാൻ പോകുമ്പോൾ താനെങ്ങനെയാണ് ഒരു പ്രമാണി യായി ജീവിക്കുക എന്നായിരുന്നു ചിന്ത.

അയാളും ഒരൊന്നാന്തരം മണിമാളിക പണി കഴിപ്പിച്ചു. സകുടുംബം അതിൽ താമസമാക്കി തന്റെ അടുത്ത പിറന്നാളാഘോഷത്തിൽ പങ്കെടുക്കുവാൻ തന്റെ ധനിക സഹോദരനേയും ഭാര്യയെയും ക്ഷണിക്കുവാൻ അയാൾ മറന്നുപോയില്ല.

“നീയെന്താണിപ്പറയുന്നത്?” ധനികൻ സഹോദരനോടു തട്ടിക്കയറി, “ഒന്നും തിന്നാൻ ഇല്ലാത്ത നിനക്കുണ്ടോ വല്ല പിറന്നാളും?”

“ഒരിക്കൽ ഒന്നുമില്ലായിരുന്നെങ്കിലും ദൈവസഹായത്താൽ ഇന്ന് എല്ലാം ഉണ്ട്. ഇപ്പോൾ ഞാൻ നിന്നേക്കാൾ ഒട്ടും താഴെയല്ല. എല്ലാം വന്നു കണ്ടു മനസ്സിലാക്കൂ.”

“ശരി. ഞങ്ങൾ വന്നോളാം.”

പിറ്റേന്ന് ധനികനും ഭാര്യയും സഹോദരന്റെ പിറന്നാളാഘോഷത്തിൽ പങ്കെടുക്കുവാൻ പോയി. അവരുടെ മുമ്പിൽ കാണുന്ന മണിമാളിക ഇരപ്പാളിയായ സഹോദരന്റേതാണെന്നവർക്കു വിശ്വാസം വന്നില്ല. ഒരൊറ്റ വർത്തക പ്രമാണിക്കും അത്തരത്തിലൊന്നിനെപ്പറ്റി സ്വപ്നം കാണാനേ കഴിയൂ. ഒന്നാന്തരം സദ്യയായിരുന്നു അന്നുണ്ടായിരുന്നത്. അത്യധികം സ്നേഹത്തോടെയാണ് അവർ സ്വീകരിക്കപ്പെട്ടത്.

ധനികൻ സഹോദരനോടു ചോദിച്ചു.

“അല്ല മനുഷ്യാ, നിങ്ങൾക്കെങ്ങനെ ഇതിനൊക്കെ പണമുണ്ടായി?”

നടന്ന കഥയെല്ലാം മറ്റെയാൾ പറഞ്ഞുകേൾപ്പിച്ചു. വാന്തിന്റെ പ്രേരണയാൽ കുടിയിലൂടെ വേദനകൾ മാറ്റിയ കാലം തുടങ്ങി ഒരു ദേഹിയും ദേഹവും തനിക്കവശേഷിച്ചതും വാന്ത് നിധി കാണിച്ചു കൊടുത്തതും അവനെ കുഴിയിലിട്ടടച്ചതുമെല്ലാം.

ധനികന് അസൂയ മൂത്തു: “എന്ത്?” അയാൾ ചിന്തിച്ചു:

“ഞാൻ പോയി കല്ലെടുത്തു വാന്തിനെ രക്ഷിച്ചാലോ? അങ്ങനെ എന്റെ, ഊറ്റം നടിച്ചിരിക്കുന്ന സഹോദരൻ വീണ്ടും ഒരിരപ്പാളിയായി തെണ്ടുന്നത് എനിക്കു കാണണം. പിന്നീടൊരിക്കലും തന്റെ ധനത്തെപ്പറ്റിയും ഐശ്വര്യത്തെപ്പറ്റിയും എന്നോടു പറയാനിടവരരുത്.”

വീട്ടിലേക്ക് അയാളും ഭാര്യയും മടങ്ങിയത് ആ വിശാലമായ മൈതാനത്തിലൂടെ സവാരി ചെയ്താണ്. വളരെ ബുദ്ധിമുട്ടി കല്ല് അല്പം നീക്കി വാന്തിനെ പുറത്തുവരുത്തി.

“വേഗം എന്റെ സഹോദരന്റെ അടുത്തുചെന്ന് അവനെ അങ്ങേയറ്റം തുലയ്ക്ക്.” അയാൾ അഭ്യർത്ഥിച്ചു.

“ഇല്ല മനുഷ്യാ” വാന്ത് മറുപടി പറഞ്ഞു. “ഞാനിനി ഒരിക്കലും അങ്ങോരുടെ അടുത്തു പോകില്ല. ഞാൻ നിങ്ങളോടൊന്നിച്ചു താമസിച്ചു കൊള്ളാം. നിങ്ങൾ വളരെ ദയാലുവല്ലേ. നിങ്ങളാണല്ലോ എന്നെ രക്ഷിച്ചത് ആ കഴുവേറി എന്നെ കുഴിയിലിട്ടടച്ചുകളഞ്ഞു.”

അല്പനാളുകൾക്കുള്ളിൽ അസൂയാലുവായ ആ സഹോദരൻ നശിച്ചു. ഒരു ധനികനു പകരം അയാൾ ഒരു ഇരപ്പാളി തന്നെയായി മാറി.

■

ചെന്നായയും കുറുക്കനും

പണ്ട് പണ്ട് ഒരു കിഴവനും കിഴവിയുമുണ്ടായിരുന്നു. ഒരു ദിവസം അയാൾ ഭാര്യയോടു പറഞ്ഞു, "കുതിരയെ സ്ലെഡ്ജ്‌വണ്ടിക്കു കെട്ടുന്ന തിനിടക്ക് വല്ലതും എനിക്കു തിന്നാനുണ്ടാക്കൂ. ഞാൻ മീൻ പിടിക്കുവാൻ പോകുകയാണ്."

അന്ന് ഒരൊന്നാന്തരം മീൻപിടുത്തമാണ് വൃദ്ധനു കിട്ടിയത്. സ്ലെഡ്ജ് വണ്ടിയിൽ നിറയെ ഇട്ടിട്ടും ബാക്കിയായി. വീട്ടിലേക്കു മടങ്ങുകയായി രുന്നു അയാൾ. അപ്പോഴാണ് നിരത്തുവക്കിൽ ഒരു കുറുക്കൻ പന്തു പോലെ ചുരുണ്ടുകിടക്കുന്നതു കണ്ടത്.

കിഴവൻ വണ്ടിയിൽനിന്ന് ഇറങ്ങി കുറുക്കൻ കിടന്നിടത്തേക്കു ചെന്നു. എന്നാൽ കുറുക്കൻ ഇളകാതെ ചത്തപോലെ കിടന്നതേയുള്ളൂ.

"എന്തൊരു നിധി! എന്റെ കിഴവിക്കു തണുപ്പുകാലത്തേയ്ക്കു ഒരു രോമക്കുപ്പായമായി."

എന്നും പറഞ്ഞു അയാൾ കുറുക്കനെ തൂക്കിയെടുത്തു വണ്ടിയിലിട്ടു. കുതിരയെ നയിച്ചുകൊണ്ടു മുമ്പിൽ അയാൾ നടന്നു.

തഞ്ചം നോക്കിയിരിക്കുകയായിരുന്ന കുറുക്കൻ ഇതിനിടയിൽ വണ്ടി യിലിരുന്നു മത്സ്യങ്ങൾ ഓരോരോന്നോരോന്നായി പുറത്തേക്കിട്ടു കൊണ്ടിരുന്നു. വണ്ടി കാലിയായപ്പോൾ മൂപ്പരും തടിതപ്പി.

വീട്ടിലെത്തിയപ്പോൾ കിഴവൻ ഭാര്യയോടു വിളിച്ചു പറഞ്ഞു:-

"നോക്ക്, ഞാൻ നിനക്ക് എത്ര മനോഹരമായ ഒരു രോമക്കുപ്പായ മാണ് കൊണ്ടുവന്നിരിക്കുന്നത്!"

കിഴവി വണ്ടിയുടെ അടുത്തേക്കോടിച്ചെന്നു. എന്നാൽ വണ്ടിയി ലൊന്നും കണ്ടില്ല. മത്സ്യവുമില്ല, രോമക്കുപ്പായവുമില്ല. തീർച്ചയായും അവർ കിഴവനെ ശകാരിച്ചിരിക്കണം!

".....നിങ്ങളെന്നെ കളിപ്പിക്കാനാണോ വിളിച്ചത്!"

അപ്പോഴേ ആ കുറുക്കൻ ചത്തതായിരുന്നില്ലെന്നു കിഴവനു തോന്നി യുള്ളൂ. വഴിയെ പോയ ആ വയ്യാവേലിയെ അയാൾതന്നെയാണല്ലോ വിളിച്ചുവരുത്തിയത്. പക്ഷേ എല്ലാം കഴിഞ്ഞുപോയി. ചെയ്തുപോയ ഒരു പ്രവൃത്തി ചെയ്യപ്പെടാതാക്കാൻ സാദ്ധ്യമല്ലല്ലോ.

ഇതിനിടയിൽ പാതയിൽ ചിതറിക്കിടന്നിരുന്ന മത്സ്യങ്ങളെല്ലാം കുറുക്കൻ ഒരിടത്തു പെറുക്കിക്കൂട്ടി സമാധാനത്തോടെയിരുന്നു അത്താഴത്തിന്നൊരുങ്ങി.

അപ്പോഴുണ്ട് അതിലെ ഒരു ചെന്നായ വരുന്നു.

"വല്ലാതെ വിശക്കുന്നു സഹോദരാ! നിങ്ങൾ ഇരുന്നു തിന്നുകയാണല്ലേ."

"ഞാൻ തിന്നുന്നതു എന്റേതാണ്, അത് ഞാൻ തനിയെതന്നെ തിന്നുകൊള്ളാം. നിങ്ങൾക്കു വന്ദനം."

"ഒരു കൊച്ചുമീനെങ്കിലും നീ തരില്ലേ."

"ഇല്ലില്ല. പോയി വേണമെങ്കിൽ മീൻ പിടിച്ചോളൂ."

"അതിനു അതെങ്ങനെയെന്നറിയില്ലല്ലോ"

"ഫൂ. എനിക്കുംകൂടി സാധിക്കുന്നു. എന്നിട്ടാണോ നിങ്ങൾക്ക്! നിങ്ങൾ പോയി പുഴയിലുള്ള ഒരു ഹിമക്കുഴിയിൽ വാലിട്ടിരിക്കണം. "മത്സ്യങ്ങളെ മുറുക്കിപ്പിടിച്ചോളൂ, മത്സ്യങ്ങളെ മുറുക്കിപ്പിടിച്ചോളൂ" "എന്നിങ്ങനെ ജപിക്കണം. അപ്പോൾ അവ കൂട്ടംകൂട്ടമായി വന്നു നിങ്ങളുടെ വാലിൽ തൂങ്ങിപ്പിടിക്കും. എത്ര അധികനേരം നിങ്ങൾക്കിരിക്കാമോ അത്ര അധികമായിരിക്കും കിട്ടുക."

ഇതെല്ലാം കേട്ടു വിശ്വസിച്ച ചെന്നായ പുഴയിലേക്കോടി ചെന്നു. അവിടെ കൂട്ടത്തിൽ ആഴമേറിയ ഒരു ഹിമക്കുഴിയിൽ വാലിട്ടിരുന്നു. ജപിച്ചുകൊണ്ടിരുന്നു.

"മത്സ്യങ്ങളെ മുറുക്കിപ്പിടിച്ചോളൂ,!

മത്സ്യങ്ങളെ മുറുക്കിപ്പിടിച്ചോളൂ!"

കുറുക്കൻ ചെന്നായക്കു ചുറ്റും ചാടിക്കളിച്ചുകൊണ്ടു മിതസ്വരത്തിൽ പാടിക്കൊണ്ടിരുന്നു:-

"മിന്നിത്തിളങ്ങുന്ന നക്ഷത്രങ്ങളെ,

മരവിച്ചിരിക്കുന്നു, ചെന്നായയുടെ വാൽ മരവിച്ചിരിക്കുന്നു."

"നീ എന്താടോ പിറുപിറുക്കുന്നത്?" കുറുക്കനോടു ചെന്നായ ചോദിച്ചു.

"നിങ്ങളുടെ വാലിന് ഇന്നു നല്ലൊരു പിടുത്തമുണ്ടാകണേ എന്ന് പ്രാർത്ഥിക്കുകയാണ്." ഉള്ളിൽ പൊട്ടിച്ചിരിച്ചുകൊണ്ടു കുറുക്കൻ തുടർന്നു:

"മിന്നിതിളങ്ങുന്ന നക്ഷത്രങ്ങളെ

മരവിച്ചിരിക്കുന്നു. ചെന്നായയുടെ വാൽ മരവിച്ചിരിക്കുന്നു."

രാത്രി മുഴുവൻ ചെന്നായ ഹിമക്കുഴിക്കുമീതെ കാത്തിരുന്നു. അപ്പോൾ, അതിന്റെ വാൽ മരവിച്ചു നാശമായില്ലെങ്കിലേ അദ്ഭുതപ്പെടേണ്ടൂ. നേരം വെളുത്തപ്പോൾ കുറേ പണിപ്പെട്ടിട്ടും വാൽ പുറത്തെടുക്കുവാൻ ചെന്നായയ്ക്കു കഴിഞ്ഞില്ല. "എന്തോരം മത്സ്യങ്ങളായിരിക്കും എന്റെ

വാലിൽ പിടിച്ചിരിക്കുന്നത്!" അത് വിചാരിച്ചു, "എനിക്കു പുറത്തെടുക്കു വാൻപോലും സാധിക്കുന്നില്ല."

"രാവിലെ വെള്ളംകോരാൻ കുടങ്ങളുമായി ഒരു സ്ത്രീ അതിലെ വരുകയായിരുന്നു, "ചെന്നായ്, ചെന്നായ്!" അവൾ മുറവിളികൂട്ടി, "ചെന്നായയെ കൊല്ലൂ!"

അപ്പോഴും ചെന്നായ വാൽ പുറത്തെടുക്കുന്ന തിരക്കിൽതന്നെ യായിരുന്നു. ഭാഗ്യത്തിന്നോ നിർഭാഗ്യത്തിന്നോ കുടങ്ങൾ നിലത്തിട്ടു അവൾ നുകമെടുക്കാൻ വീട്ടിലേയ്ക്കോടി നുകംകൊണ്ടുള്ള അടിയേറ്റു പുളയുന്നതിന്നിടയിൽ ചെന്നായയുടെ വാൽ പുറത്തുവന്നുപോയി.

"അവിടെ നിക്കെടാ കുറുക്കാ," അത് തന്നത്താൻ പ്രതികാര സ്വരത്തിൽ പറഞ്ഞു, "ഇതിനെല്ലാം നീ ഒരിക്കൽ ദുഃഖിക്കും."

ഈ കോലാഹലങ്ങൾക്കിടയിൽ കുറുക്കൻ ആ സ്ത്രീയുടെ കുടിലിൽ കടന്നുകൂടിയിരുന്നു. അവിടെ ഒരു പാത്രത്തിൽ കുഴച്ചു വെച്ചിരുന്ന മാവെല്ലാം തിന്നുതീർത്തു കുറേ എടുത്തു തലയിൽ പുരട്ടി പുറത്തേക്കോടി. പാതവക്കിൽ ചുരുണ്ടുകിടന്നു ദയനീയമാംവിധം നിലവിളി തുടങ്ങി.

ഇതുകേട്ട് ചെന്നായ ഓടിച്ചെന്നു.

"അപ്പോൾ അങ്ങനെയാണ് നീ എന്നെ മീൻ പിടിക്കാൻ പഠിപ്പിച്ചത്." ചെന്നായ തെല്ല് നീരസസ്വരത്തിൽ പിറുപിറുത്തു, നോക്കൂ, എന്റെ വാലെല്ലാം കറുത്തു നീലച്ചിരിക്കുന്നു."

കുറുക്കൻ പറഞ്ഞു, "ഓ, നിനക്കു വാൽ നഷ്ടമായെങ്കിലും തല യെങ്കിലുമുണ്ടല്ലോ എന്നു സമാധാനിക്ക്. അവരെന്റെ തല തല്ലി പ്പൊളിച്ചിരിക്കുന്നു. തലച്ചോറുപോലും പുറത്താക്കി. സഹോദരാ ഞാൻ മരിക്കാറായിരിക്കുന്നു."

"അങ്ങനെയോ സഹോദരാ!" ചെന്നായ പറഞ്ഞു, "എങ്കിൽ എന്റെ പുറത്തുകയറൂ. ഞാൻ നിങ്ങളെ വഹിച്ചോളാം."

അങ്ങനെ കുറുക്കൻ ചെന്നായയുടെ പുറത്തു യാത്രയായി. ചെന്നായ കുതികുതിക്കുകയും... അപ്പോൾ പുറത്തു സുഖമായിരിക്കുകയായിരുന്ന കുറുക്കൻ പാടുകയാണ്:-

"സുഖമുള്ള ഒരുത്തൻ രോഗിയുടെ പുറത്തേറി സവാരിചെയ്യുന്നു,

സുഖമുള്ള ഒരുത്തൻ രോഗിയുടെ പുറത്തേറി സവാരി ചെയ്യുന്നു!"

"നീയെന്തെല്ലാമാണ് പാടുന്നത്?" ഓടുന്നതിന്നിടയിൽ ചെന്നായ ചോദിച്ചു.

"അതോ, നിങ്ങളുടെ എല്ലാ സുഖക്കേടുകളും മാറാനുള്ള ഒരു മന്ത്രം ജപിക്കുകയാണ്." എന്നു പറഞ്ഞിട്ടും അതിങ്ങനെത്തന്നെ തുടർന്നു:-

"സുഖമുള്ള ഒരുത്തൻ രോഗിയുടെ പുറത്തേറി സവാരിചെയ്യുന്നു.

"സുഖമുള്ള ഒരുത്തൻ രോഗിയുടെ പുറത്തേറി സവാരി ചെയ്യുന്നു!"

■

ഇവാൻരാജകുമാരനും ചെന്നായയും
(റഷ്യൻ കഥ)

വളരെ കൊല്ലങ്ങൾക്കു മുമ്പ്, റഷ്യയിൽ ബെറിന്ദി എന്നൊരു സാർ ചക്രവർത്തി വാണിരുന്നു. മൂന്നു മക്കളിൽ ഇളയവന്റെ പേരാണ് ഇവാൻ.

ഈ സാർ ചക്രവർത്തിക്ക് അതിമനോഹരമായ ഒരു ഉദ്യാനമുണ്ടായിരുന്നു; അതിൽ ഒരു ആപ്പിൾ മരവും. അതിന്മേൽ സ്വർണ്ണാപ്പിൾ പ്പഴങ്ങളാണ് കാച്ചിരുന്നത്.

തന്റെ ആപ്പിൾമരത്തിൽനിന്നും ആരോ പഴങ്ങൾ പൊട്ടിക്കുന്നുണ്ടെന്ന് ഒരു ദിവസം ചക്രവർത്തി കണ്ടുപിടിച്ചു. ഇതറിഞ്ഞതോടെ അദ്ദേഹത്തിന് ഒട്ടും മനസ്സമാധാനമില്ലാതായി. രാവും പകലും അനവധി പേരെ പാറാവു നിർത്തിയിട്ടും കള്ളനെ പിടികിട്ടിയില്ല.

നിരാശനായ സാർ ചക്രവർത്തി ദിനകൃത്യങ്ങൾ മുടക്കി. നേരത്തിന് ഭക്ഷണംപോലും കഴിക്കാതെ എല്ലായ്പോഴും ദുഃഖിച്ചിരുന്നു. ഇതെല്ലാം കണ്ട് മക്കൾ അച്ഛനെ സമാധാനിപ്പിക്കാൻ ശ്രമിച്ചു: "അച്ഛൻ ഖേദിക്കേണ്ട," അവർ പറഞ്ഞു: "ഞങ്ങൾതന്നെ തോട്ടത്തിന്നു കാവൽ നിൽക്കാം."

"ഇന്ന് തോട്ടം കാക്കേണ്ടത് ഞാനാണ്" എന്നു പറഞ്ഞ് അന്നു രാത്രി മൂത്ത മകൻ കാവലിന്നുപോയി. വളരെനേരം ചുറ്റിനടന്നു കഴിച്ചുകൂട്ടി. ആരുടേയും നിഴൽപോലും കാണാഞ്ഞതിനാൽ നിരാശനായി, മൃദുലമായ പുല്ലിൽ കിടന്ന് ഉറങ്ങാൻതന്നെ അയാൾ അവസാനം തീരുമാനിച്ചു. നേരം വെളുത്തപ്പോൾ ചക്രവർത്തി ചോദിച്ചു:

"കള്ളനെ പിടികിട്ടിയോ?"

"ഇല്ല അച്ഛാ, രാത്രിമുഴുവൻ കണ്ണു തുറിച്ചിരുന്നിട്ടും ആരേയും കണ്ടുകിട്ടിയില്ല."

പിറ്റേന്ന് അതിന്നടുത്ത മകനാണ് തോട്ടം കാക്കേണ്ടത്. അതിന്റെ പിറ്റേന്ന് താനും ആരേയും കാണുകയുണ്ടായില്ലെന്നാണ് അവനും പറയാനുണ്ടായിരുന്നത്.

ഇത്തവണ ഇളയവന്റെ ഊഴമാണ്. ഇവാൻ തോട്ടം കാക്കാൻ പോയപ്പോൾ മറ്റുള്ളവരെപ്പോലെ നിലത്തിരുന്ന് ഉറങ്ങിയില്ല. ഉറക്കം

കൺപോളകളെ കൊക്കയിട്ടു വലിക്കുമ്പോൾ, ഉറക്കമകറ്റാൻ ഉടനെ മുഖമൊന്നു കഴുകും. അങ്ങനെ വളരെനേരം കാത്തിരുന്നിട്ടും കള്ളന്റെ യാതൊരു ലക്ഷണവും കണ്ടില്ല. അങ്ങനെ രാത്രി അവസാനിക്കാറായ പ്പോഴാണ് പെട്ടെന്നു തോട്ടത്തിൽ ഒരു തിളക്കം കണ്ടത്. കൂടെക്കൂടെ ദീപ്തി കൂടിക്കൂടിവന്ന അത് തോട്ടത്തിലെല്ലാം പ്രഭാപൂരം പൊഴിച്ചു. കണ്ണഞ്ചിക്കുന്ന ആ പ്രകാശത്തിന്നിടയിൽ, ആ ആപ്പിൾ മരത്തിന്മേൽ ഒരു തീപ്പക്ഷി ഇരുന്ന് ആപ്പിൾപ്പഴം കൊത്തുന്നതാണ് പെട്ടെന്ന് ഇവാൻ രാജകുമാരൻ കണ്ടത്. ശബ്ദമുണ്ടാക്കാതെ മരത്തിന്മേൽ പൊത്തിപ്പിടിച്ചു കയറി ഇവാൻ പക്ഷിയുടെ വാലിൽ പിടികൂടി. എന്നാൽ തീപ്പക്ഷി തട്ടിപ്പിടച്ചു പറന്നുകളഞ്ഞു. രാജകുമാരന്ന് ആ പക്ഷിയുടെ വാലിലെ ഒരു തൂവൽമാത്രം കൈയിൽകിട്ടി.

പിറ്റേന്ന് അവൻ അച്ഛന്റെ മുമ്പിൽ ചെന്നു.

“അപ്പോൾ നീയെങ്കിലും കള്ളനെ പിടിച്ചോ?” ചക്രവർത്തി ചോദിച്ചു.

“അച്ഛാ,” ഇവാൻ രാജകുമാരൻ പറഞ്ഞു, “എനിക്കവനെ പിടി കിട്ടിയില്ല. എന്നാലതാരാണെന്ന് ഞാൻ കണ്ടുപിടിച്ചു. അച്ഛാ, ആ കള്ളൻ ഒരു തീപ്പക്ഷിയാണ്. ഇതാ നോക്കൂ, അതിന്റെ ഒരു തൂവൽ. ഇത് സൂക്ഷിച്ചുവയ്ക്കണം.”

ഒരു ദിവസം സാർ തന്റെ മക്കളെയെല്ലാവരേയും അടുത്തു വിളിച്ചു.

“എന്റെ പൊന്നുമക്കളേ, നിങ്ങൾ ഒന്നാന്തരം കുതിരപ്പുറത്തു കയറി ഈ വിശാലമായ ലോകമെല്ലാം ഒന്നു ചുറ്റിയടിച്ചുവരൂ. ഒരുപക്ഷേ, നിങ്ങൾ തീപ്പക്ഷിയേയും കണ്ടുമുട്ടിയേക്കും.”

മക്കൾ അച്ഛനെ നമസ്കരിച്ചു. ഒന്നാന്തരം കുതിരപ്പുറത്തു ചാടി ക്കയറി അവർ യാത്രയായി. മൂത്ത മകൻ ഒരു വഴിക്കു തിരിച്ചു. നടുവിലുള്ള മകൻ മറ്റൊരു വഴിക്കും. ഇവാൻ രാജകുമാരൻ മൂന്നാമതൊരു വഴിക്കും.

എത്രദൂരം ഇവാൻ രാജകുമാരൻ സഞ്ചരിച്ചു എന്നൊന്നും പറയാ നാകില്ല. എന്നാൽ ഒരു ചുട്ടുപൊരിയുന്ന മദ്ധ്യാഹ്നത്തിൽ, വല്ലാതെ തളർന്ന രാജകുമാരൻ കുതിരപ്പുറത്തുനിന്നും താഴെയിറങ്ങി വിശ്രമിക്കു വാൻ കിടന്നു.

കുറച്ചുനേരമാണോ അതോ, വളരെനേരംതന്നെ രാജകുമാരൻ വിശ്രമിക്കുകയുണ്ടായോയെന്ന് ആർക്കുമറിഞ്ഞുകൂടാ. എന്നാൽ ഉണർന്നു നോക്കിയപ്പോൾ കുതിരയെ മാത്രം എങ്ങും കണ്ടില്ല. അതിനേയും തിരഞ്ഞ് അങ്ങുമിങ്ങുമൊക്കെ അലഞ്ഞുനടന്നുനടന്ന് അവസാനം തന്റെ കുതിരയുടെ അവശിഷ്ടങ്ങൾ കിടക്കുന്നിടത്താണ് എത്തിപ്പെട്ടത്. വെറും എല്ലുകൾമാത്രം. അതും വൃത്തിയാക്കിയിട്ടുണ്ട്. ഇവാൻരാജകുമാരനു വല്ലാത്ത വ്യസനമായി. ഒരു കുതിരയെ കൂടാതെ താനെങ്ങനെയാണ് യാത്ര തുടരുക?

‘ശരി’ അവൻ വിചാരിച്ചു. ‘എന്നാലാവുന്നതു ഞാൻ ചെയ്യും.’

അവസാനം ഗത്യന്തരമില്ലാതെ കാൽനടയായിത്തന്നെ യാത്ര തുടർന്നു. നടന്നു നടന്നു ക്ഷീണിച്ചു മരിക്കാറായി. നിരാശനായി മനസ്സിടിഞ്ഞ് ഒരിടത്തിരുപ്പായി. എവിടെ നിന്നെന്നറിയില്ല പെട്ടെന്ന് ഒരു നരയൻ ചെന്നായ രജകുമാരന്റെ അടുത്തേയ്ക്കു കുതികുതിച്ചുചെന്നു.

“എന്താ ഇവാൻരാജകുമാരാ, വല്ലാതെ ദുഃഖിച്ചിരിക്കുന്നത്?”

“അല്ലാതെന്തു ചെയ്യാനാണ് ചെന്നായേ? ആകെക്കൂടി ഉണ്ടായിരുന്ന കുതിരയും എനിക്കു നഷ്ടപ്പെട്ടു.”

“രാജകുമാരാ ഞാനാണ് അങ്ങയുടെ കുതിരയെ തിന്നത്. എനിക്കതിൽ വല്ലാത്ത ദുഃഖമുണ്ട്. കൊട്ടാരത്തിൽ നിന്നും ഇത്ര ദൂരത്ത് അങ്ങെന്താണ് ചെയ്യുന്നത്? അങ്ങെവിടേയ്ക്കു പോകുന്നു?”

“ഒരു തീപ്പക്ഷിയെ തിരഞ്ഞു പിടിക്കാൻ, അച്ഛനാണ് എന്നെ ഈ വിശാലമായ ലോകത്തേക്കയച്ചത്.”

“എന്നാൽ ഒരു കാര്യം പറഞ്ഞോട്ടെ. മൂന്നുകൊല്ലം തന്നെ കുതിരപ്പുറത്തു സവാരിചെയ്താലും അങ്ങ് അതിന്നടുത്തെത്താൻ പോകുന്നില്ല. അപ്പോൾ ഞാൻ കുതിരയെ തിന്നതിൽ ദുഃഖിക്കേണ്ട. ഇന്നുമുതൽ നിങ്ങളുടെ വിശ്വസ്ത ഭൃത്യനാണ് ഞാൻ. എന്റെ പുറത്തു കയറി ഇരുന്ന് മുറുക്കെപ്പിടിച്ചോളൂ.”

ഇവാൻരാജകുമാരൻ തന്റെ പുറത്തുകയറിയിരുന്നതും ഒരു മിന്നൽ പോലെ നരയൻ ചെന്നായ അപ്രത്യക്ഷനായി. പച്ചപിടിച്ച കാനനങ്ങളെല്ലാം ഒരു നിമിഷത്തിന്നുള്ളിൽ അതു പിന്നിട്ടു. നീലത്തടാകങ്ങളെയെല്ലാം അതിവേഗം നീന്തിക്കടന്ന് അവസാനം ഊക്കൻ മതിൽക്കെട്ടാൽ ചുറ്റപ്പെട്ട ഒരു വൻ കോട്ടയുടെ അടുത്തെത്തി.

“രാജകുമാരാ, ശ്രദ്ധിച്ചു കേൾക്കണം.” നരയൻ ചെന്നായ പറഞ്ഞു: “ഞാൻ പറയുന്നതൊന്നും മറക്കരുത്. ഈ മതിൽക്കെട്ട് ചാടി മറിയണം. പേടിക്കാനൊന്നുമില്ല. നല്ല സമയത്താണ് നാമിവിടെ എത്തിച്ചേർന്നത്. കാവൽക്കാരെല്ലാം കൂർക്കംവലിക്കുന്നു. ഗോപുരത്തിലെ ഒരു മുറിയിൽ നിങ്ങളൊരു ജാലകം കാണും. അതിലാണ് ഒരു സ്വർണ്ണക്കൂട്ടിൽ തീപ്പക്ഷി ഉള്ളത്. മെല്ലെ അതിനെപ്പിടിച്ചു മാറിലൊളിപ്പിച്ചോളൂ. എന്നാലുണ്ടല്ലോ, ആ സ്വർണ്ണക്കൂടു തൊട്ടുപോകരുത്!”

ഇവാൻരാജകുമാരൻ മതിലിന്മേൽ കയറിനിന്നപ്പോൾ തീപ്പക്ഷി ഇരിക്കുന്ന കൂട് തൂങ്ങിക്കിടക്കുന്നതു കണ്ടു. പറഞ്ഞപോലെത്തന്നെ സ്വർണ്ണക്കൂട്ടിൽനിന്നും തീപ്പക്ഷിയെ മെല്ലെ പിടിച്ചു മാറിലൊളിപ്പിക്കുകയും ചെയ്തു. എന്നാൽ ആ കൂട്ടിൽനിന്നും കണ്ണു പറിച്ചെടുക്കാനായില്ല.

“എന്തൊരു സ്വർണ്ണക്കൂട്!” വളരെനേരം അതിന്റെ ഭംഗിയിൽ ലയിച്ചുപോയി. “ഇതിനെ ഞാനെങ്ങനെ വിട്ടുപോകും” രാജകുമാരൻ വിചാരിച്ചു.

ചെന്നായുടെ താക്കീതുകളെല്ലാം രാജകുമാരൻ സൗകര്യപൂർവ്വം മറന്നു. കൂടുതൊട്ടമാത്രയിൽ കോട്ടയിൽനിന്നും ഒരുഹുംകാരവും നിലവിളിയുമുയർന്നു. കാഹളങ്ങൾ അത്യുച്ചത്തിൽ മുഴങ്ങി. ഭേരികളും മുഴങ്ങി. പാറാവുകാർ ഞെട്ടിയുണർന്നു. അവർ ഇവാൻരാജകുമാരനെ പിടികൂടി. ആ നാട്ടിലെ ചക്രവർത്തിയായ എഫ്റോനിന്റെ മുമ്പാകെ ഹാജരാക്കി.

"നീയാരാണ്? എവിടെനിന്നു വരുന്നു?" കോപാക്രാന്തനായ എഫ്റോൻ ചക്രവർത്തി തട്ടിക്കയറി.

"ഞാൻ ഇവാൻരാജകുമാരനാണ്. ബെറിന്ദി ചക്രവർത്തിയുടെ മകനാണ്."

"ഹൈ, നിനക്കു ലജ്ജയില്ലേ! ഒരു രാജകുമാരൻ കള്ളനാകുക!"

"പക്ഷേ, ഞങ്ങളുടെ തോട്ടത്തിൽ നിന്നും ആപ്പിൾപഴങ്ങൾ കക്കാൻ അങ്ങു തന്നെയല്ലേ തീപ്പക്ഷിയെ വിട്ടിരുന്നത്?"

"മാന്യമായ രീതിയിലാണു നിങ്ങൾ വന്ന് എന്നോടു ചോദിച്ചിരുന്നതെങ്കിൽ തീർച്ചയായും, നിന്റെ അച്ഛനായ ബെറിന്ദിസാറിനോടുള്ള ബഹുമാനമോർത്ത് ആ പക്ഷിയെ ഞാൻ സമ്മാനിക്കുമായിരുന്നു. എന്നാൽ ഇപ്പോൾ നിങ്ങളുടെ കുടുംബത്തിന്റെ നല്ലപേർ ചീത്തയാക്കാൻ എനിക്കു വിഷമമില്ല. ഇല്ല, ഞാനതു ചെയ്യുന്നില്ല. എനിക്കൊരു കാര്യം സാധിപ്പിച്ചുതന്നാൽ ഞാൻ മാപ്പുതരാം. കുസ്മാൻ എന്നൊരു ചക്രവർത്തിക്ക് കനകകുഞ്ചിരോമത്തോടുകൂടിയ ഒരു കുതിരയുണ്ട്. അതിനെ എനിക്കു പിടിച്ചു കൊണ്ടുവന്നു തന്നാൽ, തീപ്പക്ഷിയെ സ്വർണ്ണക്കൂടോടെ നിനക്കു സമ്മാനിക്കാം."

ഇവാൻരാജകുമാരൻ നരയൻ ചെന്നായുടെ അടുത്തുചെന്നു.

"കൂടു തൊടരുതെന്നു ഞാൻ പ്രത്യേകം പറഞ്ഞതാണ്." ചെന്നായ പരിഭവിച്ചു: "എന്താ, എന്റെ താക്കീത് ഒട്ടും അങ്ങ് ചെവിക്കൊള്ളാത്തത്?"

"നരയൻ ചെന്നായേ ഞാൻ വ്യസനിക്കുന്നു. ഇത്തവണ മാപ്പു തരണം."

"പശ്ചാത്താപംകൊണ്ടു വലിയ കാര്യമൊന്നുമില്ല. ഉം, ശരി, എന്റെ പുറത്ത് ഒന്നുകൂടി കയറൂ. ഒരിക്കലും വാക്കിൽനിന്നും പിന്മാറുന്നവനല്ല ഞാൻ."

ചെന്നായും രാജകുമാരനും യാത്ര തുടർന്നു. അവരെത്ര ദൂരം യാത്ര ചെയ്തു എന്നൊക്കെ പറയാൻ വിഷമമാണ്. എങ്കിലും സ്വർണ്ണക്കുഞ്ചി രോമത്തോടുകൂടിയ കുതിരയെ സൂക്ഷിക്കുന്ന കോട്ടയിൽ അവരെത്തി ച്ചേർന്നു.

"ഇവാൻരാജകുമാരാ, ചുമരിന്മേൽ ഇഴഞ്ഞുകയറൂ. പാറാവുകാർ ഉറക്കത്തിലാണ്.

കുതിരാലയത്തിൽ പോയി കുതിരയെ പിടിച്ചുകൊണ്ടുവാ, ദാ, കടിഞ്ഞാൺ തൊട്ടുപോകരുത്, കേട്ടോ.''

രാജകുമാരൻ കോട്ടയിൽ കടന്നുകൂടി. എല്ലാ കാവൽക്കാരും അഗാധ നിദ്രയിലാണ്. മെല്ലെ ശബ്ദമുണ്ടാക്കാതെ കുതിരാലയത്തിൽ കടന്ന് സ്വർണ്ണക്കുഞ്ചിരോമത്തിൽ പിടികൂടി; എന്നാൽ കടിഞ്ഞാൺ തൊടാതിരിക്കുവാനായില്ല. ഒന്നാന്തരം രത്നക്കല്ലുകൾ പതിച്ച അത്, അത്തരം മികച്ച ഒരു കുതിരയ്ക്കേ ഇണങ്ങുകയുള്ളൂ.

രാജകുമാരൻ കടിഞ്ഞാൺ തൊട്ടമാത്രയിൽ കോട്ടക്കുള്ളിൽ ഒരു ഹുംകാരവവും നിലവിളിയുമുയർന്നു. കാഹളങ്ങൾ മുഴങ്ങി. പെരുമ്പറ അടിയും തുടർന്നു. കാവൽക്കാർ ഞെട്ടിയുണർന്നു. അവർ ഇവാൻ രാജകുമാരനെ പിടികൂടി, കുസ്മാൻ ചക്രവർത്തിയുടെ മുമ്പാകെ ഹാജരാക്കി.

''നീയാരാണ്?'' എവിടെനിന്നു വരുന്നു?''

''ഞാൻ ഇവാൻരാജകുമാരനാണ്.''

''നല്ല തമാശ, ഒരു കുതിരയെ കക്കുക! എന്തൊരു വിഡ്ഢിത്തം! ഒരു നാടൻ കൃഷിക്കാരൻപോലും അതിനു തുനിയില്ല. സാരമില്ല, ഇത്തവണ മാപ്പുതരാം. പക്ഷേ, അതിനു എനിക്കൊരു കാര്യം സാധിപ്പിച്ചുതരണം, ഇവാൻരാജകുമാരാ. ദാൽമെറ്റ് ചക്രവർത്തിക്ക് യെലന എന്നു പേരായി അതിസുന്ദരിയായ ഒരു മകളുണ്ട്. നീ അവളെ എനിക്കു തട്ടിക്കൊണ്ടുവന്നു തരുന്നപക്ഷം, കനകക്കുഞ്ചിരോമക്കുതിരയെ കടിഞ്ഞാണോടുകൂടി നിനക്കു സമ്മാനിക്കാം.''

പൂർവ്വാധികം മനസ്സിടിഞ്ഞ് രാജകുമാരൻ വീണ്ടും ചെന്നായെ സമീപിച്ചു.

ഇത്തവണയും താൻ പറഞ്ഞത് രാജകുമാരൻ അനുസരിച്ചില്ലെന്നു കണ്ടപ്പോൾ ചെന്നായ പരിഭവിച്ചു:

''ഇവാൻ രാജകുമാരാ, കടിഞ്ഞാൺ തൊട്ടുപോകരുതെന്ന് ഞാൻ പ്രത്യേകം പറഞ്ഞു! എന്നിട്ടും നിങ്ങളെന്താണ് എന്റെ വാക്കു കേൾക്കാത്തത്?''

''ഞാൻ വ്യസനിക്കുന്നു. നരയൻചെന്നായേ, ഇത്തവണകൂടി മാപ്പുതരണം.''

''പശ്ചാത്താപംകൊണ്ടു വലിയ ഗുണമൊന്നുമില്ല. ഉം, എന്റെ പുറത്തുകയറി ഇരിക്കൂ.''

ഇവാൻ രാജകുമാരനും ചെന്നായും പിന്നേയും സവാരി തുടർന്നു. അവസാനം വളരെദിവസത്തെ യാത്രക്കുശേഷം ദാൽമറ്റ് ചക്രവർത്തിയുടെ സാമ്രാജ്യത്തിലെത്തിച്ചേർന്നു. അപ്പോൾ സുന്ദരിയായ യെലന രജകുമാരി തോട്ടത്തിൽ തോഴിമാരൊന്നിച്ച് ചെടികൾ നനച്ചും കളിച്ചും നനച്ചും കളിച്ചും ഉലാത്തുകയാണ്.

"ഇത്തവണ ഞാനായ്ക്കൊള്ളാം," നരയൻ ചെന്നായ പറഞ്ഞു: "നിങ്ങൾ വന്ന വഴിക്കുതന്നെ മടങ്ങിപ്പോയ്ക്കൊള്ളൂ. ഞാൻ വേഗം ഒപ്പമെത്താം." "ഇവാൻ രാജകുമാരൻ വന്നവഴിയേ മടങ്ങി നരയൻ ചെന്നായ മതിൽചാടിക്കടന്ന് തോട്ടത്തിലെത്തി. ഒരു കുറ്റിക്കാട്ടിൽ കടന്നുകൂടി, അതിനുള്ളിൽനിന്നും പെട്ടെന്നു പുറത്തുചാടി. സുന്ദരിയായ യെലന യുടേയും തോഴിമാരുടേയും മുമ്പിലേയ്ക്കായിരുന്നു ചാടിയത്. അവർ തോട്ടത്തിൽനിന്നും ജീവനുംകൊണ്ടോടുന്ന തിരക്കിൽ, ചെന്നായ യെലനയെ പിടികൂടി തന്റെ പുറത്തേക്കെറിഞ്ഞ് മതിലും ചാടിക്കടന്ന് മൂന്നിരട്ടിവേഗത്തിൽ കുതികുതിച്ചു. എല്ലാം ഒരു നിമിഷത്തിൽ കഴിഞ്ഞു.

ഏകാകിയായി ഇവാൻ യാത്രചെയ്യുകയായിരുന്നു. പെട്ടെന്നാണു നരയൻ ചെന്നായേയും പുറത്തുള്ള സുന്ദരിയായ യെലനയേയും കാണുന്നത്. അവനുണ്ടായ സന്തോഷം! "നീയും എന്റെ പുറത്തു കയറൂ. വേഗം തന്നെ. അല്ലെങ്കിൽ അവർ നമ്മെ പിടികൂടും."

"അങ്ങനെ യെലനയേയും ഇവാൻരാജകുമാരനേയും പുറത്തേറ്റി നരയൻചെന്നായ കുതികുതിച്ചു. പച്ചപിടിച്ച കാനനങ്ങൾ ഒരു നിമിഷത്തിന്നുള്ളിൽ പിന്നിട്ടു. നീലത്തടാകങ്ങൾ എല്ലാം ഒന്നു കൺചിമ്മുന്നതിനിടയിലാണ് നീന്തിക്കടന്നത്. അവസാനം അവർ കുസ്മാൻ ചക്രവർത്തിയുടെ സാമ്രാജ്യത്തിൽ തിരിച്ചെത്തി.

"നീയെന്താണിങ്ങനെ ദുഃഖിച്ചു മൂകനായിരിക്കുന്നത്. ഇവാൻ രാജകുമാരാ?" നരയൻ ചെന്നായ ചോദിച്ചു.

"അല്ലാതെന്തുചെയ്യും ചെന്നായേ? ഇത്ര സുന്ദരിയായ ഇവളെ പിരിയണമല്ലോ എന്നോർക്കുമ്പോൾ ഹൃദയം തകരുന്നു. കൂടാതെ വെറും ഒരു കുതിരക്കുവേണ്ടിയല്ലേ ഇവളെ കൈമാറുന്നത് എന്നോർത്തും."

"നീ ഈ സുന്ദരിയെ പിരിയുകയൊന്നും വേണ്ട. നമുക്ക് അവളെ എവിടെയെങ്കിലും ഒളിപ്പിക്കാം. ഞാനൊരു കാര്യം ചെയ്യാം. ഞാൻ യെലനയുടെ വേഷം കെട്ടാം. അവൾക്കുപകരം എന്നെ നീ ചക്രവർത്തിയുടെ മുമ്പിലേക്കു കൊണ്ടുപോകണം."

അങ്ങനെ കാട്ടിലെ ഒരു കുടിലിൽ അവർ യെലനയെ ഒളിപ്പിച്ചു. നരയൻചെന്നായ ഒന്നു തലകുത്തി മറിഞ്ഞതേയുള്ളൂ. മറിഞ്ഞു കാലിന്മേൽ നില്ക്കുമ്പോൾ യെലനതന്നെ! ഇവാൻരാജകുമാരൻ അവളെ ചക്രവർത്തിയുടെ മുമ്പിലേക്കാനയിച്ചു. ചക്രവർത്തി അത്യധികം സന്തുഷ്ടനായെന്നു പറയേണ്ടതില്ല.

"എനിക്കൊരൊന്നാന്തരം വധുവെ സമ്മാനിച്ചതിൽ എത്രയും നന്ദിയുള്ളവനാണ് ഞാൻ. ഇപ്പോൾ സ്വർണ്ണക്കുഞ്ചിരോമക്കുതിരയും കടിഞ്ഞാണും അങ്ങേയ്ക്കുള്ളതാണ്.

ഇവാൻ രാജകുമാരൻ കുതിരപ്പുറത്തു ചാടിക്കയറി യെലനയുടെ അടുത്തേക്ക് ഓടിച്ചുപോയി. അവളേയും പുറത്തേറ്റി യാത്രതുടർന്നു.

വളരെ വളരെ ആഘോഷത്തോടെയാണ് കുസ്മാൻ ചക്രവർത്തിയുടെ വിവാഹം നടന്നത്. മധുവിധു രാത്രിയിൽ കിടക്കേണ്ട സമയമായപ്പോൾ യെലന അന്തഃപുരത്തിലേക്കു കയറിച്ചെന്നു. പക്ഷേ, അവൾ മെത്തയിൽ കിടന്നതും, തന്റെ സുന്ദരിയായ വധുവിനുപകരം ഒരു ഭീകരനായ ചെന്നായുടെ 'മോന്ത'യാണ് ചക്രവർത്തി കാണുന്നത്!

പേടിച്ചുവിരണ്ട് അദ്ദേഹം മെത്തയിൽനിന്നും ചാടി എഴുന്നേറ്റു. ഈ തരംനോക്കി ചെന്നായ കുതിച്ചോടിപ്പോയി.

വഴിക്കുവെച്ച് ഇവാൻരാജകുമാരനെ കണ്ടുമുട്ടിയപ്പോൾ നരയൻ ചെന്നായ വീണ്ടും ചോദിച്ചു:

"ഇവാൻരാജകുമാരാ, നിങ്ങൾക്കെന്താണ് ഇനിയും ഒരു വിഷാദം?"

"അല്ലാതെന്തുചെയ്യാൻ! ഈ സ്വർണ്ണക്കുഞ്ചിരോമക്കുതിരയും കടിഞ്ഞാണും ഒരു തീപ്പക്ഷിക്കുവേണ്ടി കൈമാറ്റുന്നതിനെപ്പറ്റി ചിന്തിക്കാൻപോലും, സാധിക്കുന്നില്ല."

"ഓ, ഇതിനാണോ" ചെന്നായ സമാധാനിപ്പിച്ചു: "ഞാൻ വഴിയുണ്ടാക്കാം."

വളരെ വേഗം അവർ എഫ്റോൻ ചക്രവർത്തിയുടെ സാമ്രാജ്യത്തിലും തിരിച്ചെത്തി.

"ആ കുതിരയേയും യെലനസുന്ദരിയേയും ഒളിപ്പിക്ക്," ചെന്നായ പറഞ്ഞു: "ഞാൻ സ്വർണ്ണക്കുഞ്ചിരോമക്കുതിരയായി മാറാം. നിങ്ങൾ എന്നെ തിരുമുമ്പിൽ ഹാജരാക്കണം."

അങ്ങനെ യെലനേയും കുതിരയേയും അവർ കാട്ടിലൊളിപ്പിച്ചു. നരയൻ ചെന്നായ ഒന്നു തലകുത്തിമറിഞ്ഞു കുതിരയായി മാറി. ഇവാൻ രാജകുമാരൻ അതിനെ എഫ്റോൻ ചക്രവർത്തിയുടെ തിരുമുമ്പിൽ ഹാജരാക്കി. സന്തുഷ്ടനായ ചക്രവർത്തി സ്വർണ്ണക്കൂടോടെ തീപ്പക്ഷിയെ രാജകുമാരനു സമ്മാനിച്ചു.

ഇവാൻരാജകുമാരൻ കാട്ടിലേയ്ക്കു മടങ്ങിച്ചെന്നു. യെലനസുന്ദരിയെ പുറത്തേറ്റി, തീപ്പക്ഷി ഇരിക്കുന്ന സ്വർണ്ണക്കൂടു കൈയിൽപ്പിടിച്ച് തന്റെ നാട്ടിലേക്കു യാത്രതിരിച്ചു.

താൻ വളരെക്കൊല്ലങ്ങളോളമായി ആശിച്ചിരുന്ന കുതിരയെ ലഭിച്ച സന്തോഷത്തിൽ മതിമറന്ന്, എഫ്റോൻ ചക്രവർത്തി ഒരു സവാരിക്കൊരുങ്ങി അതിന്റെ പുറത്തു ചാടിക്കയറിയതും അതൊരു നരയൻ ചെന്നായയായിമാറി. പേടിച്ചരണ്ട ചക്രവർത്തി നിലത്തുവീണു. ചെന്നായ കുതികുതിച്ച് ഇവാൻരാജകുമാരനോടൊപ്പമെത്തി.

"ഇപ്പോൾ യാത്ര പറയട്ടെ," ചെന്നായ പറഞ്ഞു: "ഇനിയും ഞാൻ വരുന്നില്ല."

"രാജകുമാരൻ കുതിരപ്പുറത്തുനിന്നും താഴെ ഇറങ്ങി, മൂന്നു പ്രാവശ്യം കുനിഞ്ഞു വണങ്ങി വിനയത്തോടെ ചെന്നായോടു നന്ദി പറഞ്ഞു.

“എന്നെന്നേക്കുമായൊന്നും യാത്ര പറയണ്ട. ഇനിയും നിങ്ങൾക്കെന്റെ ആവശ്യമുണ്ടാകും.” നരയൻ ചെന്നായ പറഞ്ഞു.

“ഇനി എന്താവശ്യമാണിതിനെക്കൊണ്ട്?” “രാജകുമാരൻ ചിന്തിച്ചു: “എന്റെ എല്ലാ ആശകളും നിറവേറിയല്ലോ.”

“അവൻ വീണ്ടും കുതിരപ്പുറത്തു കയറി. യെലനയോടും തീപ്പക്ഷി ഇരിക്കുന്ന സ്വർണ്ണക്കൂടോടുംകൂടി സവാരി തുടർന്നു. തന്റെ നാട്ടിലെത്തിയപ്പോൾ, അല്പമെന്തെങ്കിലും കഴിക്കുകതന്നെ എന്നു തീരുമാനിച്ച് അവൻ താഴെ ഇറങ്ങി. ഒരു കഷ്ണം അപ്പം കൈയിലുണ്ടായിരുന്നു. അരുവിയിൽനിന്നും വെള്ളം കുടിച്ചു. കുറച്ചു വിശ്രമിക്കുവാൻ നിലത്തു കിടന്നു.

ഇവാൻ രാജകുമാരൻ കിടന്നതും ക്ഷീണാധിക്യത്താൽ അഗാധനിദ്രയിലാണ്ടു. അപ്പോഴാണ് ആവഴി നാട്ടിലേക്കു മടങ്ങുകയായിരുന്ന സഹോദരന്മാർ ഇവാനെ കണ്ടുമുട്ടിയത്. അവരും തീപ്പക്ഷിയെ അന്വേഷിച്ചു പോയതാണ്. പക്ഷേ, വെറും കൈയോടെയാണ് മടങ്ങിവരുന്നത്.

തങ്ങളുടെ ഇളയവനായ ഇവാന് വേണ്ടതെല്ലാം കിട്ടിയതായി കണ്ടപ്പോൾ അവർ പറഞ്ഞു:

“നമുക്ക് ഇവനെ കൊന്നുകളയാം. അവന്റെ എല്ലാ സമ്പാദ്യവും നമുക്കെടുക്കാം.”

“അവർ പറഞ്ഞപോലെ ഇവാനെ കൊല്ലുകയും ചെയ്തു. അവർ തങ്ങളുടെ കുതിരപ്പുറത്തു ചാടിക്കയറി, തീപ്പക്ഷിയുള്ള സ്വർണ്ണക്കൂട് കൈയിലെടുത്ത്, മറ്റൊരു കുതിരപ്പുറത്തു യെലനയേയും കയറ്റിയിരുത്തി. അവർ യെലനയെ ഭീഷണിപ്പെടുത്തി:

“നോക്കൂ ഇതിനെപ്പറ്റി ഒരൊറ്റയക്ഷരം വീട്ടിൽ മിണ്ടിപ്പോകരുത്.”

“ഇവാന്റെ ശവശരീരം റാവേൻപക്ഷികൾക്കു കൊത്തിവലിക്കാൻ അവിടെ ഉപേക്ഷിച്ച് അവർ യാത്രയായി. പക്ഷികൾ ഇവാൻ രാജകുമാരന്റെ തലക്കുചുറ്റും വട്ടം കൂടി കൊത്തിവലിക്കാൻ തുനിയുമ്പോഴേക്കും നരയൻ ചെന്നായ അവിടെ ഓടിയെത്തി. അതിലൊരു റാവേൻ പക്ഷിയെ പിടികൂടുകയും ചെയ്തു. അതിന്റെ കുഞ്ഞിനേയും.

“റാവേൻ പക്ഷി. നീ പറന്നുപോയി മൃത്യുജലവും മരിച്ചവരെ ഉണർത്താനുള്ള ജീവജലവും കൊണ്ടുവാ,” “ചെന്നായ പറഞ്ഞു: “എന്നാലേ നിന്റെ കുഞ്ഞിനെ വിട്ടുതരികയുള്ളൂ.”

മറ്റെന്തു ചെയ്യാനാണ്? റാവേൻപക്ഷി പറപറന്നു. അധികനേരം കഴിയുന്നതിന്നു മുമ്പ് മൃത്യുജലവും ജീവജലവുമായി മടങ്ങിവന്നു. ചെന്നായ മരണജലംകൊണ്ട് ഇവാന്റെ മുറിവുകളെല്ലാം കഴുകി ഉണക്കി. പിന്നെ ജീവജലമെടുത്തു തളിച്ച് വീണ്ടും ജീവിപ്പിച്ചു.

“ഞാനൊരു ശവംപോലെ ഉറങ്ങിപ്പോയെന്നു തോന്നുന്നു!” “കണ്ണു തിരുമ്മി ഉണർന്ന രാജകുമാരൻ ആരോടെന്നില്ലാതെ പറഞ്ഞു.

"ഏയ്!" "നരയൻചെന്നായ പറഞ്ഞു: ഞാനില്ലെങ്കിൽ നിങ്ങളൊരിക്കലും ഉണരുമായിരുന്നില്ല. കേട്ടോ, നിങ്ങളുടെ സ്വന്തം സഹോദരന്മാരാണ് നിങ്ങളെ കൊന്നു സ്വത്തെല്ലാം കവർന്നത്. വേഗംതന്നെ എന്റെ പുറത്തു കയറൂ."

"അതിവേഗത്തിൽ ഓടി അവർ സഹോദരന്മാരോടൊപ്പമെത്തി അവരെ പിടികൂടി. അവരിരുവരേയും ചെന്നായ കടിച്ചുകീറി കഷ്ണം കഷ്ണമാക്കി. മൈതാനത്തിലേക്കു വലിച്ചെറിഞ്ഞു.

ഇവാൻ രാജകുമാരൻ നരയൻചെന്നായയോട് എന്നെന്നേക്കുമായി യാത്ര പറഞ്ഞു പിരിഞ്ഞു.

രാജകുമാരൻ അച്ഛന്റെ മുമ്പിൽച്ചെന്ന്, സ്വർണ്ണപ്പക്ഷിയേയും തന്റെ സുന്ദരിയായ വധുവേയും തിരുമുമ്പിൽ കാഴ്ചവെച്ചു.

അന്നനുഭവിച്ച അത്ര ആനന്ദം ബെറിന്ദി ചക്രവർത്തി അതിനു മുമ്പോ അതിനുശേഷമോ അനുഭവിച്ചിട്ടില്ല. അദ്ദേഹം വിജയശ്രീലാളിതനായി മടങ്ങിവന്ന മകനോട് ചോദ്യത്തോടു ചോദ്യമായി. തന്നെയെങ്ങനെയെല്ലാമാണ് നരയൻ ചെന്നായ സഹായിച്ചതെന്നെല്ലാം രാജകുമാരൻ വിവരിച്ചുകൊടുത്തു. സഹോദരന്മാർ തന്നെ കൊന്നതും പിന്നീട് അവരെ ചെന്നായ കടിച്ചു കഷ്ണം കഷ്ണമാക്കിയതുമെല്ലാം പറയാതിരുന്നില്ല.

ആദ്യം ഇതെല്ലാം കേട്ടപ്പോൾ സാറിന് അടക്കാനാവാത്ത വ്യസനമുണ്ടായി. എന്നാൽ അതെല്ലാം അതിവേഗം മറന്നു. ഇവാൻ രാജകുമാരനും യെലനരാജകുമാരിയും വളരെക്കാലം സുഖമായി ജീവിച്ചു.

■

മത്സ്യത്തിന്റെ കല്പന

പണ്ട് പണ്ട് ഒരു കിഴവനു മൂന്നു മക്കളുണ്ടായിരുന്നു. മൂത്ത രണ്ടുപേർ വളരെ സമർത്ഥന്മാരായിരുന്നു. മൂന്നാമനായ ഇമേല്യയാകട്ടെ ഒരു പടു വിഡ്ഢിയും.

ജ്യേഷ്ഠന്മാർ പണിക്കു പോകുമ്പോഴെല്ലാം ഇമേല്യ യാതൊരു ഉത്തരവാദിത്വവുമില്ലാതെ അടുപ്പിൻമുകളിലിരുന്നു കഴിച്ചുകൂട്ടാറാണ് പതിവ്.

ഒരു ദിവസം ജ്യേഷ്ഠന്മാർ വിദൂരത്തുള്ള ഒരു ചന്തയിലേക്കു പോയി, അന്നു ജ്യേഷ്ഠത്തിമാർ വന്നു പറഞ്ഞു:

“ഇമേല്യാ പോയി കുറച്ചു വെള്ളം കൊണ്ടുവരുമോ?”

അടുപ്പിൻമുകളിൽ തിരിഞ്ഞു കിടന്നുകൊണ്ടു ഇമേല്യ മറുപടി പറഞ്ഞു:

“എന്നെക്കൊണ്ടാവില്ല.”

“പോ ഇമേല്യ. ഇല്ല്യേ ചന്തയിൽ നിന്നുവരുമ്പോൾ നിനക്കൊരു സമ്മാനവും കിട്ടില്ല.”

“ഓ, എന്നാൽ തയ്യാർ!”

ഇമേല്യ അടുപ്പിന്മേൽ നിന്നും ചാടിയിറങ്ങി. കേപ്ടൺ കോട്ടും ബൂട്ട്സും അണിഞ്ഞു: രണ്ടു കുടങ്ങളും മഴുവുമേന്തി പുഴയിലേക്കു നടന്നു.

പുഴയിൽ വെള്ളം ഉറച്ചു കട്ടിയായിരുന്നു. ഹിമത്തിൽ അവൻ മഴു കൊണ്ടു വെട്ടി ഒരു ദ്വാരമുണ്ടാക്കി. രണ്ടു കുടം നിറച്ചു വെള്ളം മുക്കി കരയ്ക്കുവെച്ചു. എന്നിട്ട് അദ്ഭുതത്തോടെ കുഴിയിലേക്കു കുനിഞ്ഞു നോക്കി. വീണ്ടും വീണ്ടും നോക്കി. എന്താണവിടെ കാണുന്നത്? ഒരു മത്സ്യമുണ്ട് അതിലങ്ങനെ നീന്തി നീന്തിത്തുടിക്കുന്നു.

അവൻ അതിനെ കടന്നു പിടിച്ചു.

“ഇന്നത്താഴത്തിന് ഒന്നാന്തരം സൂപ്പിനുള്ള വകയായി!”, സന്തോഷം കൊണ്ട് ഇമേല്യ തുള്ളി.

പക്ഷേ പെട്ടെന്ന് ആ മത്സ്യം മനുഷ്യസ്വരത്തിൽ സംസാരിക്കുവാൻ തുടങ്ങിയപ്പോൾ ഇമേല്യ എത്രമാത്രം അദ്ഭുതപ്പെട്ടു കാണുമെന്ന് ഊഹിക്കയേ നിവൃത്തിയുള്ളൂ.

"എന്നെ വിട്ടേയ്ക്കൂ ഇമേല്യ. ഒരു ദിവസം നിനക്കു ഞാൻ ഭാഗ്യ മെത്തിക്കാം."

"ഫൂ. നിന്നെക്കൊണ്ടെന്തു കിട്ടാനാണ്. ഇല്ലില്ല: ഞാൻ നിന്നെ വീട്ടിൽ കൊണ്ടുപോകും. ഏടത്ത്യമ്മമാരോട് ഒന്നാന്തരം സൂപ്പുണ്ടാക്കാൻ പറയും.

മത്സ്യം വീണ്ടും വീണ്ടും ഇമേല്യയോടു കേണപേക്ഷിച്ചു.

"എന്നെ വിട്ടേക്കൂ ഇമേല്യ. നിനക്കെന്തുവേണമെങ്കിലും ഞാൻ ചെയ്തുതതരാം."

"ശരി." "ഇമേല്യ പറഞ്ഞു. "ആദ്യം നീയെന്നെ കളിപ്പിക്കുകയല്ലെന്നു തെളിയിക്കണം."

"പറയൂ ഇമേല്യ. നിങ്ങൾക്കെന്തുവേണം?"

"ഒരു തുള്ളി വെള്ളം തുളുമ്പിപ്പോകാതെ ഈ രണ്ടു കുടങ്ങളും തനിയെ വീട്ടിലെത്തിക്കണം."

"എന്നാലങ്ങനെത്തന്നെ." "മത്സ്യം ഉത്സാഹപൂർവ്വം പറഞ്ഞു. "ഇമേല്യ നിങ്ങൾക്കെന്തുതന്നെ വേണമെങ്കിലും ഇത്രമാത്രം പറഞ്ഞാൽ മതി. "മത്സ്യത്തിന്റെ കല്പനയാണ്. ചെയ്യൂ!" "ഉടനെത്തന്നെ കാര്യം നിറവേറും."

"മത്സ്യത്തിന്റെ കല്പനയാണ്. ചെയ്യൂ!" "കുടങ്ങളേ നിങ്ങൾ തനിയെ വീട്ടിലേക്കു പോകൂ."

അപ്പോൾ എന്താണ് കണ്ടത്! കുടങ്ങൾ തിരിഞ്ഞു ഒരൊറ്റകുതിക്കു കുന്നിന്മേൽ കയറി. ഇമേല്യ മത്സ്യത്തെ ഹിമക്കുഴിയിലേക്കുതന്നെ ഇട്ടു. കുടങ്ങളെ പിന്തുടർന്നു.

പാതയുടെ ഇരുവശത്തുമുള്ളവർ ഈ അദ്ഭുതം കണ്ടമ്പരന്നു. ഇമേല്യ ഒരുൾച്ചിരിയോടെ അവരെ പിന്നിട്ടു. കുടങ്ങൾ വഴിതെറ്റാതെ ഇമേല്യയുടെ കുടിലിൽത്തന്നെ ചെന്നു നിന്നു. അവ ബെഞ്ചിന്മേൽ തന്നത്താൻ ചാടിയിരിപ്പായി. ഇമേല്യ അടുപ്പിന്മേൽ കിടപ്പും.

സമയം വളരെവേഗം കടന്നുപോയി. വീണ്ടും ജ്യേഷ്ഠത്തിമാർ അവനെ സമീപിച്ചു.

"ഇങ്ങനെ കിടന്നാലോ. ഇമേല്യ? വന്നു കുറച്ചു വിറകു കീറിത്തരൂ."

"എന്നെക്കൊണ്ടാവില്ല!" "ഇമേല്യ തീർത്തു പറഞ്ഞു.

"ഇല്ലെങ്കിൽ ഞങ്ങളെന്തു കാട്ടാൻ. നിന്റെ ചേട്ടന്മാർ സമ്മാനം തരില്ല. അത്രതന്നെ."

"മനസ്സില്ലാമനസ്സോടെയാണ് വീണ്ടും അടുപ്പിന്മേൽനിന്ന് ഇമേല്യ എഴുന്നേറ്റത്. മത്സ്യത്തെ ഓർമ്മ വന്നപ്പോൾ ഉഷാറായി. അവൻ പതുക്കെ ശ്വാസമടക്കിപ്പിടിച്ചുകൊണ്ടു പിറുപിറുത്തു.

"മത്സ്യത്തിന്റെ കല്പനയാണ് ചെയ്യൂ! പോയി കുറച്ചു വിറകു കീറി കൊടുക്കൂ. മഴു! എല്ലാം വീട്ടിന്നുള്ളിലെത്തിക്കണം."

"പെട്ടെന്നു ബെഞ്ചിന്നടിയിൽ കിടക്കുകയായിരുന്ന മഴു ചാടി മുറ്റത്തിറങ്ങി. വിറകെല്ലാം ഭംഗിയായി കീറി. എല്ലാം തനിയെ വീട്ടിനുള്ളിൽ കടന്ന് അടുപ്പിനുമുകളിൽ അടുക്കപ്പെട്ടു.

എത്രവേഗമാണ് സമയം കടന്നുപോയത്. വീണ്ടും ജ്യേഷ്ഠത്തിമാർ ഇമേല്യയെ സമീപിച്ചു.

"ഇമേല്യ, നമ്മുടെ വിറകു തീർന്നു. കാട്ടിൽപോയി കുറച്ചു വിറകു വെട്ടിക്കൊണ്ടുവരണം."

"പിന്നെ നിങ്ങളൊക്കെ എന്തിനുള്ളതാ?"

"നീയെന്താണിപ്പറയുന്നത്! ഇമേല്യ." "പെണ്ണുങ്ങൾക്കു ശുണ്ഠി വന്നു. ഞങ്ങളല്ല കാട്ടിൽ പോയി വിറകു വെട്ടിക്കൊണ്ടുവരേണ്ടത്. തീർച്ച."

"എനിക്കിപ്പോൾ മനസ്സില്ലെങ്കിലോ."

"അപ്പോൾ സമ്മാനം കിട്ടില്ല. അത്രതന്നെ."

ഇനി പോംവഴിയൊന്നുമില്ല. ഇമേല്യ അടുപ്പിനു മുകളിൽനിന്നും മെല്ലെ താഴെയിറങ്ങി. കേഫ്ടൻ കോട്ടും ബൂട്ട്സും അണിഞ്ഞു. നീണ്ട ഒരു കയറും മഴുവുമായി മുറ്റത്തിറങ്ങി. സ്ലെഡ്ജ് വണ്ടിയിൽ ചാടിക്കയറിക്കൊണ്ടു മുറവിളികൂട്ടി: "പെണ്ണുങ്ങളേ പടിവാതിൽതുറക്കിൻ!"

"വിഡ്ഢീ, ഈ സ്ലെഡ്ജ് കൊണ്ടെന്തുകാട്ടാൻ, നീ കുതിരയെ കെട്ടിട്ടില്ല!"

"എനിക്കു കുതിരയൊന്നും വേണ്ടാ" "ഇമേല്യ ഗൗരവത്തിൽ മറുപടി പറഞ്ഞു. അവർ ചിരി അമർത്തിപ്പിടിച്ചുകൊണ്ടു പടിവാതിൽ തുറന്നു കൊടുത്തു. ഇമേല്യ പതുക്കെ പിറുപിറുത്തു: "മത്സ്യത്തിന്റെ കല്പനയാണ്! സ്ലെഡ്ജ് വേഗം കാട്ടിലേക്ക് ഓടൂ."

"പെട്ടെന്ന് ജ്യേഷ്ഠത്തിമാരെ അമ്പരപ്പിച്ചുകൊണ്ടു സ്ലെഡ്ജ് ചീറിപ്പാഞ്ഞു! ഒരു പടക്കുതിരക്കുപോലും ഒപ്പമെത്താനാകാത്ത വേഗത്തിൽ.

കാട്ടിലേക്കുള്ള വഴി പട്ടണത്തിലൂടെയാണ്. മറ്റുവഴിയില്ല. വഴിക്കിടയിൽ സ്ലെഡ്ജ് വണ്ടി വളരെ ആളുകളെ അരച്ചുകളയുകയും ചെയ്തു. പട്ടണവാസികൾ മുറവിളികൂട്ടി; പിടിയെടാ! പിടിയെടാ!!"

"ഇമേല്യ ഒട്ടും കുലുങ്ങിയില്ല. സ്ലെഡ്ജിനോടു പൂർവ്വാധികം വേഗത്തിൽ ഓടാനാണ് കല്പിച്ചത്. കാട്ടിലെത്തിയപ്പോൾ വണ്ടി നിന്നു. ഇത്തവണ മഴുവിന്റെ ഊഴമാണ്.

“മത്സ്യത്തിന്റെ കല്പനയാണ് ചെയ്യൂ! കുറച്ച് ഉണങ്ങിയ കൊമ്പുകൾ വെട്ടിയിട്ടു കെട്ടൂ. കെട്ടുകൾ സ്ലെഡ്ജിൽ തന്നത്താൻ അടുക്കി വയ്ക്കണം.”

“ഉടനെ മഴു ആ കാട്ടിലുള്ള ഉണങ്ങിയ കുറേ കൊമ്പുകൾ വെട്ടിയിട്ടു. മരത്തടികൾ കീറിപ്പിളർന്നു. കെട്ടുകൾ തനിയെ ഒന്നൊന്നായി വണ്ടിയിൽ ചാടിക്കയറി. മീതെക്കുമീതെ അടങ്ങിക്കിടന്നു. ഒട്ടും വൈകാതെ കയർ, ഭദ്രമായി എല്ലാം വേണ്ടപോലെ കെട്ടി ശരിപ്പെടുത്തി. ഒടുവിൽ തനിക്കൊന്നാന്തരം വടികൂടി വെട്ടിത്തരുവാൻ ഇമേല്യ മഴുവിനോടു കല്പിച്ചു. ഇമേല്യക്കു പൊന്തിക്കാനാവാത്തത്ര ഘനമുള്ളതായിരുന്നു അത്. കെട്ടുകൾക്ക് മുകളിലായി അതും തനിയെ ചാടിക്കയറി കിടപ്പായി. അപ്പോൾ ഇമേല്യ പറഞ്ഞു:

“മത്സ്യത്തിന്റെ കല്പനയാണ് വീട്ടിലേയക്കു പറപറക്കൂ: സ്ലെഡ്ജ്!” ഇത്തവണ മിന്നൽ വേഗതയിലാണ് സ്ലെഡ്ജ് കുതികുതിച്ചത്. വളരെ വളരെ ആളുകളെ തട്ടി വീഴ്ത്തുകയും വളരെ ആളുകളെ അരച്ചുകളയുകയും ചെയ്തു. പട്ടണത്തിലൂടെത്തന്നെ വേണം മടങ്ങാൻ. പട്ടണവാസികളാകട്ടെ ഇമേല്യയുടെ തിരിച്ചുവരവു കാത്തിരിക്കുകയായിരുന്നു. അവർ അവനെ സ്ലെഡ്ജിൽനിന്നും തള്ളിയിട്ട് ശകാരമൊന്നിച്ച് അടിയും തുടങ്ങി.

തനിക്കു രക്ഷയില്ലെന്നുകണ്ട ഇമേല്യ മന്ത്രിച്ചു:

“മത്സ്യത്തിന്റെ കല്പനയാണ്! വടി. ഇവരെയെല്ലാം തച്ചോടിക്കൂ!”

പെട്ടെന്നു വടി താഴത്തേയ്ക്കു ചാടിയിറങ്ങി ഇരുവശത്തേക്കും വീശി വീശി അടിതുടങ്ങി. പട്ടണവാസികൾ ഒന്നൊഴിയാതെ എല്ലാവരും കയ്യും കാലുമൊടിഞ്ഞു കിടപ്പായി. വീട്ടിൽ തിരിച്ചെത്തിയ ഇമേല്യ പതിവുപോലെ അടുപ്പിനുമുകളിൽ കിടപ്പായി.

ഇമേല്യയുടെ ഭീകരകൃത്യങ്ങളെപ്പറ്റി സാർ തിരുമേനി കേൾക്കാനിടയായി. ഉടനെത്തന്നെ ഇമേല്യയെ കൂട്ടിക്കൊണ്ടുവരുവാൻ സാർ തിരുമേനി ഒരു ഉദ്യോഗസ്ഥനെ അയച്ചു.

അന്വേഷിച്ചറിഞ്ഞ അയാൾ ഇമേല്യയുടെ വീട്ടിൽ എത്തി. അയാൾ ചോദിച്ചു:

“നീയാണോ ആ വിഡ്ഢി ഇമേല്യ?”

“എന്നാലെന്താ?” ഇമേല്യ മറുപടി പറയാതെ മറുചോദ്യം ചോദിച്ചു:

“എങ്കിൽ വേഗം പുറപ്പെടാം. സാറിന്റെ മുമ്പിലേക്കു നിന്നെ പിടിച്ചു കൊണ്ടുപോകാനാണ് ഞാൻ വന്നിരിക്കുന്നത്.”

“ഞാനിപ്പോളില്ല.”

കോപാക്രാന്തനായ ഓഫീസർ ഇമേല്യയുടെ മുഖത്ത് ആഞ്ഞൊരടി. ഇമേല്യ തിരിച്ചടിച്ചില്ല. പകരം ഇത്രമാത്രം പിറുപിറുത്തി:

“മത്സ്യത്തിന്റെ കല്പനയാണ്! വടി, നീ ഇവനെ പൊതിരെ തല്ലി വിടൂ.”

“പെട്ടെന്ന് അവർക്കിടയിലേക്കു ആ നീണ്ട വടി ചാടിവീണു. അത് ഓഫീസറെ അടിച്ചു കൊല്ലാറാക്കി.

ഈ വിവരം കേട്ടപ്പോൾ സാറിന്റെ കോപം വിസ്മയമായി മാറി. തന്റെ ഓഫീസർക്കു ഇമേല്യ കീഴടങ്ങില്ലെന്ന് അദ്ദേഹം ചിന്തിച്ചതുപോലുമില്ലായിരുന്നു. ഇത്തവണ ഏറ്റവും ഉയർന്ന പ്രഭുവിനെയാണ് കല്പിച്ചയച്ചത്:

“ഉടനെത്തന്നെ ഇമേല്യയെ എന്റെ മുമ്പിൽ ഹാജരാക്കണം. ഇല്ലെങ്കിൽ നിങ്ങളുടെ തലവെട്ടിക്കളയും.”

ഈ പ്രഭു ബുദ്ധിയുള്ളവനായിരുന്നു. കറേ ഉണക്കമുന്തിരിങ്ങയും മധുരപലഹാരങ്ങളുമെല്ലാമെടുത്താണ് ഇദ്ദേഹം ഇമേല്യയെ തിരഞ്ഞു പോയത്. ഇമേല്യയുടെ ഗ്രാമത്തിലെ കുടിലിലെത്തിയ പ്രഭു നേരിട്ട് ഇമേല്യയെ സമീപിച്ചില്ല. ജ്യേഷ്ഠത്തിമാരോട് അദ്ദേഹം ഇമേല്യക്കെന്തൊണധികം ഇഷ്ടമെന്നൊക്കെ ചോദിച്ചു മനസ്സിലാക്കി.

“കനിവുള്ള വാക്കുകളേ അവനിഷ്ടപ്പെടൂ.” “അവർ പറഞ്ഞു. “നിങ്ങൾ മര്യാദയോടെ സ്നേഹത്തോടെ പെരുമാറുകയും ഒരു ചുകന്ന കേഫ്ടൻ കോട്ട് സമ്മാനിക്കാമെന്നേല്ക്കുകയുമാണെങ്കിൽ, നിങ്ങൾക്കു വേണ്ടി അവനെന്തും ചെയ്യും.”

ഈ പ്രഭു ഇമേല്യയുടെ അടുത്തു ചെന്നു. താൻ കൊണ്ടുചെന്ന സമ്മാനങ്ങൾ കൊടുത്തു. ഒടുവിൽ ചോദിച്ചു.

“ഇമേല്യാ നിങ്ങൾ എന്താ അടുപ്പിന്മേൽ കിടക്കുന്നത്? വരുന്നോ സാറിന്റെ കൊട്ടാരത്തിലേക്ക്.”

“ഞാനില്ല”

“നോക്കൂ ഇമേല്യ, നിനക്കു ഞാൻ ഒരൊന്നാന്തരം ചുകന്ന·കേഫ്ടൻ കോട്ട് സമ്മാനം തരാം. കൂടാതെ ചന്തമുള്ള ഒരു തൊപ്പിയും സ്യൂട്ട്സും കൂടി തരുന്നതാണ്.”

“എന്നാൽ നിങ്ങളുടെ ഇഷ്ടം നടക്കട്ടെ. ഒന്നുമാത്രം. ആദ്യം നിങ്ങൾ പോക്കൊള്ളൂ. പിന്നാലെ ഞാൻ വരാം.”

പ്രഭു സമാധാനത്തോടുകൂടി സവാരിചെയ്തുപോയി. ഇമേല്യ അടുപ്പിന്മേൽ നിന്നുമെഴുന്നേറ്റില്ല. അവൻ പറഞ്ഞു.

“മത്സ്യത്തിന്റെ കല്പനയാണ്. ചെയ്യൂ! അടുപ്പേ സാറിന്റെ കൊട്ടാരത്തിലേയ്ക്കു കുതിക്കൂ!”

പെട്ടെന്ന് ആ വീടിന്റെ മൂലകൾ പിളരാൻ തുടങ്ങി. മേൽപ്പുര ആടിയാടി ഒരു വശത്തേക്കു ചരിഞ്ഞു. ഒരു വശം ചുമർ മുഴുവൻ ഇടിഞ്ഞു വീണു. ഇതെല്ലാം തന്നത്താൻ തട്ടിമാറ്റിക്കൊണ്ടു അടുപ്പ് നിരത്തിലെത്തി. നേരെ കൊട്ടാരം ലക്ഷ്യമാക്കി അത് കുതികുതിച്ചു.

ജാലകത്തിലൂടെ നോക്കി നില്ക്കുകയായിരുന്നു സാർ. അടുപ്പിന്മേലിരുന്നുള്ള ഇമേല്യയുടെ വരവ് കണ്ടു. സാർ സ്വപ്നമാണെന്ന് ആദ്യം

തെറ്റിദ്ധരിച്ചു. കണ്ണുതിരുമ്മി നോക്കി! സ്വപ്നമല്ല? സാർചക്രവർത്തി അദ്ഭുതംകൊണ്ടു മരവിച്ചുപോയി.

"എന്താണീ കാണുന്നത്!"

"ഇമേല്യയാണ് തിരുമേനി. പുള്ളി അടുപ്പിന്മേൽ സവാരിചെയ്തു വരുകയാണ്."

"പ്രഭു പറഞ്ഞുതീർന്നില്ലാ ഇമേല്യ അടുത്തെത്തി. രാജാങ്കണത്തിൽ ഇറങ്ങിച്ചെന്ന് സാർചക്രവർത്തി ചോദിച്ചു:

"ഇമേല്യാ നിന്നെപ്പറ്റി പല ആവലാതികളും കേൾക്കുന്നല്ലൊ. ഒട്ടേറെ ആളുകളെ തട്ടിവീഴ്ത്തുകയും മറ്റുമുണ്ടായില്ലേ?"

"അവരെന്തിന് എന്റെ വഴിയിൽ വന്നുനിന്നു?" കുറ്റം തന്റേതല്ലെന്ന ഭാവത്തിൽ ഇമേല്യ തട്ടിമൂളിച്ചു.

ഇതെല്ലാം ജാലകത്തിലൂടെ ചക്രവർത്തിയുടെ സുന്ദരിയായ മകൾ നോക്കിക്കാണുന്നുണ്ടായിരുന്നു. പെട്ടെന്നു മാളികമേലുള്ള രാജകുമാരിയുടേയും അടുപ്പിന്മേലുള്ള ഇമേല്യയുടെയും കണ്ണുകളിടഞ്ഞു. അവളെ കണ്ടമാത്രയിൽ ഇമേല്യ മന്ത്രിച്ചുപോയി.

"മത്സ്യത്തിന്റെ കല്പനയാണ്! സാറിന്റെ മകൾക്ക് എന്നിൽ അതിരറ്റ സ്നേഹവുമുണ്ടാകട്ടെ!"

അവനിതുകൂടി പറഞ്ഞു. "അടുപ്പേ, വീട്ടിലേയ്ക്കു വേഗം മടങ്ങണം!"

അടുപ്പ് പെട്ടെന്നു തിരിഞ്ഞു. ഇമേല്യയുടെ വീട്ടിലേയ്ക്കു കുതിച്ചു. വീട്ടിന്നുള്ളിൽ തന്റെ പഴയ സ്ഥാനത്ത് അത് ഉറച്ചുനില്പായി.

കൊട്ടാരത്തിലാകപ്പാടെ തീപ്പിടിച്ചപോലെ ബഹളമായി. ഇമേല്യയെ ഓർത്തോർത്തു മറിയരാജകുമാരി കണ്ണീരും കരച്ചിലുമായിരിക്കുകയാണ്. ഇമേല്യയെക്കൂടാതെ ജീവിക്കുവാൻ തനിക്കാശയില്ലെന്നു അവൾ ചക്രവർത്തിയോടു തുറന്നു പറയുക കൂടിചെയ്തു. ഉടനെത്തന്നെ ഇമേല്യയെ കല്ല്യാണം കഴിച്ചുതരണമെന്ന് അവൾ കേണിരുന്നു. സാർ ചക്രവർത്തിക്കുണ്ടായ ദുഃഖം പറയാൻ വയ്യ. പക്ഷേ ദുഃഖത്തേക്കാളധികം കോപമാണുണ്ടായത്. അദ്ദേഹം തന്റെ ഏറ്റവും വിശ്വസ്ഥനായ പ്രഭുവെത്തന്നെ അടുത്തുവിളിച്ചു.

"നൊടിയിടയ്ക്കുള്ളിൽ ആ ഇമേല്യയെ ജീവനോടെയോ കൊന്നോ എത്തിക്കണം. ഇല്ലെങ്കിൽ നിങ്ങളുടെ തലവെട്ടും."

ഇത്തവണ പ്രഭു വിലപിടിച്ച വസ്തുക്കളും ഒന്നാന്തരം മുന്തിരിച്ചാറുമാണ് സമ്മാനമായെടുത്തത്. അയാൾ ഇമേല്യയെ അവന്റെ വീട്ടിൽവെച്ചുതന്നെ രാജകീയമായ വിരുന്നൂട്ടി.

മൂക്കറ്റം വേണ്ടതെല്ലാം തിന്നതിനുപുറമെ മുന്തിരിച്ചാറുകൂടി അകത്തായപ്പോൾ ഇമേല്യയുടെ തലതിരിഞ്ഞതിലദ്ഭുതമില്ല. അവൻ മയക്കത്തിലാണ്ടു. ഇതുതന്നെ തരമെന്നുകണ്ട പ്രഭു ഇമേല്യയെ വണ്ടിയിൽ കയറ്റി സാറിന്റെ കൊട്ടരത്തിലേക്കു കുതിച്ചു.

ഇരുമ്പുവലയങ്ങളാൽ ഭദ്രമാക്കിയ ഒരു വലിയ വീപ്പ സാർ ഇതിനകം തയ്യാറാക്കിവെച്ചിരുന്നു. മറിയരാജകുമാരിയേയും മയക്കത്തിലാണ്ട ഇമേല്യയേയും അതിലിട്ടടച്ച് അവർ വീപ്പ കടലിലെറിഞ്ഞുകളഞ്ഞു.

ഇമേല്യ മയക്കത്തിൽ നിന്നുണരുവാൻ വളരെയേറെ സമയം പിടിച്ചു. കൂരിരുട്ടിൽ ബന്ധനസ്ഥനായിക്കിടക്കുന്നതുകണ്ടപ്പോൾ അവൻ ആരോടൊന്നില്ലാതെ ചോദിച്ചു.

“ഞാനിപ്പോളെവിടെയാണ്?”

“ഇമേല്യ. എന്റെ ജീവനാഥാ, നമ്മുടെ കാര്യം വളരെ സങ്കടം തന്നെ; അവർ നമ്മെ ഇരുവരെയും ഒരു വീപ്പയിലിട്ടടച്ചു കടലിലെറിഞ്ഞിരിക്കയാണ്.”

“നീയാരാ?” ഇമേല്യ വിസ്മയപൂർവ്വം ചോദിച്ചു.

“മറിയരാജകുമാരി”

“മത്സ്യത്തിന്റെ കല്പനയാണ്!” വരൂ! കൊടുങ്കാറ്റേ, വരൂ. ഈ വീപ്പയെ ഏതെങ്കിലും കരയ്ക്കണയ്ക്കൂ!”

പെട്ടെന്ന് ഒരു കൊടുങ്കാറ്റുയർന്നു. കടലിൽ കോളിളകി, വീപ്പ കരയ്ക്കണഞ്ഞു. പൂഴിയിൽ കിടപ്പായി. അധികം താമസിയാതെ ഇമേല്യയും മരിയരാജകുമാരിയും പുറത്തുവന്നു.

“ഇമേല്യ, നാം എവിടെപോകും? ഒരു കുടിലെങ്കിലുമുണ്ടാക്കണം.”

മറിയാരാജകുമാരി അഭ്യർത്ഥിച്ചു.

“ഒന്നും വേണ്ട” ഇമേല്യ ആദ്യമാദ്യം പറഞ്ഞു. പക്ഷേ രാജകുമാരി വീണ്ടും വീണ്ടും കേണിരന്നപ്പോൾ ഇമേല്യക്കു വഴങ്ങേണ്ടിവന്നു.

“മത്സ്യത്തിന്റെ കല്പനയാണ്! ഒരൊന്നാന്തരം മണിമാളിക ഉണ്ടാകട്ടെ! മേൽപ്പുര മുഴുവൻ സ്വർണ്ണമായിരിക്കണം.”

“പറഞ്ഞുതീർന്നില്ല സ്വർണ്ണ മേൽപ്പുരയോടുകൂടിയ ഒരൊന്നാന്തരം കൊട്ടാരം മുമ്പിൽ പ്രത്യക്ഷപ്പെട്ടു. ചുറ്റും അതിമനോഹരമായ ഒരു പൂങ്കാവനവുമുണ്ട്. വിവിധ വർണ്ണത്തിലുള്ള പൂക്കൾ കുലകുലയായി സുഗന്ധം വീശിക്കൊണ്ട് കാറ്റിൽ നൃത്തം വെച്ചിരുന്നു. കിളികളുടെ കളകളാരവം പൂങ്കാവനത്തിന്റെ കോമളിമ പൂർത്തിയാക്കി.

ഇമേല്യയും മറിയരാജകുമാരിയും അകത്തുകടന്നു. അവരതിൽ പാർപ്പായി.

ഒരു ദിവസം പതിവുപോലെ ജാലകത്തിനടുത്തിരുന്നു അവർ സല്ലപിക്കുകയായിരുന്നു. പെട്ടെന്ന് ഇമേല്യയോട് രാജകുമാരി ചോദിച്ചുപോയി.

“ഓ, ഇമേല്യ നിങ്ങൾക്കൊരു സുന്ദരനായിക്കൂടെ?”

അതിനു മുമ്പൊരിക്കലും ഇമേല്യക്ക് ആ വിചാരം തോന്നിയിട്ടില്ല.

“മത്സ്യത്തിന്റെ കല്പനയാണ്! ഞാനൊരു പരമസുന്ദരനാകട്ടെ!”

പെട്ടെന്നു ഇമേല്യ ഒരതിസുന്ദരനായിമാറി. ഉഷസ്സിലെ നീലാകാശം പോലെ ഭൂമിയിൽ ഇത്ര സുന്ദരനായൊരുത്തൻ അതിന്നു മുമ്പോ പിമ്പോ പിറന്നിട്ടില്ല.

ഈ അവസരത്തിലാണ് സാർ തിരുമേനി ഒരു നായാട്ടിനിറങ്ങിയത്. താനിതിനു മുമ്പൊരിക്കലും കണ്ടിട്ടും കേട്ടിട്ടുമില്ലാത്ത ഒരു മണിമാളിക കണ്ടപ്പോൾ അദ്ദേഹം വിസ്മയസ്തബ്ധനായി.

"എന്റെ അനുവാദമില്ലാതെ ആർക്കാണിത് പണിയാൻ ധൈര്യം വന്നത്" "അദ്ദേഹം ചോദിച്ചു. കുറ്റവാളിയെ പിടിച്ചുകൊണ്ടുവരുവാൻ ദൂതന്മാരെ അയച്ചു.

രാജദൂതന്മാർ ഉള്ളിൽകടന്നു. ജാലകത്തിൻ കീഴിൽനിന്നുകൊണ്ട് അവരാരാണെന്ന് അന്വേഷിച്ചു. ഇമേല്യയോടാണ് ചോദിച്ചത്. അയാൾ മറുപടി പറഞ്ഞു:

"പോയി, നിങ്ങളുടെ സാറിനോടു ഇങ്ങോട്ട് എഴുന്നെള്ളാൻ പറഞ്ഞെന്നു പറയൂ. എല്ലാം എന്റെ ചുണ്ടുകളിൽ നിന്നുതന്നെ കേൾക്കട്ടെ."

"സാർ അങ്ങോട്ടു ചെല്ലാൻതന്നെ തീർച്ചയാക്കി. പടിവാതിൽക്കൽ വെച്ച് ഇമേല്യ ചക്രവർത്തിയെ സസ്നേഹം സ്വീകരിച്ചു. കൊട്ടാരത്തിൻ മുകളിലേക്കു വഴിതെളിയിച്ചു. സ്നേഹാദരങ്ങളോടെയാണ് പെരുമാറിയിരുന്നതും. തീനും കുടിയുമായി. ഇതെല്ലാം കണ്ട് സാർചക്രവർത്തി അന്ധാളിച്ചു.

"ചങ്ങാതി, നിങ്ങളാരാണെന്നു പറഞ്ഞില്ലല്ലൊ" ഒടുവിൽ ക്ഷമകെട്ടു സാർ തിരുമേനി ചോദിച്ചു.

"പണ്ടൊരിക്കൽ ഒരടുപ്പിന്മേലിരുന്നുകൊണ്ട് ഒരുവൻ അങ്ങയെ മുഖം കാണിക്കാൻ വന്നതോർമ്മയുണ്ടായിരിക്കും?" ഇമേല്യ ചോദിച്ചു: "അവനേയും സ്വന്തം മകളായ മറിയരാജകുമാരിയേയും ഒരു വീപ്പയിലിട്ടടച്ചു കടലിലൊഴുക്കിയതും അങ്ങ് മറന്നിരിക്കയില്ലെന്നു കരുതുന്നു. ആ ഇമേല്യതന്നെയാണ് ഞാൻ. ഇന്ന് വേണമെങ്കിൽ ഞൊടിയിടയ്ക്കുള്ളിൽ നിങ്ങളുടെ സാമ്രാജ്യം തവിടുപൊടിയാക്കാൻ എനിക്കു കഴിയും."

ഇത്രയൊന്നും സാർചക്രവർത്തി പ്രതീക്ഷിച്ചതല്ല. അദ്ദേഹം പേടിയാൽ വിറച്ചു. ഇമേല്യയുടെ കാൽക്കൽ വീണു മാപ്പിരന്നു.

"ഇമേല്യ, മാപ്പുതരണം." അദ്ദേഹം യാചിച്ചു. "നിങ്ങളെന്റെ മകളെ കല്യാണം കഴിച്ചോളൂ. എന്റെ സാമ്രാജ്യവും നിങ്ങൾക്കെടുക്കാം."

ഇമേല്യ മറിയരാജകുമാരിയെ വിവാഹം ചെയ്തു. അന്നുവരേയും ലോകം കണ്ടിട്ടില്ലാത്തത്ര ഗംഭീരമായിരുന്നു ആ വിവാഹാഘോഷങ്ങൾ. സദ്യയും അങ്ങനെത്തന്നെ. മരണംവരേയും അവർ സസന്തോഷം ജീവിച്ചു.

■

പോകൂ എങ്ങോട്ടേയ്ക്കെന്നെനിയ്ക്കറിയില്ല! എന്താണെന്നറിയില്ലായെ എനിക്കു കൊണ്ടുവന്നു തരൂ!

രാജ്യത്ത് ഒരു സാർ ചക്രവർത്തിയുണ്ടായിരുന്നു. ഒറ്റയാൻ, അവിവാഹിതൻ, അദ്ദേഹത്തിന്റെ സേവകരിൽ ഒരാളായിരുന്നു ആൻഡ്രി.

പതിവുപോലെ അന്നും ആൻഡ്രി വേട്ടയാടാൻ പോയതാണ്. പകൽ മുഴുവൻ കാട്ടിൽ അലഞ്ഞുനടന്നു. ഒരൊറ്റ ഇരയും മുമ്പിൽ വന്നു പെട്ടില്ല. നേരം ഇരുട്ടാൻ തുടങ്ങി. നിരാശനായി വെറും കയ്യോടെ തിരിച്ചു പോകാൻതന്നെ തീരുമാനിച്ചു. പെട്ടെന്നാണ് മരത്തിലിരിക്കുന്ന ആ പ്രാവ് കണ്ണിൽപെട്ടത്.

"അതിനെ അമ്പെയ്യാം" അയാൾ ചിന്തിച്ചു. അമ്പെയ്ത് അയാൾ പ്രാവിനെ വീഴ്ത്തി. ഒരു ചതുപ്പു നിലത്താണ് വീഴാനിടയായത്. ആൻഡ്രി അതിനെ കൈയിലെടുത്തു കഴുത്തു ഞെരിച്ചു. തന്റെ മാറാപ്പിനുള്ളിൽ ഇടാൻ ഭാവിക്കുകയായിരുന്നു. അപ്പോൾ ആ പ്രാവ് മനുഷ്യസ്വരത്തിൽ പറഞ്ഞു.

"എന്നെ കൊല്ലരുതേ വില്ലാളി ആൻഡ്രി. എന്റെ കഴുത്തു ഞെരിക്കരുതേ! എന്നെ ജീവനോടെ വീട്ടിലേയ്ക്കു കൊണ്ടുപോകൂ. അവിടെ ഒരു ജാലകത്തിന്നടുത്ത് നിർത്തണം. ഒരു കാര്യം കൂടിയുണ്ട്. ഞാൻ ഉറക്കം തൂങ്ങാൻ തുടങ്ങുമ്പോൾ വലതു കൈപ്പത്തികൊണ്ട് നിങ്ങൾ എന്നെ അടിക്കണം തീർച്ച. നിങ്ങൾക്കു മഹാഭാഗ്യം കൈവരും."

"ആൻഡ്രിക്കു കേട്ടത് ഒട്ടും വിശ്വസിക്കാനായില്ല. "എന്തൊരദ്ഭുതം!" അയാൾ ചിന്തിച്ചു. കാഴ്ചയിൽ ഒരു പക്ഷി, പക്ഷേ എന്നോടു സംസാരിക്കുന്നത് മനുഷ്യസ്വരത്തിൽ!

അയാൾ ആ പ്രാവിനെ വീട്ടിലേക്കു കൊണ്ടുപോയി. ഒരു ജാലകത്തിനടുത്ത് കുത്തി നിർത്തി; അടുത്തു കാത്തുനിന്നു.

മെല്ലെ മെല്ലെ പ്രാവ് അതിന്റെ തല ചിറകുകൾക്കിടയിൽ തിരുകി ഉറക്കമായി. തന്നോട് പ്രാവ് പറഞ്ഞേല്പിച്ച കാര്യം അയാൾ ഓർത്തു. വലതു കൈപ്പത്തികൊണ്ട് ആൻഡ്രി അതിനെ ആഞ്ഞടിച്ചു. പെട്ടെന്ന്

പ്രാവ് മറിയരാജകുമാരിയായി മാറി. ഉഷസ്സിലെ നീലാകാശംപോലെ സുന്ദരി. ഇന്നുവരെ ഭൂമിയിൽ ജനിച്ച സ്ത്രീകളിൽ വെച്ചേറ്റവും സുന്ദരി.

മറിയരാജകുമാരി ആൻഡ്രിയോടു പറഞ്ഞു. "അങ്ങ് എന്നെ പിടികൂടി. അതിനാൽ ഇനിമേൽ എന്നെ കാത്തു രക്ഷിക്കേണ്ടത് അങ്ങാണ്. എന്നെ വിവാഹം ചെയ്യുകയും സ്നേഹിക്കുകയും ചെയ്യുക. ഞാൻ അങ്ങയുടെ വിശ്വസ്തയും സ്നേഹവതിയുമായ ഭാര്യയാകും."

അങ്ങനെ വില്ലാളി ആൻഡ്രി മറിയരാജകുമാരിയെ വിവാഹം ചെയ്തു. അയാളും യുവതിയായ വധുവും അത്യധികം സന്തോഷത്തോടെ ജീവിച്ചുപോന്നു. എന്നാൽ കൊട്ടാരത്തിലെ തന്റെ ജോലിയിൽ ആൻഡ്രി ഒരു വീഴ്ചയും വരുത്തിയതുമില്ല. എന്നും പ്രഭാതം പൊട്ടി വിടരുന്നതിനു മുമ്പ് അയാൾ കാട്ടിലേയ്ക്കു പോകും. കാട്ടുപക്ഷികളെ അമ്പെയ്തു വീഴ്ത്തും. അവയെ കൊട്ടാരത്തിലെ കുശിനിയിൽ എത്തിക്കും.

അല്പകാലം പിന്നിട്ടു. ഒരു ദിവസം മറിയാരാജകുമാരി പറഞ്ഞു:

"ഒരു ദാരിദ്ര്യംപിടിച്ച ജീവിതമാണ് നാം നയിക്കുന്നത് അല്ലേ ആൻഡ്രി?

"ശരിയാണ്. എനിക്കും തോന്നാറുണ്ട്" ആൻഡ്രി പറഞ്ഞു. "ആരിൽ നിന്നെങ്കിലും അങ്ങ് നൂറു റൂബിൾ വായ്പ വാങ്ങണം. എനിക്കു അല്പം പട്ടുവസ്ത്രങ്ങൾ വാങ്ങിത്തന്നാൽ മാത്രം മതി. എനിക്കു സന്തോഷവും സംതൃപ്തിയും കൈവരും."

അങ്ങനെ ആൻഡ്രി പറഞ്ഞതുപോലെ സഹൃത്തുക്കളിൽ നിന്ന് പണം കടം വാങ്ങി. ആ പണംകൊണ്ട് മറിയാരാജകുമാരിക്കു പട്ടുവസ്ത്രങ്ങൾ വാങ്ങിക്കൊടുത്തു. അപ്പോൾ അവൾ പറഞ്ഞു.

"ഇനി നിങ്ങൾ സുഖമായൊന്നു ഉറങ്ങുക. നിശ ഉപദേശത്തിന്റെ അമ്മയാണ്."

ആൻഡ്രി ഉറക്കമായി. മറിയാരാജകുമാരിയാകട്ടെ നിലത്തിരുന്നു. ഒരു പരവതാനി നെയ്യാൻ തുടങ്ങി. രാത്രി മുഴുവൻ ഉറക്കമിളച്ച് ഒരു പരവതാനി സൃഷ്ടിച്ചു. അത്തരമൊരു പരവതാനി ഇന്നുവരെ ലോകം കണ്ടിട്ടില്ല. ആ രാജ്യത്തെയൊട്ടാകെ അതിൽ ചിത്രീകരിച്ചിട്ടുണ്ട്. ഗ്രാമങ്ങൾ, നഗരങ്ങൾ, വയലുകൾ, ആകാശത്തിലെ പറവകൾ, കാടുകളിലെ മൃഗങ്ങൾ, കടലിന്നുള്ളിലെ മത്സ്യങ്ങൾ, പ്രകാശം ചൊരിയുന്ന സൂര്യനെയും ചന്ദ്രനെയും അതിൽ ചിത്രീകരിച്ചിരിക്കുന്നു.

രാവിലെ ആ പരവതാനി ഭർത്താവിനു നൽകിക്കൊണ്ടു മറിയാരാജകുമാരി പറഞ്ഞു.

"ഇത് റൌ നഗരത്തിൽ കൊണ്ടുപോയി കച്ചവടക്കാർക്കു വിൽക്കണം. ഒരു കാര്യം പ്രത്യേകം ഓർക്കുക. ഒരിക്കലും ഇതിന്റെ വില നിങ്ങൾ പറയരുത് അവർ തരുന്നതെന്തോ അത് വാങ്ങിയാൽ മതി."

ആൻഡ്രി പരവതാനി കയ്യിലെടുത്തു ചുമലിൽവെച്ചു റൌ നഗരത്തിലെ കച്ചവടക്കാരുടെ അടുത്തേയ്ക്കു യാത്രയായി.

ഒരു കച്ചവടക്കാരൻ അയാളുടെ അടുത്തേക്കു ഓടിവന്നു പറഞ്ഞു.

"നല്ലവനായ മനുഷ്യാ ഇതിന്നു ഞാനെന്തു തരണം?"

"നിങ്ങൾതന്നെ വില പറഞ്ഞോളൂ."

കച്ചവടക്കാരൻ ചിന്തയിലാണ്ടു. എത്ര ചിന്തിച്ചിട്ടും അയാൾക്ക് അതിന്റെ വില കണക്കാക്കാനായില്ല. അപ്പോൾ മറ്റൊരു കച്ചവടക്കാരൻ അടുത്തുവന്നു. അയാൾക്കു പിന്നാലെ മറ്റൊരാൾ. പിന്നെയും പിന്നെയും ആളുകൾ വന്നുകൊണ്ടിരുന്നു. നിമിഷം കൊണ്ട് അവിടെ ഒരു വലിയ ആൾക്കൂട്ടം ഉണ്ടായി. ബഹളവും, എല്ലാവരും ആ പരവതാനിയെത്തന്നെ തുറിച്ചുനോക്കി നില്പായി. പക്ഷേ ആർക്കും അതിന്റെ വില നിശ്ചയിക്കാനാകുന്നില്ല.

അപ്പോഴാണ് സാർ ചക്രവർത്തിയുടെ ഉപദേഷ്ടാവ് ആ വഴി വരാനിടയായത്. ആൾക്കൂട്ടത്തെ കണ്ട് അയാൾ തന്റെ വണ്ടി നിർത്തി താഴെ ഇറങ്ങി. ആൾക്കൂട്ടത്തിനിടയിലൂടെ തിക്കിത്തിരക്കി കടന്നുചെന്ന് അയാൾ ചോദിച്ചു:

"വർത്തകരേ വന്ദനം; എന്താ ഇവിടെ ഒരു ബഹളം?

"പ്രഭോ, ഞങ്ങൾക്കീ പരവതാനിയുടെ വില നിശ്ചയിക്കാനാകുന്നില്ല!" അവർ ഒന്നായി പറഞ്ഞു.

സാർ ചക്രവർത്തിയുടെ ഉപദേഷ്ടാവ് ആ പരവതാനി പരിശോധിച്ചു. അയാൾ അന്തംവിട്ടുപോയി.

"വില്ലാളി ആൻഡ്രീ, എന്നോടു സത്യം പറയണം. നിനക്കെവിടുന്നാണ് ഈ അദ്ഭുത പരവതാനി കിട്ടിയത്? അയാൾ ചോദിച്ചു.

"ഇതെന്റെ ഭാര്യ നെയ്തുണ്ടാക്കിയതാണ് പ്രഭോ." ആൻഡ്രി പറഞ്ഞു.

"നിനക്കിതിന് എന്തു വില തരണം?"

"എനിക്കറിയില്ല പ്രഭോ. എന്റെ ഭാര്യ പറഞ്ഞത്, കച്ചവടക്കാർ എന്തു വിലതരുന്നോ അതു വാങ്ങിയാൽ മതിയെന്നാണ്?

"വില്ലാളി ആൻഡ്രീ. ഇതാ പിടിച്ചോ പതിനായിരം റൂബിൾ."

ആൻഡ്രി ആ പണം വാങ്ങി വീട്ടിലേക്കു മടങ്ങി. സാർ ചക്രവർത്തിയുടെ ഉപദേഷ്ടാവാകട്ടെ നേരെ പോയത് കൊട്ടാരത്തിലേക്കാണ്. ആ പരവതാനി ചക്രവർത്തിക്കു കാണിച്ചുകൊടുത്തു.

ചക്രവർത്തി ഒന്നും മിണ്ടാതെ അതിനെത്തന്നെ തുറിച്ചു നോക്കി ഇരുപ്പായി. തന്റെ കൺമുമ്പിൽ തന്റെ സാമ്രാജ്യം വിടർന്നു നില്ക്കുന്നു. അതിന്റെ അവർണ്ണനീയമായ ഭംഗികണ്ട് സാർ ചക്രവർത്തിക്കു ശ്വാസം മുട്ടി!

"നിനക്കിഷ്ടമുള്ള വില പറഞ്ഞോളൂ. ഞാനിതു നിനക്കു തിരിച്ചു തരില്ല." സാർ ചക്രവർത്തി പറഞ്ഞു. ഇരുപതിനായിരം റൂബിൾ സാർ

ചക്രവർത്തി ഉപദേഷ്ടാവിനെ പിടിപ്പിച്ചു. അയാൾ അത് സ്വീകരിക്കുമ്പോൾ ചിന്തിച്ചു:

"സാരമില്ല. ഇതിലും നല്ലതൊന്നിന് ഞാൻ ഓർഡർ ചെയ്യും."

അയാൾ വീണ്ടും തന്റെ വണ്ടിയിൽ കയറി പട്ടണത്തിന് വെളിയിലുള്ള വില്ലാളി ആൻഡ്രി താമസിച്ചിരുന്ന കുടിലിലേയ്ക്കു ചെന്നു. വാതിലിൽ മുട്ടി. മറിയാരാജകുമാരിയാണ് വാതിൽ തുറന്നത്. സാർ ചക്രവർത്തിയുടെ ഉപദേഷ്ടാവ് ഒരു കാലെടുത്ത് ഉമ്മറപ്പടിയിൽ വെച്ചു. പക്ഷേ മറ്റേകാൽ വേരൊടിയപോലെ വലിച്ചെടുക്കാനാകാതെ നില്പായി. അയാളുടെ നാവിറങ്ങിപ്പോയി. വന്ന കാര്യംപോലും അയാൾ മറന്നുപോയി എന്നു പറഞ്ഞാൽ മതിയല്ലോ. തന്റെ മുമ്പിൽ നില്ക്കുന്ന ഭൂലോക സുന്ദരിയെക്കണ്ട് അയാൾ വിസ്മയസ്തബ്ധനായി.

അയാൾ എന്തെങ്കിലും പറയുന്നതിന്നുവേണ്ടി മറിയാരാജകുമാരി അല്പനേരം കാത്തുനിന്നു. ഒരൊറ്റ അക്ഷരവും മിണ്ടുന്നില്ലെന്നു കണ്ടപ്പോൾ അവൾ വാതിൽ കൊട്ടിയടച്ചു. സമനില വീണ്ടെടുക്കാൻ അല്പം സമയമെടുത്തു. ഉപദേഷ്ടാവ് വീട്ടിലേക്കു തിരിച്ചുപോയി. പക്ഷേ അന്നുതൊട്ട് അയാൾക്കു ഒന്നും തിന്നാനോ കുടിക്കാനോ സാധിച്ചില്ല. എപ്പോഴും ചിന്തതന്നെ. ചിന്ത വില്ലാളി ആൻഡ്രിയുടെ ഭാര്യയെപ്പറ്റി മാത്രമായി.

തന്റെ ഉപദേഷ്ടാവിന് കാര്യമായി എന്തോ പറ്റിയിട്ടുണ്ടെന്ന് സാർ ചക്രവർത്തി മനസ്സിലാക്കി. എന്താണ് സംഭവിച്ചതെന്ന് അദ്ദേഹം ചോദിച്ചു.

"ഓ, പ്രഭോ, ഞാൻ നമ്മുടെ വില്ലാളി ആൻഡ്രിയുടെ ഭാര്യയെ ഒരു നോക്കു കാണാനിടയായി. എന്റെ മനസ്സിൽ നിന്ന് അവൾ മായുന്നില്ല. അവളെന്നെ അത്യധികം വശീകരിച്ചിരിക്കുന്നു. അവൾ സൃഷ്ടിച്ച മാന്ത്രികവലയം ഭേദിക്കാൻ എനിക്കു സാധിക്കുന്നില്ല.

അപ്പോൾ തനിക്കും വില്ലാളി ആൻഡ്രിയുടെ ഭാര്യയെ ഒരു നോക്കു കാണാൻ തടുക്കാനാവാത്ത ഒരു ആഗ്രഹം ചക്രവർത്തിക്കും ഉണ്ടായി. ഒരു സാധാരണക്കാരന്റെ വേഷം ധരിച്ചുകൊണ്ട് പട്ടണത്തിനു വെളിയിലുള്ള ആൻഡ്രിയുടെ കുടിൽ അന്വേഷിച്ചു പോയി. കുടിൽ കണ്ടുപിടിച്ചു. അദ്ദേഹം വാതിൽക്കൽ മുട്ടി. മറിയാരാജകുമാരി തന്നെയാണ് വാതിൽ തുറന്നത്. ചക്രവർത്തി ഒരു കാൽ വാതിൽപ്പടിയിൽ വെച്ചു. മറ്റേകാൽ മണ്ണിൽ വേരോടിയാലെന്നപോലെ അവിടെത്തന്നെ ഉറച്ചുനിന്നു. ഒന്നും മിണ്ടാനാകാതെ തന്റെ മുമ്പിലുള്ള സ്വർഗ്ഗീയസൗന്ദര്യത്തെ തറപ്പിച്ചു നോക്കിനില്പായി സാർ ചക്രവർത്തി.

സാർ ചക്രവർത്തി സംസാരിക്കുന്നതിനുവേണ്ടി മറിയാരാജകുമാരി അല്പനേരം കാത്തുനിന്നു. ഒരക്ഷരവും മിണ്ടുന്നില്ലെന്നു കണ്ടപ്പോൾ ചക്രവർത്തിക്കെതിരെ മറിയാരാജകുമാരി വാതിൽ കൊട്ടിയടച്ചു.

സാർ ചക്രവർത്തി ഇളിഭ്യനായി കൊട്ടാരത്തിലേക്കു തിരിച്ചു പോകുന്നതിന്നിടയിൽ അദ്ദേഹം ചിന്തിച്ചു.

"ഞാനെന്തിന് ഏകാകിയായി ജീവിക്കുന്നു. ഇവിടെ അതിസുന്ദരിയായ ഒരു വധു ഇരിക്കുന്നു. അവൾ വില്ലാളി ആൻഡ്രിയുടെയല്ല സാർ ചക്രവർത്തിയായ എന്റെ റാണിയായിട്ടിരിക്കേണ്ടവളാണവൾ."

കൊട്ടാരത്തിൽ തിരിച്ചെത്തിയപ്പോൾ ചക്രവർത്തിയുടെ മനസ്സിൽ ഒരു കുടില ചിന്തയുയർന്നു. ജീവിച്ചിരിക്കുന്ന ഭർത്താവിൽ നിന്ന് ഭാര്യയെ കവർന്നെടുക്കുക തന്നെ. അദ്ദേഹം തന്റെ ഉപദേഷ്ടാവിനെ വിളിപ്പിച്ചു പറഞ്ഞു.

"വില്ലാളി ആൻഡ്രിയെ അകറ്റിക്കളയാനുള്ള ഒരു വഴി കണ്ടെത്തണം. ഞാൻ അയാളുടെ ഭാര്യയെ കല്യാണം കഴിക്കാൻ ആഗ്രഹിക്കുന്നു. ഇക്കാര്യത്തിൽ നിങ്ങളെന്നെ സഹായിക്കുന്ന പക്ഷം ഞാൻ നിങ്ങൾക്ക് ഒട്ടേറെ പട്ടണങ്ങളും, ഗ്രാമങ്ങളും, സ്വർണ്ണവും സമ്മാനിക്കാം. സഹായിച്ചില്ലെങ്കിൽ ഞാൻ നിങ്ങളുടെ തല വെട്ടിക്കളയും തീർച്ച.

സാർ ചക്രവർത്തിയുടെ ഉപദേഷ്ടാവ് വല്ലാത്ത ഒരു കുരുക്കിലാണ് പെട്ടത്. വില്ലാളി ആൻഡ്രിയെ നാട്ടിൽ നിന്നകറ്റാൻ ഒരു വഴിയും കണ്ടെത്താനായില്ല. അതിനാൽ തന്റെ ദുഃഖത്തെ മുന്തിരിച്ചാറിൽ മുക്കിക്കൊല്ലാൻ ഒരു സത്രത്തിലേക്കു കടന്നുചെന്നു.

കൂടെക്കൂടെ ആ സത്രത്തിൽ വന്നു ചുറ്റിക്കറങ്ങാറുള്ള കീറിപ്പറിഞ്ഞ കേഫ്ടൻ കോട്ടണിഞ്ഞ ഒരു ഇരപ്പാളി അദ്ദേഹത്തെ സമീപിച്ചു.

"സാറേ അങ്ങയെ ഒരു വല്ലാത്ത പ്രശ്നം അലട്ടുന്നുണ്ട് എന്താണത്?"

"കടന്നു പോടാ, ഇരപ്പാളി," ഉപദേഷ്ടാവ് പൊട്ടിത്തെറിച്ചു.

"എന്നെ ആട്ടി അകറ്റുന്നതിനുപകരം എനിക്കൊന്നു മോന്താൻ വാങ്ങിത്തരൂ. പ്രശ്നങ്ങൾ പരിഹരിക്കാനുള്ള ഒരു വഴി ഞാൻ കണ്ടെത്തിത്തരാം."

സാർ ചക്രവർത്തിയുടെ ഉപദേഷ്ടാവ് അയാൾക്ക് ഒരു കോപ്പ മുന്തിരിച്ചാറ് നൽകിക്കൊണ്ട് തന്നെ അലട്ടുന്ന പ്രശ്നം അവതരിപ്പിച്ചു.

"ആ വില്ലാളി ആൻഡ്രി ഒരു പച്ചപ്പാവമാണ്." എരപ്പാളി പറഞ്ഞു. "അയാളുടെ ഭാര്യ ഇത്ര സാമർത്ഥ്യക്കാരിയല്ലാതിരുന്നെങ്കിൽ അവനെ ആട്ടിയകറ്റുക എളുപ്പമായിരുന്നു. അവളെ ചിന്താക്കുഴപ്പത്തിലാഴ്ത്തുന്ന എന്തെങ്കിലുമൊന്ന് നമുക്ക് ചിന്തിച്ചെടുക്കണം. തിരിച്ചുപോയി സാർ ചക്രവർത്തിയോടു പറയുക. ആൻഡ്രിയോടു പരലോകത്തുപോയി തന്റെ പിതാവിന്റെ സുഖവിവരങ്ങൾ അന്വേഷിച്ചുവരാൻ കല്പിക്കാൻ. വില്ലാളി ആൻഡ്രിക്കു പോകാതെ പറ്റില്ല. പിന്നെ ഒരിക്കലും അവൻ തിരിച്ചു വരില്ല."

ആ ഇരപ്പാളിയോടു സാർ ചക്രവർത്തിയുടെ ഉപദേഷ്ടാവ് നന്ദി പറഞ്ഞു. സാർ ചക്രവർത്തിയുടെ അടുത്തേയക്കു കുതികുതിച്ചു.

"വില്ലാളി ആൻഡ്രിയെ ആട്ടിയകറ്റാനുള്ള ഒരു വഴി ഞാൻ കണ്ടെത്തി." അയാൾ ചക്രവർത്തിയോടു പറഞ്ഞു. ചക്രവർത്തി എന്താണ് ചെയ്യേണ്ട തെന്ന് വിവരിച്ചു പറഞ്ഞു. സാർ ചക്രവർത്തിക്ക് അത്യധികം സന്തോഷ മായി. ചക്രവർത്തി വില്ലാളി ആൻഡ്രിയെ വിളിച്ചുവരുത്തി പറഞ്ഞു.

"ആൻഡ്രീ, നീ എന്നെ ഇക്കാലമത്രയും അങ്ങേയറ്റം വിശ്വസ്ത തയോടെ സേവിച്ചു. പക്ഷേ എനിക്കുവേണ്ടി നീ ഒരു കാര്യം കൂടി ചെയ്യണം. നീ ഉടനെ പരലോകത്തു പോകണം. എന്റെ അച്ഛൻ അവിടെ എന്തു ചെയ്യുന്നു എന്നറിഞ്ഞു വരണം. ഇല്ലെങ്കിൽ ഞാൻ നിന്റെ തല അറുത്തുകളയും."

ആൻഡ്രി വീട്ടിലേക്കു തിരിച്ചുപോയി. അത്യധികം ദുഃഖിതനായി ഒരു ബെഞ്ചിൽ ഇരിപ്പായി.

"ആൻഡ്രി എന്താ ഇത്ര ദുഃഖിക്കാൻ?" രാജകുമാരി സ്നേഹപൂർവ്വം തിരക്കി. എല്ലാം കേട്ടപ്പോൾ മറിയരാജകുമാരി പറഞ്ഞു. "ഒരു കുഴയ്ക്കുന്ന പ്രശ്നം തന്നെ. ഇതിലും വലിയ ഒരു പ്രശ്നം വരാനിരി ക്കുന്നു. പോയി കിടന്നുറങ്ങുക. നിശ ഉപദേശത്തിന്റെ അമ്മയാണ്."

പിറ്റേന്ന് അതിരാവിലെ മറിയാരാജകുമാരി ആൻഡ്രിയെ തട്ടി യുണർത്തി. ഒരു സഞ്ചി നിറയെ ബിസ്ക്കറ്റും ഒരു സ്വർണ്ണമോതിരവും കൊടുത്തുകൊണ്ടു പറഞ്ഞു.

"സാർ ചക്രവർത്തിയുടെ അടുത്തേക്ക് ധൈര്യപൂർവ്വം പോകുക. പരലോകത്തേക്കു യഥാർത്ഥത്തിൽ നിങ്ങൾ പോയിട്ടുണ്ടെന്നു ബോദ്ധ്യ പ്പെടുത്താൻ ചക്രവർത്തിയുടെ ഉപദേഷ്ടാവിനെ കൂടെ അയക്കണമെന്നു നിർബന്ധിക്കണം. കൂട്ടാളിയുമൊത്ത് യാത്ര പുറപ്പെടാനാകുമ്പോൾ നിങ്ങൾ ഈ മോതിരം മുമ്പിൽ ഇടണം ഇത് നിങ്ങൾക്ക് വഴി കാണിച്ചു തരും."

ആൻഡ്രി ബിസ്ക്കറ്റു സഞ്ചിയും മോതിരവും വാങ്ങി. തന്റെ ഭാര്യ യോടു യാത്ര പറഞ്ഞു കൊട്ടാരത്തിലേക്കു പോയി. സാർചക്രവർത്തി യോടു പരലോകത്തേയ്ക്കു പോകുന്ന തന്റെ കൂടെ ആ ഉപദേഷ്ടാവി നെയും അയക്കണമെന്നു നിർബന്ധിച്ചു.

നടന്നു നടന്നു ക്ഷീണിച്ചവശരാകുമ്പോൾ അവർ ഒരിടത്തിരുന്നു ബിസ്ക്കറ്റുകൾ തിന്നും അല്പം വിശ്രമിച്ചും വീണ്ടും യാത്ര തുടരും. ഒടുവിൽ ഒരു കൊടുംകാട്ടിലാണ് അവർ എത്തിച്ചേർന്നത്. അവർ അത്യ ഗാധമായ ഒരു താഴ്വരയിലേക്ക് ഇറങ്ങിച്ചെന്നു. അവിടെ ഒരിടത്തെ ത്തിയപ്പോൾ ഉരുണ്ടുനീങ്ങിക്കൊണ്ടിരുന്ന മോതിരം നിശ്ചലമായി.

ആൻഡ്രിയും സാർചക്രവർത്തിയുടെ ഉപദേഷ്ടാവും ഒരിടത്തിരുന്നു ബിസ്ക്കറ്റുകൾ തിന്നുകയായിരുന്നു. അപ്പോൾ അവർ ആരെയാണ് മുമ്പിൽ കാണുന്നത്? ആടിവിറച്ചുകൊണ്ട് പഴയ സാർചക്രവർത്തി ഭാരം നിറച്ച ഒരു വിറകുവണ്ടി വലിച്ചുകൊണ്ടുവരുന്നു! അദ്ദേഹത്തെ ചെറു ഗദകൾ കൈയ്യിലേന്തിയ രണ്ടു ചെകുത്താന്മാർ ഇടതും വലതും

ഭാഗങ്ങളിൽ നിന്നുകൊണ്ട് ആട്ടിത്തെളിക്കുന്നു. അവർ അടുത്തടുത്തു വരുന്നു.

"നോക്ക്" ആൻഡ്രി പറഞ്ഞു, "അത് നമ്മുടെ സാർചക്രവർത്തിയുടെ അച്ഛൻ ചക്രവർത്തിയല്ലേ?"

"അതെ അതെ," ഉപദേഷ്ടാവ് പറഞ്ഞു. "ഹേ മാന്യരേ" ആൻഡ്രി ആ ചെകുത്താന്മാരോടു പിളിച്ചു പറഞ്ഞു. ആ മരിച്ച മനുഷ്യനെ ഒരു നിമിഷം വിട്ടുതരാമോ? അദ്ദേഹത്തോട് ഒരു വാക്ക് സംസാരിക്കാൻ സമ്മതിക്കണം.

"ഞങ്ങൾക്കു കാത്തുനിൽക്കാൻ സമയമുണ്ടെന്നാണോ നിങ്ങളുടെ വിചാരം?" ചെകുത്താന്മാർ പറഞ്ഞു, "ഈ വിറകുവണ്ടി ഞങ്ങൾ തന്നെ തനിച്ചുവലിച്ചു കൊണ്ടുപോകുമെന്നു നിങ്ങൾ കരുതുന്നോ?"

"അദ്ദേഹത്തിന്റെ സ്ഥാനത്ത് വണ്ടി വലിക്കാൻ ഒരാളെ പകരം തരാം." ആൻഡ്രി പറഞ്ഞു. ചെകുത്താന്മാർ അതിനു സമ്മതിച്ചു. അവർ വൃദ്ധനായ സാർചക്രവർത്തിയെ വണ്ടിയിൽനിന്ന് അഴിച്ചുവിട്ടു. പകരം ഉപദേഷ്ടാവിനെ പൂട്ടി ചെറുഗദകൾ കൊണ്ട് അടിച്ച് അവർ ഉപദേഷ്ടാവിനെക്കൊണ്ടു വിറകുവണ്ടി വലിപ്പിച്ചു നീങ്ങി. അടിയേറ്റു വല്ലാതെ പാടുപെട്ടു കുനിഞ്ഞു കൊണ്ടാണ് ഉപദേഷ്ടാവ് വണ്ടി വലിച്ചു നീങ്ങിയത്.

ആൻഡ്രി വൃദ്ധനായ സാർ ചക്രവർത്തിയോട് സുഖവിവരങ്ങൾ അന്വേഷിച്ചു.

"ഓ വില്ലാളി ആൻഡ്രീ" സാർ പറഞ്ഞു, "ഈ ലോകത്ത് എന്റെ ജീവിതം ദുരിതം നിറഞ്ഞതാണ്. എന്റെ മകനോട് എപ്പോഴും എന്റെ കാര്യങ്ങൾ ഓർക്കാൻ പറയുക. ജനങ്ങളെ ദ്രോഹിക്കരുതെന്നു പറയുക അല്ലെങ്കിൽ ഇവിടെ എത്തുമ്പോൾ അവനും ദുരിതങ്ങൾ അനുഭവിക്കേണ്ടി വരും."

അവരുടെ സംഭാഷണം അവസാനിക്കാറായപ്പോൾ കാലിവണ്ടി വലിച്ചുകൊണ്ട് ചെകുത്താന്മാരുടെ അകമ്പടിയോടെ ഉപദേഷ്ടാവ് തിരിച്ചുവന്നു. വൃദ്ധനായ സാർ ചക്രവർത്തിയോട് യാത്ര പറഞ്ഞ് ഉപദേഷ്ടാവും ആൻഡ്രിയും നാട്ടിലേയ്ക്കു തിരിച്ചു യാത്രയായി.

ഒടുവിൽ അവർ നാട്ടിലെത്തി കൊട്ടാരത്തിൽ ചെന്നു. ആൻഡ്രി തിരിച്ചുവന്നു കണ്ടപ്പോൾ സാർ ചക്രവർത്തിക്കു കലികയറി.

"തിരിച്ചു വരാൻ നിനക്കെങ്ങനെ ധൈര്യം വന്നു?" അദ്ദേഹം ആർത്ത ട്ടഹസിച്ചു.

പരലോകത്തുവെച്ച് അങ്ങയുടെ തീപ്പെട്ട അച്ഛൻ ചക്രവർത്തിയെ കണ്ടു. അങ്ങോർക്ക് അവിടെ മഹാകഷ്ടമാണ്. അങ്ങയോട് സ്നേഹാ ന്വേഷണങ്ങൾ പറയാൻ പറഞ്ഞു. ഒരു കാര്യം അങ്ങയോട് പ്രത്യേകം പറയാനേല്പിച്ചിട്ടുണ്ട്. തന്നെപ്പോലെ പരലോകത്തു കഷ്ടപ്പെടാതിരി ക്കണമെങ്കിൽ ജനങ്ങളെ ഒട്ടും ദ്രോഹിക്കരുത്.

"നീ പരലോകത്തു പോയിട്ടുണ്ടെന്നതിന്നും എന്റെ അച്ഛനെ കണ്ടു സംസാരിച്ചിട്ടുണ്ടെന്നുള്ളതിനും എന്താ തെളിവ്?

"അങ്ങയുടെ ഉപദേഷ്ടാവിന്റെ പുറത്ത് ചെകുത്താന്മാർ ചെറുഗദകൾ കൊണ്ടടിച്ചതിന്റെ അടയാളങ്ങൾ തന്നെ എന്റെ തെളിവ്."

ആ തെളിവുകൾ ചക്രവർത്തിക്കു സ്വീകരിക്കേണ്ടിവന്നു. അദ്ദേഹം വില്ലാളി ആൻഡ്രിയെ പോകാനനുവദിച്ചു. ഇനി എന്തു ചെയ്യാൻ? അദ്ദേഹം തന്റെ ഉപദേഷ്ടാവിനോടു പറഞ്ഞു:

"ആൻഡ്രിയെ നാട്ടിൽനിന്ന് എന്നെന്നേക്കും അകറ്റാൻ ഉടനെ ഒരു മാർഗ്ഗം കണ്ടെത്തണം. ഇല്ലെങ്കിൽ ഞാൻ നിന്റെ തല അറുത്തു വീഴ്ത്തും."

ഉപദേഷ്ടാവ് വീണ്ടും കുഴപ്പത്തിലായി. വീണ്ടും അയാൾ സത്രത്തിലെത്തി. ഒരു മേശയ്ക്കരികിലിരുന്നുകൊണ്ട് മുന്തിരിച്ചാറിന് ഓർഡർ നൽകി. അതേ നിമിഷംതന്നെ ആ പഴയ എരപ്പാളിയും അയാളുടെ അടുത്തുവന്നു. "ഇങ്ങനെ വിഷമിച്ചിരിക്കാൻ എന്തു സംഭവിച്ചു സാറേ? എനിക്കു ഒന്നുമോന്താൻ വാങ്ങിത്തരൂ. പരിഹാരം ഞാൻ ഉപദേശിച്ചു തരാം."

ഉപദേഷ്ടാവ് അയാൾക്ക് ഒരു കപ്പ് മുന്തിരിച്ചാർ നൽകി. തന്റെ പ്രശ്നം അവതരിപ്പിക്കുകയും ചെയ്തു.

"അങ്ങ് ദുഃഖിക്കേണ്ട," ആ എരപ്പാളി സമാധാനിപ്പിച്ചു. "വേഗം പോയി സാർ ചക്രവർത്തിയോടു പറയൂ. ആൻഡ്രിയെ വിളിച്ചുവരുത്തി ചിന്തിക്കാൻപോലും വിഷമമുള്ള ഇക്കാര്യം ഒറ്റയ്ക്കു ചെയ്യാൻ നിർബന്ധിക്കണം. മൂ-ഒമ്പതു നാടും കടന്നു മൂ-പത്താമത്തെ നാട്ടിൽചെന്ന് മൂളിപ്പാട്ടുപാടുന്ന പൂച്ചയെ പിടിച്ചുകൊണ്ടുവരാൻ ആൻഡ്രിയോടു കല്പിക്കാൻ ആവശ്യപ്പെടുക."

ഉപദേഷ്ടാവ് സാർചക്രവർത്തിയുടെ അടുത്തേക്ക് കുതിച്ചു ചെന്നു. ആൻഡ്രിയെ എന്നെന്നേയ്ക്കുമായി ആട്ടിയകറ്റാനുള്ള വഴി നിർദ്ദേശിച്ചു. ഉടനെത്തന്നെ ചക്രവർത്തി വില്ലാളി ആൻഡ്രിയെ വിളിച്ചുവരുത്തി.

"ശരിതന്നെ ആൻഡ്രി നീ എനിക്കുവേണ്ടി വലിയൊരു കാര്യമാണ് ചെയ്തത്. ഒരു കാര്യംകൂടി എനിക്കുവേണ്ടി ചെയ്യണം. മൂ-ഒമ്പതു നാടുകൾ കടന്നു മൂ-പത്താമത്തെ നാട്ടിൽചെന്നു അവിടെയുള്ള ആ മൂളിപ്പാട്ടു പാടുന്ന ആ പൂച്ചയെ എനിക്കു പിടിച്ചുകൊണ്ടുവന്നു തരണം. ഇല്ലെങ്കിൽ ഞാനെന്റെ വാളിനാൽ നിന്റെ തല അറുത്തു വീഴ്ത്തും."

ദുഃഖിതനായ ആൻഡ്രി തലയും താഴ്ത്തിക്കൊണ്ട് വീട്ടിലേക്കു മടങ്ങി. ഭാര്യയോടു വിവരങ്ങൾ പറഞ്ഞു.

"ദുഃഖിക്കാൻ കണ്ട ഒരു കാര്യം." മറിയാരാജകുമാരി തമാശരൂപത്തിൽ പറഞ്ഞു.

"ഇത് വിഷമം പിടിച്ച കാര്യംതന്നെ. പക്ഷേ ശരിക്കും കുഴപ്പത്തിലാക്കുന്ന പ്രശ്നം ഇനി വരാനിരിക്കുന്നതേയുള്ളൂ." നിങ്ങൾ പോയി സുഖമായി ഉറങ്ങുക. രാത്രി ഉപദേശത്തിന്റെ അമ്മയാണ്.

ആൻഡ്രി ഉറക്കമായി. മറിയാരാജകുമാരി കരുവാന്റെ ആലയിൽ ചെന്നു ഉരുക്കിന്റേയും ചെമ്പിന്റേയും ടിന്നിന്റേയും മൂന്നു ദണ്ഡുകളും മൂന്നു ഇരുമ്പുതൊപ്പികളും രണ്ടു ഇരുമ്പു കൊടിലുകളും ഉണ്ടാക്കിപ്പിച്ചു.

പിറ്റേന്ന് നേരം വെളുത്തപ്പോൾ മറിയാരാജകുമാരി ആൻഡ്രിയെ കുലുക്കി ഉണർത്തി.

"ഇതാ മൂന്നു ഉരുക്കുതൊപ്പികൾ, ഒരു ജോഡി കൊടിലുകൾ, മൂന്നു ദണ്ഡുകളും മൂ-ഒമ്പതാമത്തെ നാടും കടന്നു മൂ-പത്താമത്തെ രാജ്യത്തിലേക്കു പോകുക. മൂന്നു നാഴിക അടുത്തെത്തുമ്പോൾ നിങ്ങൾക്ക് കലശലായ ഉറക്കം വരും. അത് ആ മൂളിപ്പാട്ടുപാടുന്ന പൂച്ചയുടെ മാന്ത്രികശക്തി നിങ്ങളിൽ പ്രയോഗിക്കുന്നതിനാലാണ്. ഉറങ്ങാതിരിക്കാൻ പ്രത്യേകം ശ്രദ്ധിക്കണം. കൈകൾകൊണ്ട് മുഷ്ടി ചുരുട്ടണം, കാലുകൾ വലിച്ചിഴക്കണം. ആവശ്യമാണെങ്കിൽ നിലത്തുകിടന്നുരുളണം. ഉറങ്ങിപ്പോയാൽ ആ പൂച്ച നിങ്ങളെ കൊന്നുകളയും.

എന്തു ചെയ്യണമെന്നും അതെങ്ങനെ ചെയ്യാനാകുമെന്നും മറിയാരാജകുമാരി വിശദമായി പറഞ്ഞുകൊടുത്തു. വിജയകരമായി ദൗത്യം നിർവ്വഹിക്കാൻ ആശംസകളർപ്പിച്ചുകൊണ്ട് അവൾ ഭർത്താവിനെ യാത്രയാക്കി.

പറയുമ്പോൾ കഥ ചെറുതാണ്. പക്ഷേ കാര്യം ദുർഘടം പിടിച്ചതും നീണ്ടതുമാണ്. ഒടുവിൽ വില്ലാളി ആൻഡ്രി മൂ-പത്താമത്തെ രാജ്യത്തിലെത്തിച്ചേർന്നു. മൂന്നു നാഴിക അടുത്തെത്താറായപ്പോൾ കലശലായി ഉറക്കം വരാൻ തുടങ്ങി. ആ മൂന്നു ഉരുക്കു തൊപ്പികളെടുത്തു തലയിലണിഞ്ഞു. കൈകൾകൊണ്ടു മുഷ്ടിചുരുട്ടി, കാലുകൾ വലിച്ചിഴച്ചു നടന്നു. ഒടുവിൽ ഉറക്കത്തെ മറി കടക്കാൻ നിലത്തു കിടന്നുരുളാൻ തുടങ്ങി. എങ്ങനെയൊക്കെയോ ഉറക്കത്തിൽപ്പെടാതെ ഉണർന്നു കഴിച്ചുകൂട്ടി. ഒടുവിൽ ഒരു വലിയ സ്തംഭത്തിനടുത്തെത്തി.

ആൻഡ്രിയെ കണ്ട മാത്രയിൽ ആ പെൺപൂച്ച ഭീതിജനകമാംവിധം മുരളാനും അത്യുഗ്രത്തിൽ ചീറ്റാനും തുടങ്ങി. അത് തൂണിൽനിന്ന് ആൻഡ്രിയുടെ തലക്കു മുകളിലേക്ക് ഒരൊറ്റചാട്ടം. ആ പൂച്ച ആൻഡ്രിയുടെ തലക്കുമീതെയുള്ള ഉരുക്കുതൊപ്പി തല്ലിപൊളിച്ചു. രണ്ടാമത്തെ തൊപ്പിയും തച്ചു തകർത്തു. മൂന്നാമത്തേതും തകർക്കാൻ തുടങ്ങിയപ്പോൾ ആൻഡ്രി അതിനെ കൊടിലുകൾകൊണ്ട് ഇറുക്കിപ്പിടിച്ചു. താഴെക്കു തള്ളിവീഴ്ത്തി. ദണ്ഡുക്കൾകൊണ്ട് പ്രഹരം തുടങ്ങി. ഇരുമ്പു വടികൊണ്ടാണ് ആദ്യം അടിച്ചത്. അത് ഒടിഞ്ഞുപോയി. അപ്പോൾ ചെമ്പു കൊണ്ടുള്ള ദണ്ഡ് എടുത്ത് തുടരെ തുടരെ ആഞ്ഞടിച്ചു. അതും ഒടിഞ്ഞു പോയി. അപ്പോൾ ആൻഡ്രി അതിനെ ടിന്നുകൊണ്ടുള്ള ദണ്ഡുകൊണ്ടു ചുറ്റി വരിഞ്ഞു പിടിച്ചു.

ടിന്നുകൊണ്ടുള്ള ദണ്ഡ് പൊട്ടിയില്ല, അത് അതിനെ ഇളകാനാവാത്തവിധം വലിഞ്ഞു മുറുക്കി. വീണ്ടും അടി തുടങ്ങിയപ്പോൾ മൂളിപ്പാട്ടു പാടുന്ന പൂച്ച ആൻഡ്രിക്കു പാതിരിമാരെപ്പറ്റിയുള്ള കഥകൾ പറഞ്ഞു

കേൾപ്പിക്കാൻ തുടങ്ങി. പാതിരിമാരുടെ പെൺമക്കളെപ്പറ്റിയുള്ള കഥകളാണ് പിന്നെ പറയാൻ തുടങ്ങിയത്. ആൻഡ്രി അവക്കൊന്നും ചെവി കൊടുത്തില്ല. സർവ്വശക്തിയുമെടുത്തു പ്രഹരം തുടർന്നു.

"നല്ലവനായ മനുഷ്യാ ഇനി എന്നെ തല്ലരുതേ! നിങ്ങൾക്കുവേണ്ടി എന്തും ഞാൻ ചെയ്യാം. ഏതു കൽപനയും ഞാൻ അനുസരിക്കും."

"നീ എന്റെ കൂടെ വരുമോ? ആൻഡ്രി ചോദിച്ചു. "വരാം വരാം." പൂച്ച സമ്മതിച്ചു.

കല്പിച്ച പോലെ മൂ-പത്താമത്തെ നാട്ടിൽ നിന്ന് മൂളിപ്പാട്ടുപാടുന്ന പൂച്ചയെ തനിക്കുവേണ്ടി ആൻഡ്രി പിടിച്ചു കൊണ്ടുവന്നതിൽ സാർ ചക്രവർത്തി സന്തോഷിക്കുകയല്ല ചെയ്തത്. അദ്ദേഹത്തിന്റെ കോപം ആളിക്കത്തി.

വില്ലാളി ആൻഡ്രിയെ രാജ്യത്തുനിന്നും ആട്ടിയകറ്റാൻ തുടർന്നും സാർചക്രവർത്തി പല നീക്കങ്ങൾ നടത്തി. എല്ലാം വിഫലം.

സാർ ചക്രവർത്തിയുടെ ക്ഷമ നശിച്ചു. അദ്ദേഹം വീണ്ടും തന്റെ ഉപദേഷ്ടാവിനെ വിളിച്ചു വരുത്തി പറഞ്ഞു.

"വില്ലാളി ആൻഡ്രിക്കു ഇനി ഒരിക്കലും ജീവനോടെ തിരിച്ചുവരാനാകാത്ത ഒരു പദ്ധതി നിങ്ങൾ ഉടനെ തയ്യാറാക്കണം. ഇല്ലെങ്കിൽ ഞാൻ നിങ്ങളുടെ തല അറുത്തു വീഴ്ത്തും."

ഉപദേഷ്ടാവ് പേടിച്ചു ദുഃഖിതനായി മടങ്ങി. എത്രതന്നെ തല പുകഞ്ഞാലോചിച്ചിട്ടും ഒരു വഴിയും കണ്ടെത്തിയില്ല. അപ്പോഴാണ് ഓർമ്മയിൽ മദ്യശാലയിൽവെച്ചു പരിചയപ്പെട്ട ആ ഇരപ്പാളി വന്നത്. അയാൾ മദ്യശാലയിലേക്കു കുതിച്ചു.

നാലുപാടും കണ്ണോടിച്ചുകൊണ്ട് അയാൾ ഉള്ളിൽ കടന്നിരുന്നു. അയാളെ എവിടെയും കാണുന്നില്ലല്ലൊ അയാൾ ചിന്തയിലാണ്ടു.

"അല്ലാ അങ്ങ് വീണ്ടും വന്നോ! എന്താ ഇത്ര ദുഃഖിതനായിരിക്കുന്നത്?"

ഉപദേഷ്ടാവ് എല്ലാം വിവരിച്ചു പറഞ്ഞു. തന്റെ ജീവൻ രക്ഷിക്കാൻ ഒരു വഴി കണ്ടെത്തണമെന്ന് ആ ഇരപ്പാളിയോടു അഭ്യർത്ഥിച്ചു.

"പ്രഭോ, എനിക്ക് ഒന്നുമോന്താൻ വാങ്ങിത്തരൂ." തീർച്ച, ഞാൻ ഒരു വഴി കണ്ടെത്തും! ഉപദേഷ്ടാവ് അയാൾക്കു ആവശ്യമുള്ളതെന്തും നൽകാൻ പരിചാരകരോടു കല്പിച്ചു. ഇരപ്പാളി മതിവരുവോളം കുടിച്ചു. കണ്ണടച്ചു ചിന്താമൂകനായി ഏതാനും സമയം കഴിഞ്ഞു.

"കിട്ടിപ്പോയി!" പെട്ടെന്ന് അയാൾ അത്യാഹ്ലാദത്തോടെ ചാടി എഴുന്നേറ്റു. ചിരിച്ചുകൊണ്ട് അയാൾ ഉപദേഷ്ടാവിനോടു പറഞ്ഞു.

"ഇനി വൈകണ്ട അങ്ങ് വേഗം ചെന്ന് സാർ ചക്രവർത്തിയോടു പറയൂ. വില്ലാളി ആൻഡ്രിയോട് "പോകൂ എവിടേയ്ക്കെന്നെനിക്കറിയില്ല, കൊണ്ടുവരൂ എന്തിനെയെന്ന് എനിക്കറിയില്ലാതെ കൊണ്ടുവന്നു തരാൻ കല്പിക്കാൻ."

സാർചക്രവർത്തി വില്ലാളി ആൻഡ്രിയെ വിളിച്ചു വരുത്തി കല്പിച്ചു. "നീ ഉടനെത്തന്നെ പോകണം. പോകൂ എവിടേയ്ക്കെന്നെനിക്കറിയില്ല, എന്തെന്നെനിക്കറിയില്ലാത്തതിനെ കൊണ്ടുവന്നു തരൂ."

അത്യധികം ദുഃഖിതനായാണ് ആൻഡ്രി വീട്ടിലേക്കു മടങ്ങിയത്. ഒന്നും മിണ്ടാതെ തലതാഴ്ത്തിയിരുന്നു. ആൻഡ്രിയെ സമീപിച്ചു മറിയാ രാജകുമാരി വിവരമന്വേഷിച്ചു. കാര്യം കേട്ടപ്പോൾ രാജകുമാരിക്ക് ഒരമ്പരപ്പുണ്ടായി. ഇങ്ങനെയൊന്നിനെപ്പറ്റി താനിതുവരെ കേട്ടിട്ടേ യില്ലല്ലോ. എങ്കിലും പുറത്തു കാട്ടിയില്ല ധൈര്യം നടിച്ചുകൊണ്ട് അവൾ ഭർത്താവിനെ ആശ്വസിപ്പിച്ചു. "ഇതിനെച്ചൊല്ലി ദുഃഖിക്കേണ്ട എല്ലാറ്റിനും പരിഹാരം കണ്ടെത്താം. നിശ ഉപദേശത്തിന്റെ അമ്മയാണ്."

ആൻഡ്രി ഉറക്കത്തിലായപ്പോൾ മറിയാരാജകുമാരി തനിക്കു പരിചിതരും സർവ്വ സഞ്ചാരികളുമായ രാക്ഷസന്മാരുടെ അടുത്തുചെന്നു അന്വേഷിച്ചു. "ഇല്ല രാജകുമാരി. ഇങ്ങനെയൊന്നിനെപ്പറ്റി ഞങ്ങൾ കേട്ടിട്ടേയില്ല." മറിയാരാജകുമാരിയുടെ സങ്കടം ഇരട്ടിച്ചു.

പിറ്റേന്ന് രാവിലെ ആൻഡ്രിയെ യാത്രയയക്കേണ്ടതുള്ളതിനാൽ മറിയാരാജകുമാരി വേഗം മടങ്ങി. ആൻഡ്രിയെ നേരത്തെ ഉണർത്തി. യാത്ര തുടങ്ങാനായപ്പോൾ അവൾ ഭർത്താവിന് ഒരു നൂലും ചിത്രപ്പണി കളുള്ള ഒരു തോർത്തും നൽകിക്കൊണ്ടു പറഞ്ഞു.

"ഈ നൂലുണ്ട മുമ്പിലിടുക അത് തുള്ളാൻ തുടങ്ങും അതിനെ പിന്തു ടരുക." അവൾ തുടർന്നു, "കുളിക്കാൻ തോന്നുമ്പോഴൊക്കെ കുളിക്കുക. ഞാൻ തരുന്ന ഈ തോർത്തുകൊണ്ടല്ലാതെ മറ്റൊന്നുകൊണ്ടും ദേഹം തുടയ്ക്കരുത്."

ആൻഡ്രി മറിയാരാജകുമാരിയോട് യാത്ര പറഞ്ഞു. നാലുദിക്കി ലേക്കും നോക്കി താണുകുമ്പിട്ടു വണങ്ങി. എന്നിട്ട് നഗരകവാടം പിന്നിട്ട് യാത്രയായി. ആൻഡ്രി തന്റെ കൈയിലുള്ള നൂലുണ്ട മുമ്പിൽ ഇട്ടു അത് ഉരുണ്ടു നീങ്ങിത്തുടങ്ങി. ആൻഡ്രി അതിനെ പിൻതുടർന്നു.

പറയുമ്പോൾ കഥ വളരെ ചെറുതാണ്. പക്ഷേ സംഭവങ്ങൾ നടക്കു ന്നത് വളരെ നീണ്ട കാലത്താണ്. ഒട്ടേറെ സാമ്രാജ്യങ്ങൾ, അപരിചിത മായ നാടുകൾ അയാൾ പിന്നിട്ടു. നൂലുണ്ട ഉരുണ്ടു നീങ്ങിക്കൊണ്ടേ യിരുന്നു. അത് തേഞ്ഞുതേഞ്ഞ് ഒരു കോഴിമുട്ടയോളമായി. പിന്നേയും ഉരുണ്ടുരുണ്ടു നീങ്ങി ചെറുതായി ചെറുതായി റോഡിൽ കഷ്ടിച്ചു കാണാൻ മാത്രം പറ്റുന്ന നിലയിലായി. ഒടുവിൽ ആൻഡ്രി ഒരു കൊടും കാട്ടിലാണെത്തിച്ചേർന്നത്. ഒരു പിടക്കോഴിയുടെ കാലിൽ നിൽക്കുന്ന ഒരു കൊച്ചു കുടിലിനു മുമ്പിൽ എത്തിയപ്പോൾ നൂലുണ്ട നില്പായി.

"കൊച്ചുകുടിലേ, കൊച്ചുകുടിലേ, വൃക്ഷങ്ങൾക്കു നേരെ പിന്തിരിഞ്ഞു നിന്ന് ഒന്നെന്റെ മുഖത്ത് നോക്കൂ." ആൻഡ്രി പറഞ്ഞു.

കുടിൽ കോഴിക്കാലിൽ ഒന്നു കറങ്ങി ആൻഡ്രിയുടെ നേരെ നിന്നു. ആൻഡ്രി ഉള്ളിലേക്കു കടന്നുചെന്നു. ഒരു പടുകിഴവി ഒരു

ബെഞ്ചിലിരുന്നു കോൽവല നെയ്യുന്നതാണ് കണ്ടത്. ആൻഡ്രിയെ കണ്ടതും ആ തള്ള ഉച്ചത്തിൽ ആക്രോശിച്ചു.

"ഹ്വാ ഹ്വാ റഷ്യൻചോര ഇതിനുമുമ്പ് ഞാൻ കണ്ടെത്തിയിട്ടില്ല. ഇപ്പോൾ എന്റെ ഉമ്മറപ്പടിയിൽ മണക്കുന്നു. ആരാ ഇങ്ങോട്ടു കയറി വരുന്നത്? എവിടുന്ന് എവിടേക്കു പോകുന്നു? ഞാൻ ജീവനോടെ പൊരിക്കും തിന്നും. നിന്റെ അസ്ഥികൂടത്തിൽ കയറിയിരുന്നു ഞാൻ ആകാശത്തിൽ പറക്കും.

"വരൂ വരൂ ബാബയാഗ മുത്തശ്ശീ, ഈ വഴിപോക്കനെ പിടിച്ചു തിന്നോളൂ." "ആൻഡ്രി പറഞ്ഞു. ഞാൻ മെലിഞ്ഞവനാണ് പക്ഷേ കരുത്തനാണ്. ആദ്യം എനിക്ക് ഒന്നു കുളിക്കാൻ ചൂടുവെള്ളം ഉണ്ടാക്കു; എന്നെ കുളിപ്പിച്ചശേഷം ആവിയിൽ വേവിച്ചു തിന്നോളൂ."

ബാബയാഗ കുളിമുറി ചൂടാക്കി ആൻഡ്രി സ്വയം കുളിച്ചു. ആവി പിടിച്ചു. ഭാര്യ തന്ന തോർത്തെടുത്തു ദേഹം തുടച്ചു.

"കുട്ടീ ആ തോർത്ത് നിനക്കെവിടുന്നു കിട്ടി? ബാബയാഗ ജിജ്ഞാസ യോടെ ചോദിച്ചു. അത് എന്റെ മകൾ തുന്നിയുണ്ടാക്കിയതാണല്ലോ?"

"അപ്പോൾ നിങ്ങളുടെ മകളാണ് എന്റെ ഭാര്യ ഇത് അവൾ തന്ന താണ്."

"ആഹാ, വരൂ, എന്റെ പ്രിയപ്പെട്ട മരുമകനേ വരൂ! ബാബയാഗ ആവേശഭരിതയായി. മേശപ്പുറത്തു ഭക്ഷണമൊരുക്കി; മുന്തിരിച്ചാറും തയ്യാർ. ആൻഡ്രി പരിഭ്രമമൊന്നുമില്ലാതെ ഭക്ഷണം കഴിക്കാൻ തുടങ്ങി. ബാബയാഗ അയാളോടു തൊട്ടിരുന്നു ഭക്ഷണം വിളമ്പി. എങ്ങനെയാണ് തന്റെ മകളെ കല്ല്യാണം കഴിക്കാനിടയായതെന്ന് ബാബയാഗ ചോദിച്ചു. സുഖവും സംതൃപ്തിയുമില്ലേ എന്നും ചോദിച്ചു. ആൻഡ്രി എല്ലാം വിസ്ത രിച്ചു ബാബയാഗയോടു പറഞ്ഞു. സാർ ചക്രവർത്തി തന്നെ ദുഷ്ട ലാക്കോടെ ഓരോരിടത്തേക്കു പറഞ്ഞയക്കുന്ന കഥയും പറഞ്ഞു കേൾപ്പിച്ചു. "എവിടേക്കാണ് പോകേണ്ടതെന്നെനിക്കറിയില്ല; എന്താണെ ന്നറിയില്ലാ"യെ കൊണ്ടുചെല്ലാൻ പറഞ്ഞതും ബാബയാഗ അറിയിച്ചു.

"അമ്മേ, അമ്മ ഇക്കാര്യത്തിൽ എന്നെ സഹായിക്കണം." "ഓഹ് എന്റെ പൊന്നു മരുമോനേ. ഞാനിതുവരെ ഇതിനെപ്പറ്റിയൊന്നും കേട്ടിട്ടില്ലല്ലോ ആർക്കെങ്കിലും അറിയുമെങ്കിൽ ആ വയസ്സൻ തവള യ്ക്കറിയണം. കാരണം ഈ ചതുപ്പു നിലത്തിൽ മുന്നൂറിൽപ്പരം വർഷ ങ്ങളായി അത് ജീവിക്കുന്നു. സാരമില്ല ഇപ്പോൾ നീ പോയി സുഖമായി ഉറങ്ങൂ. നിശ ഉപദേശത്തിന്റെ അമ്മയാണ്."

ആൻഡ്രി ബാബയാഗ ഒരുക്കിയ മെത്തയിൽ കിടന്ന് ഉറക്കമായി. ബാബയാഗ രണ്ടുബിർച്ച് ചൂലുകളെടുത്തു അതിന്റെ പുറത്തിരുന്നു ചതുപ്പുനിലത്തെത്തി.

"ഓ ചാടിയമ്മേ നീ ഇപ്പോഴും ജീവനോടെയുണ്ടോ? "ങാ ഉണ്ടല്ലോ"

"എങ്കിൽ ചതുപ്പുനിലത്തിൽ നിന്ന് ഒന്ന് ചാടിപുറത്തുവരണം."

പടുവൃദ്ധയായ തവള ചതുപ്പു നിലത്തിൽ നിന്ന് ചാടി പുറത്തുവന്നപ്പോൾ ബാബയാഗ ചോദിച്ചു.

"നിങ്ങൾക്കറിയാമോ, എവിടെയാണ് "ആ പോകൂ എവിടേക്കാണെന്നെനിക്കറിയില്ല; കൊണ്ടുവരൂ എന്താണെന്നറിയില്ലാ" ഉള്ളത്?

"ഓ എനിക്കറിയാം." എങ്കിൽ അതെവിടെയാണെന്ന് ഒന്ന് ദയവു ചെയ്ത് എന്നോടു പറയണം. പോകൂ എവിടെയ്ക്കാണെന്നെനിക്കറിയില്ല, കൊണ്ടുവരൂ എന്താണെന്നറിയില്ലാ കൊണ്ടുപോയി കൊടുക്കാൻ സാർ ചക്രവർത്തി എന്റെ മരുമകനോടു കല്പിച്ചയച്ചിരിക്കുന്നു.

"ഞാൻ തന്നെ അവനു വഴികാണിക്കാം പടുകിഴവിയായില്ലേ ഞാൻ. വളരെ നീണ്ട ഒരു ചാട്ടം ചാടേണ്ടതുണ്ട് അവിടെ എത്താൻ തവള തുടർന്നു. ആദ്യം നിങ്ങളുടെ മരുമകൻ എന്നെ ഒരു ജഗ്ഗിൽ തെളിവെള്ളത്തിൽ ഇടണം. അതുംകൊണ്ട് അവൻ ആളിക്കത്തുന്ന നദീതീരത്തിലേക്കു ചെല്ലണം. ബാക്കി ചെയ്യേണ്ടതെല്ലാം അവിടെവെച്ചു ഞാനവനോടു പറയാം."

ബാബയാഗ വൃദ്ധയായ ചാടിയമ്മയെ തൂക്കിയെടുത്തു വീട്ടിലേക്കു മടങ്ങി. ഒരു ജഗ്ഗിൽ തെളിവെള്ളം നിറച്ചു തവളയെ അതിലിട്ടു. പിറ്റേന്നു അതിരാവിലെ ബാബയാഗ ആൻഡ്രിയെ വിളിച്ചുണർത്തി. "ഈ ജഗ്ഗിലെ വെള്ളത്തിൽ ഒരു തവളയെ ഇട്ടിട്ടുണ്ട്" അവൾ പറഞ്ഞു." വേഗം തയ്യാറായി ഉടുപ്പണിയൂ. എന്റെ കുതിരപ്പുറത്തു കയറി ആളിക്കത്തുന്ന തീ നദിതീരത്തേക്കുപോകുക. അവിടെ നീ കുതിരയെ വിട്ടിട്ട് ഈ ജഗ്ഗിൽ നിന്ന് തവളയെ പുറത്തെടുക്കണം. അപ്പോൾ അവൾ പറഞ്ഞുതരും. നീ ഏതു വഴിക്കാണ് പോകേണ്ടതെന്ന്."

ആൻഡ്രി ഭക്ഷണം കഴിച്ചു. ജഗ്ഗ് കയ്യിലെടുത്തു ബാബയുടെ കുതിരപ്പുറത്തു സവാരി ചെയ്തുപോയി. എത്രദൂരം പോയി എന്നൊന്നും പറയാനാകില്ല. ഒടുവിൽ ആളിക്കത്തുന്ന നദിതീരത്തുതന്നെ എത്തിച്ചേർന്നു. ആ നദിയെ മുറിച്ചു കടക്കാൻ ഒരു ജീവിക്കും കഴിയില്ല. ഒരു പക്ഷിക്കും അതിന്റെ മീതെ കൂടെ പറക്കാനും പറ്റില്ല.

ആൻഡ്രി കുതിരപ്പുറത്തുനിന്ന് താഴെയിറങ്ങി. അപ്പോൾ തവള പറഞ്ഞു."കുട്ടീ ജഗ്ഗിൽനിന്ന് എന്നെ പുറത്തെടുക്കുക നമുക്ക് ഈ നദി മുറിച്ചു കടക്കേണ്ടതുണ്ട്."

ആൻഡ്രി തവളയെ പുറത്തെടുത്തു നിലത്തുവെച്ചു. "ഇനി നീ എന്റെ പുറത്തു കയറി ഇരിക്കണം." "ഓ ചാടി അമ്മേ നിങ്ങളെത്ര ചെറുത്! ഞാൻ മേലിലിരുന്നാൽ നീ ചതഞ്ഞരഞ്ഞു പോകും.

"അതൊന്നും നീ പേടിക്കണ്ട. പുറത്തിരുന്നുകൊണ്ടു എന്നെ മുറുകെപ്പിടിച്ചിരിക്കണം."

ആൻഡ്രി, പറഞ്ഞപോലെ, ആ തവളയുടെ മേൽകയറി ഇരുന്നു. അപ്പോൾ അത് വീർക്കാൻ തുടങ്ങി. വീർത്തു വീർത്തു ഒരു വലിയ പക്ഷിയെപ്പോലെയായി.

"മോനേ! മുറുകെപ്പിടിച്ചിട്ടില്ലേ?" "ആ അമ്മേ."

തവള പിന്നേയും വീർത്തു വീർത്തു വലുതായി അവൾ കറുത്തിരുണ്ട കാടിനേക്കാളും വലുതായി. ഒരൊറ്റ ചാട്ടത്തിന് അത് ആ ആളിക്കത്തുന്ന നദിയെ മുറിച്ചുകടന്നു അക്കരെയെത്തി. തവള ആൻഡ്രിയെ താഴെ ഇറങ്ങാൻ സഹായിച്ചു. വീണ്ടും പഴയപോലെ കിഴവിത്തള്ളയായി മാറി.

"അക്കാണുന്ന വഴിയിലൂടെ നീ പോകണം. കുറേദൂരം ചെല്ലുമ്പോൾ നീ ഗോപുരത്തിന്നടുത്തെത്തും അത് ഒരു ഗോപുരമായിരിക്കില്ല. അത് ഒരു കുടിലോ കുളപ്പുരയോ ആയിരിക്കില്ല. പക്ഷേ എല്ലാറ്റിന്റെയും ഓരോ അംശം അതുൾക്കൊള്ളും. നീ അതിന്നുള്ളിൽ കടന്നുചെന്ന് അടുപ്പിനു പിന്നിൽ പോയി നിൽക്കുക. അവിടെവെച്ച് നീ എന്താണെന്നെനിക്കറിയില്ലായെ കണ്ടുമുട്ടും.

പറഞ്ഞവഴിയിലൂടെ ആൻഡ്രി നടന്നുപോയി. ഒരു കുടിലല്ലാത്ത ഒരു കുടിൽ കണ്ടു. അതിന്നു ജാലകങ്ങളില്ല. വാതിൽപ്പടിയുമില്ല. പക്ഷേ കുറ്റികൾ അടിച്ചു നിർമ്മിച്ച വേലിയുണ്ട്. ഉള്ളിലേക്കു കടന്നു ചെന്നു. തവള പറഞ്ഞപോലെ അടുപ്പിന് പിന്നിൽ ഇരിപ്പുറപ്പിച്ചു.

കാട്ടിൽ ഒരു വലിയ കോലാഹലമുയർന്നു. വലിയ അപ്പക്കഷ്ണം പോലെയുള്ള താടിവെച്ച 'ഹോപ് ഓ മൈതമ്പ്' എന്ന ഒരാൾ അവിടേക്കു കടന്നുവന്നു. അയാൾ ഉറക്കെ ഓരിയിട്ടു.

"ഓ നവൂം ചേട്ടാ എനിക്കു വല്ലാതെ വിശക്കുന്നു."

പറഞ്ഞു തീർന്നില്ല. അവിടെ ഒരു മേശ പ്രത്യക്ഷപ്പെട്ടു. ആ മേശപ്പുറത്ത് ഒരു വീപ്പ മദ്യം കാണാനായി. വെളുത്തുള്ളി അരിഞ്ഞുവെച്ച ഒരു പാത്രവും മേശപ്പുറത്തു വന്നു. കണ്ണിമക്കുന്നതിന്നിടയിൽ എവിടെ നിന്നെന്നറിയില്ല ഒരു പൊരിച്ചകൂറ്റൻ കാളയും മേശപ്പുറത്തു പ്രത്യക്ഷപ്പെട്ടു. അതിന്റെ ഉടലിൽ ഒരു വലിയ കത്തി തറച്ചുവെച്ചിട്ടുണ്ട്. ഹോപ് ഓ മൈതമ്പ് അതിനെ മുറിച്ചു തീറ്റ തുടങ്ങി.

കാളയെ മുഴുവൻ തിന്നുതീർത്തു. വീപ്പയിലെ ബിയറും കുടിച്ചു തീർത്തു.

"നഉം ചേട്ടാ ഇതൊക്കെ ഒന്ന് വൃത്തിയാക്കണം."

പെട്ടെന്ന് മേശ അപ്രത്യക്ഷമായി. അങ്ങനെ ഒന്ന് അവിടെയുണ്ടായിരുന്നെന്ന് ആരും പറയില്ല. ഹോപ് ഓമൈതമ്പ് പുറത്തുപോകുന്നതു വരെ ആൻഡ്രി ശ്വാസം പിടിച്ചു കാത്തിരുന്നു. അടുപ്പിന് പിന്നിൽ നിന്ന് പുറത്തുവന്നു ധൈര്യം സംഭരിച്ചുകൊണ്ടു ആൻഡ്രി ഉറക്കെ വിളിച്ചു പറഞ്ഞു.

"നഉം ചേട്ടാ എന്തെങ്കിലും എനിക്കു തിന്നാൻ തരൂ." പറഞ്ഞു തീർന്നില്ല. എവിടെ നിന്നെന്നറിയില്ല ഒരു മേശ പ്രത്യക്ഷപ്പെട്ടു. ക്രമേണ അതിന്മേൽ വീഞ്ഞുനിറച്ച പാത്രവും പലഹാരങ്ങൾ നിറച്ച തളികകളും കാണാനായി. നല്ല കാര്യങ്ങൾ മാത്രം.

മേശക്കരികിൽ ഇരുന്ന് ആൻഡ്രി സ്നേഹസ്വരത്തിൽ പറഞ്ഞു. "നളം ചേട്ടാ പുറത്തുവരൂ. നമുക്കൊന്നിച്ചിരുന്നു കഴിക്കാം; കുടിക്കാം." അതിന് അദൃശ്യമായ ഒരു സ്വരം ഉത്തരം പറഞ്ഞു.

"നല്ലവനായ മനുഷ്യാ നന്ദി. ഞാനൊട്ടേറെ കാലമായി ഇവിടെ ജോലിക്കാരനായിട്ട്; പക്ഷേ ഒരു കരിഞ്ഞറൊട്ടി പോലും തന്നിട്ടില്ല. പക്ഷേ നിങ്ങളോ എന്നെ ഒപ്പമിരുന്നു ഭക്ഷണം കഴിക്കാൻ ക്ഷണിക്കുന്നു!" ആൻഡ്രി ഒന്നും മിണ്ടാതെ ഇരുന്നു. അവിടെ ആരെയും കണ്ടില്ല. പക്ഷേ ഒരു ചൂലുകൊണ്ട് അടിച്ചു മാറ്റുന്നതുപോലെ തളികകളിൽ നിന്നു പലഹാരങ്ങൾ അപ്രത്യക്ഷമാകുന്നു. കോപ്പ കാലിയാകുന്നു. വീണ്ടും മുന്തിരിച്ചാർ കോപ്പകളിൽ നിറയുന്നു. കോപ്പ അന്തരീക്ഷത്തിൽ സ്വയം പൊന്തുന്നു താഴുന്നു മേശമേൽ നീങ്ങുന്നു.

"നളം ചേട്ടാ നിങ്ങളെ ഞാനൊന്നു കണ്ടോട്ടേ?" "വേണ്ട ഞാൻ കാണപ്പെടാൻ പാടില്ല. എന്താണെന്നറിയില്ല ഞാൻ."

"നളം ചേട്ടാ ഒന്നു ചോദിക്കട്ടെ എന്നെ സേവിക്കാൻ ഇഷ്ടമാണോ?" "തീർച്ചയായും സേവിക്കാം. നിങ്ങൾ നല്ലവനാണ്." ഭക്ഷണം കഴിച്ചു കഴിഞ്ഞപ്പോൾ ആൻഡ്രി പറഞ്ഞു.

"നളം ചേട്ടാ മേശയെല്ലാം വൃത്തിയാക്കിക്കഴിഞ്ഞാൽ എന്റെ കൂടെ വരണം" "വരാം വരാം"- ഒരശരീരി

ആൻഡ്രി കുടിലിനു പുറത്തുവന്നു ചുറ്റുപാടും കണ്ണോടിച്ചു. "അല്ലാ നിങ്ങൾ ഇവിടെത്തന്നെയുണ്ടോ നളം ചേട്ടാ?" "ഉണ്ട്. പേടിക്കണ്ട ഇനി ഒരിക്കലും ഞാൻ നിങ്ങളെ വിട്ടു പിരിയില്ല. നമുക്കുപോകാം."

പതുക്കെ പതുക്കെ നടന്ന് ആൻഡ്രി ആളിക്കത്തുന്ന നദിക്കരയിലെത്തി. അവിടെ തവള കാത്തിരിക്കുന്നു.

"എന്റെ കുട്ടീ, തവള ചോദിച്ചു. ഞാനെന്താണെന്നെനിക്കറിയില്ലായെ കണ്ടെത്തിയോ?"

"ആ ചാടിയമ്മേ."

" ഇനി എന്റെ പുറത്ത് കയറി ഇരിക്കൂ."

ആൻഡ്രി ആ തവളയുടെ പുറത്തു കയറിയിരുന്നു. തവള വീർത്തു വീർത്തു വളരെ വലുതായി. എന്നിട്ട് ഒരൊറ്റച്ചാട്ടം. ആളിക്കത്തുന്ന നദിയുടെ മറുകരയിലെത്തിച്ചേർന്നു.

ആൻഡ്രി ചാടിയമ്മയോടു വീണ്ടും വീണ്ടും നന്ദി പറഞ്ഞു. തന്റെ വഴിക്കു നീങ്ങി.

"നളം ചേട്ടാ എന്റെ കൂടെയില്ലേ?" നടക്കുന്നതിനിടയിൽ ആൻഡ്രി ഉറക്കെ ചോദിച്ചു.

"ഉണ്ട് ഉണ്ട് നീ പേടിക്കണ്ട. ഇനി ഒരിക്കലും ഞാൻ നിന്നെ വിട്ടു പിരിയില്ല." ആൻഡ്രി നടന്നു നടന്നു ക്ഷീണിച്ചു കാലുകൾ കുഴഞ്ഞു വേദനിച്ചു.

"എന്റെ പൊന്നേ ഞാനാകെ തളർന്നല്ലോ!" "നിങ്ങളെന്തേ എന്നോടു

പറയാതിരുന്നത്?" നളം ചേട്ടൻ പരാതിപ്പെട്ടു. "ഒരൊറ്റ നിമിഷംകൊണ്ട് എനിക്കു നിങ്ങളെ വീട്ടിലെത്തിക്കാൻ കഴിയും."

പെട്ടെന്ന് ശക്തിയേറിയ ഒരു കാറ്റ് ആൻഡ്രിയെ കടന്നു പിടിച്ചു. അത് അയാളെ താങ്ങിക്കൊണ്ട് അതിവേഗം നീങ്ങി. മലകളുടേയും കാടുകളുടേയും പട്ടണങ്ങളുടേയും ഗ്രാമങ്ങളുടേയും മീതെക്കൂടെയാണ് അത് വീശി നീങ്ങിയത്. ആൻഡ്രി പേടിച്ചു വിറച്ചു.

"നളം ചേട്ടാ ഒരിടത്തിരുന്ന് അല്പം വിശ്രമിക്കണം."

പെട്ടെന്ന് കാറ്റ് നിലച്ചു ആൻഡ്രി കടലിലേക്ക് വീഴാൻ തുടങ്ങി. താഴെ നീലത്തിരമാലകൾ ആഞ്ഞടിക്കുന്നു. അയാൾ അവിടെ ഒരു ദ്വീപ് കണ്ടു. ആ ദ്വീപിൽ സ്വർണ്ണത്തിന്റെ മേല്പുരയോടുകൂടിയ അതിമനോഹരമായ ഒരു കൊട്ടാരം നില്ക്കുന്നു. അതിനുചുറ്റും അതിമനോഹരമായ ഒരു പൂങ്കാവനവും.

"നളം ചേട്ടൻ ആൻഡ്രിയോടു പറഞ്ഞു. "വിശ്രമിച്ചാലും കടലിനെ കണ്ടുകൊണ്ടു തിന്നുകയും കുടിക്കുകയും ചെയ്യുക. അല്പം കഴിഞ്ഞാൽ മൂന്നു വർത്തകക്കപ്പലുകൾ ഈ വഴി വരും. അവർക്കും ഉച്ച ഭക്ഷണം നൽകാം. അവരുടെ കയ്യിൽ മൂന്നു അത്യദ്ഭുതങ്ങൾ ഉണ്ട്. ആ അത്യദ്ഭുതങ്ങൾക്കുപകരമായി നിങ്ങൾ എന്നെ കൈമാറണം. പേടിക്കണ്ട ഞാൻ വീണ്ടും നിങ്ങളുടെ അടുത്തുതന്നെ മടങ്ങിവരും.

എത്ര സമയം പിന്നിട്ടെന്നൊന്നും പറയാനാകില്ല. പക്ഷേ ഒടുവിൽ പടിഞ്ഞാറുഭാഗത്തു നിന്ന് മൂന്നു കപ്പലുകൾ വരുന്നതുകണ്ടു. കപ്പൽക്കാരുടെ ദൃഷ്ടിയിൽ ആ ദ്വീപും പൂന്തോപ്പിനാൽ വലയം ചെയ്യപ്പെട്ടു നിൽക്കുന്ന ആ കൊട്ടാരവും പെട്ടു.

"ഇത് വല്ലാത്ത ഒരദ്ഭുതം തന്നെ!" വർത്തകർ ഒരേ സ്വരത്തിൽ പറഞ്ഞു. നാം ഈ വഴി എത്രയോ തവണ വന്നതല്ലേ. നീലത്തിരമാലകളല്ലാതെ മറ്റൊന്നിനേയും നാം ഇവിടെ കണ്ടിട്ടില്ല. ഇപ്പോൾ ഒരു കൊച്ചു ദ്വീപ് ഉയർന്നിരിക്കുന്നു. അതിൽ അതിമനോഹരമായ കൊട്ടാരവും കാണുന്നു. നമുക്ക് ഒന്ന് ഉള്ളിൽ കയറി നോക്കാം.

മൂന്ന് കപ്പലുകളും നങ്കൂരമിട്ടു. മൂന്നു വർത്തകരും ഒരു ചെറിയ വള്ളത്തിൽ കയറി കരയ്ക്കണഞ്ഞു. അവരെ ആഭിവാദ്യം ചെയ്തു. സ്വീകരിക്കാൻ വില്ലാളി ആൻഡ്രി കാത്തുനിന്നിരുന്നു.

"അതിഥികൾക്കു സ്വാഗതം." കൂടുതൽ കാണുന്തോറും വർത്തകരുടെ അദ്ഭുതവും വർദ്ധിച്ചുവന്നു. കൊട്ടാരത്തിന്റെ മേല്പുര തീജ്വാലകൾ പോലെ ശോഭിച്ചിരുന്നു. മരച്ചില്ലകളിലിരുന്ന് വിവിധ വർണ്ണങ്ങളിലും രൂപങ്ങളിലുമുള്ള കിളികൾ പാട്ടുപാടുന്നു. വഴികളിൽ വിചിത്ര മൃഗങ്ങൾ ചാടിക്കളിച്ചു നടക്കുന്നു.

"നല്ലവനായ മനുഷ്യാ അദ്ഭുതങ്ങൾക്കും അദ്ഭുതമായ ഈ കൊട്ടാരം ആരു പണിതു? "ഒരൊറ്റ രാത്രികൊണ്ട് എന്റെ ഭൃത്യൻ നളം ചേട്ടൻ പണിതീർത്തതാണ്."

ആൻഡ്രി ആ വർത്തകരെ തന്റെ സൽക്കാരമുറിയിലേയ്ക്കു നയിച്ചു. "ഹേ നളം ചേട്ടാ നമുക്കിന്ന് മൂന്നു വിശിഷ്ട അതിഥികളുണ്ട്. ഞങ്ങൾക്ക് എന്തെങ്കിലും തിന്നാനും കുടിക്കാനും എടുക്കണം." പെട്ടെന്ന് എവിടെ നിന്നെന്നറിയില്ല ശൂന്യമായിരുന്ന ആ മുറിയിൽ ഒരു വലിയ മേശ പ്രത്യക്ഷപ്പെട്ടു. അതിന്മേൽ കഴിക്കാനുള്ള വിവിധതരം ഭക്ഷ്യ വിഭവങ്ങളും കുടിക്കാനുള്ള മുന്തിരിച്ചാറുമെല്ലാം നിരത്തിവെച്ചിട്ടുണ്ട്. വർത്തകരുടെ കണ്ണുകൾ തള്ളിപ്പോയി.

നല്ലവനായ മനുഷ്യാ നമുക്ക് ഒരു കൈമാറ്റം നടത്തിയാലോ? വർത്തകർ നയത്തിലാണ് പറഞ്ഞത്. "നിങ്ങളുടെ സേവകൻ നളം ചേട്ടനെ ഞങ്ങൾക്കു വിട്ടുതരണം. പകരം നിങ്ങൾക്കിഷ്ടപ്പെട്ട അദ്ഭുതങ്ങൾ സ്വീകരിക്കാം."

"ശരി. നിങ്ങളുടെ കൈവശമുള്ള അദ്ഭുതങ്ങൾ എന്തെല്ലാമാണ്? കാണിച്ചു തരുക."

ഒന്നാം കച്ചവടക്കാരൻ തന്റെ കോട്ടിനുള്ളിൽ നിന്ന് ഒരു കൊട്ടുവടി പുറത്തെടുത്തു. അത് പ്രയോഗിക്കാൻ ഒരാൾ ഒന്നേ ചെയ്യേണ്ടതുള്ളൂ. "ഇപ്പോഴും എപ്പോഴും കൊട്ടുവടി ആ മനുഷ്യന്റെ എല്ലുകൾ അടിച്ചു പൊട്ടിക്കൂ." അതു പ്രവർത്തമനാരംഭിക്കും. എത്ര ശക്തനായാലും എതിരാളിയുടെ എല്ലൊടിക്കും ആ കൊട്ടുവടി.

രണ്ടാമത്തെ കച്ചവടക്കാരൻ തന്റെ കേഫ്ടൻ കോട്ടിനുള്ളിൽനിന്ന് ഒരു ചെറിയ മഴുവാണ് പുറത്തെടുത്തത്. അതിന്റെ കൈയ്യിൽ പിടിച്ച് കുത്തനെ ഉയർത്തിപ്പിടിച്ചു. റപ്പ്-റപ്പ് മുമ്പിൽ ഒരു കപ്പൽ പ്രത്യക്ഷപ്പെട്ടു. റപ്പ്-റപ്പ് മറ്റൊരു കപ്പൽകൂടി കടലിൽ ഉയർന്നുവന്നു. എല്ലാം വലിയ പങ്കായങ്ങളോടുകൂടിയവ. കപ്പലുകളിൽ പീരങ്കികൾ ഘടിപ്പിച്ചിട്ടുണ്ട്. നാവികരുമുള്ള ധാരാളം കപ്പലുകൾ നീങ്ങിത്തുടങ്ങി. പീരങ്കികൾ ഗർജ്ജിച്ചു. ധീരരായ കപ്പിത്താൻമാർ കല്പനക്കായി അഭ്യർത്ഥിക്കുന്നു. അയാൾ പെട്ടെന്ന് മഴു തലകീഴാക്കി നിർത്തി. ലോ! ആ രണ്ടു കപ്പലുകൾ കടലിൽ അപ്രത്യക്ഷമായി അങ്ങനെയൊന്ന് അവിടെ ഉണ്ടായതിന് ഒരു തെളിവുമില്ലാതെ.

മൂന്നാമത്തെ കച്ചവടക്കാരൻ തന്റെ പോക്കറ്റിൽ നിന്ന് ഒരു പുല്ലാങ്കുഴലാണ് പുറത്തെടുത്തത്. അയാളത് ചുണ്ടിൽ അണച്ചു വായിക്കാൻ തുടങ്ങി. അപ്പോൾ ലോ! കരയിൽ ഒരു സൈന്യം പ്രത്യക്ഷപ്പെട്ടു. ആവേശം ജനിപ്പിക്കുംവിധം ബാന്റ് വാദ്യം മുഴങ്ങി. സൈനികർ കൈ വീശി അഭിവാദ്യം ചെയ്യുന്നു. കുതിരപ്പട്ടാളമേധാവി കുതിരപ്പുറത്തു കുതിച്ചുവന്നു കല്പന ആവശ്യപ്പെട്ടു.

പിന്നീട് അയാൾ ഓടക്കുഴലിന്റെ മറ്റേഭാഗത്ത് ഒരൊറ്റ ഊതൽ. ടൂറ്റ് ടൂറ്റ് എല്ലാം അപ്രത്യക്ഷമായി.

"നിങ്ങളുടെ അദ്ഭുതങ്ങളെല്ലാം എനിക്കിഷ്ടപ്പെട്ടു." വില്ലാളി ആൻഡ്രി പറഞ്ഞു, പക്ഷേ അവയേക്കാളെല്ലാം വിലപിടിച്ചത് എന്റേതു

തന്നെ. സമ്മതമാണെങ്കിൽ നിങ്ങളുടെ മൂന്നു അദ്ഭുതങ്ങൾക്കും പകരമായി ഞാനെന്റെ നളംചേട്ടനെ കൈമാറാം.''

''അത് കുറേ കൂടുതലല്ലേ?''

''പൂർണ്ണ സമ്മതമാണെങ്കിൽ മാത്രം മതി. ഇല്ലേ വേണ്ട.'' കച്ചവടക്കാർ വീണ്ടും വീണ്ടും കൂടിയാലോചിച്ചു.

''ഈ കൊട്ടുവടി നമുക്കെന്തിന്? ഈ മഴുവും പുല്ലാങ്കുഴലും നമുക്ക് എന്തിനാണ്? നളം ചേട്ടനു പകരമായി കൈമാറുന്നതാണ് കൂടുതൽ നല്ലത്. അപ്പോൾ നമുക്കാവശ്യമുള്ളതെല്ലാം തിന്നാനും കുടിക്കാനും കിട്ടും. രാവും പകലും നമുക്ക് ഒട്ടും അദ്ധ്വാനിക്കുകയും വേണ്ട.''

അങ്ങനെ ആ വർത്തകർ കൊട്ടുവടിയും മഴുവും പുല്ലാങ്കുഴലും വില്ലാളി ആൻഡ്രിക്കു കൈമാറി. എന്നിട്ടു അത്യുച്ചത്തിൽ പറഞ്ഞു.

''ഹേ നളം ചേട്ടാ അപ്പോൾ ഞങ്ങളുടെ കൂടെ വരുകയല്ലേ? സത്യസന്ധമായി ഞങ്ങളെ സേവിക്കില്ലേ? ''എന്തുകൊണ്ടില്ല?'' ഒരു ശബ്ദം ചെവിയിൽ മുഴങ്ങി. ''ഞാൻ സേവിക്കുന്നവരെല്ലാം എനിക്ക് ഒരുപോലെ ത്തന്നെ.'' കച്ചവടക്കാർ തങ്ങളുടെ കപ്പലുകളിലേക്കു തിരിച്ചുപോയി. അവർ മതിവരുവോളം തിന്നു മതിവരുവോളം കുടിച്ചു ലഹരിയിൽ ആർത്തട്ടഹസിച്ചു.

''നളം ചേട്ടാ ഞങ്ങൾക്കതു തരൂ ഞങ്ങൾക്കിതു തരൂ അവർ കുടിച്ചു കുടിച്ചു ചത്തപോലെയായി. അവർ എവിടെയാണോ ഇരുന്നിരുന്നത് അവിടെത്തന്നെ കിടന്ന് ഉറക്കമായി. കൊട്ടാരത്തിൽ ഏകനായപ്പോൾ ആൻഡ്രിക്കു വല്ലാത്ത വിഷമം തോന്നി.

''എന്റെ വിശ്വസ്തനായ ഭൃത്യൻ നളം ചേട്ടൻ ഇപ്പോൾ എവിടെയായിരിക്കും?'' അയാൾ ചിന്തിച്ചു. ''ഇതാ ഞാനിവിടെത്തന്നെ ഉണ്ടല്ലോ. നിങ്ങൾക്കെന്തുവേണം?'' ഒരശരീരിയുയർന്നു. ആൻഡ്രിക്കു വളരെ സന്തോഷമായി.

''നമുക്ക് എന്റെ വീട്ടിലേക്കു പോകാൻ സമയമായി. എന്റെ യുവതിയായ ഭാര്യ മറിയാരാജകുമാരി എന്തു ചെയ്യുന്നുവോ? നളം ചേട്ടാ എന്നെ ഉടനെ വീട്ടിലെത്തിക്കണം.''

ആൻഡ്രി ആവശ്യപ്പെട്ടു.

അപ്പോൾ ഒരു ചുഴലിക്കാറ്റുയർന്നു. അത് ആൻഡ്രിയെ കടന്നുപിടിച്ചു. അത് അയാളെയുംകൊണ്ട് ആഞ്ഞുവീശി ആൻഡ്രിയുടെ നാട്ടിലെത്തിച്ചു. ലഹരിയിൽ നിന്നുണർന്ന കച്ചവടക്കാർക്കു വല്ലാത്ത ദാഹം. ഒരസ്വസ്ഥതയും. അവർ ആർത്തുവിളിച്ചു.

''ഹേ നളം ചേട്ടാ! ഞങ്ങൾക്കെന്തെങ്കിലും കുടിക്കാനും തിന്നാനും തരൂ വളരെ വേഗം.''

''പക്ഷേ അവരുടെ നിലവിളിയും ബഹളവും എല്ലാം വെറുതെയായി. അവർ കണ്ണുതിരുമ്പി കരയിലേക്കു നോക്കി. ലോ ആ ദ്വീപ് അപ്രത്യക്ഷമായിരിക്കുന്നു അത് നിന്നിരുന്ന സ്ഥാനത്തു നീല

തിരമാലകൾ പരിഹസിച്ചു ആർത്തട്ടഹസിക്കുന്നു. വർത്തകരുടെ കോപം ആളിക്കത്തി.

"ആ കഴുവേറി നമ്മെ ചതിച്ചു!" പക്ഷേ അവർക്കൊന്നും ചെയ്യാനില്ല. അതിനാൽ പായവിരിച്ചു അവർ വീണ്ടും യാത്ര തുടർന്നു. അതിനിടെ വില്ലാളി ആൻഡ്രി വീട്ടിലെത്തി; കുടിലിന്റെ അടുത്തെത്തി. തന്റെ കുടിൽ നിന്നിരുന്നിടത്ത് ഒരു പൊട്ടിപ്പൊളിഞ്ഞ ചിമ്മിനി മാത്രം കണ്ടു. അത്യധികം ദുഃഖിതനായ ആൻഡ്രി തലതാഴ്ത്തി കടൽക്കരയിൽ ഏകനായി ഒരിടത്തു ചെന്നിരുപ്പായി. ഒറ്റയ്ക്കിരുന്നു മറിയാരാജകുമാരിയെപ്പറ്റിയുള്ള ദുഃഖ-ചിന്തയിൽ മുഴുകി. അപ്പോൾ എവിടെനിന്നെന്നറിയില്ല ഒരരിപ്രാവ് പറന്നുവന്നു. നിലത്തു നിന്നും എന്തോ കൊത്തിത്തിന്നു. പെട്ടെന്ന് ആ പ്രാവ് മറിയാരാജകുമാരിയായി മാറി തന്റെ മുമ്പിൽ നിൽക്കുന്നതാണ് ആൻഡ്രി കണ്ടത്. അവർ അന്യോന്യം ആലിംഗനം ചെയ്തു. തങ്ങളുടെ കഥകൾ കൈമാറി. മറിയാരാജകുമാരി പറഞ്ഞു.

"അങ്ങ് വീട് വിട്ടുപോയപ്പോൾപ്പിന്നെ ഞാനൊരു പ്രാവായി മാറി കാടുകൾ തോറും പറന്നുനടന്നു. മൂന്നു തവണ സാർ ചക്രവർത്തി എനിക്കുവേണ്ടി ആളെ അയച്ചു. പക്ഷേ എന്നെ കണ്ടെത്താനായില്ല. ചക്രവർത്തിയുടെ ആൾക്കാരാണ് നമ്മുടെ വീട് തകർത്തു കത്തിച്ചുകളഞ്ഞത്."

"നളം ചേട്ടാ ഈ കടൽക്കരയിൽ എനിക്ക് അതിമനോഹരമായ ഒരു കൊട്ടാരം പണിതു തരാമോ?" "എന്താ സംശയം കണ്ണിമക്കുന്നതിനിടയിൽ ഞാൻ പണിതുതരും." സത്യം. ആൻഡ്രി ഒന്നു ചുറ്റും കണ്ണോടിക്കുന്നതിനിടയിൽ അവരുടെ മുമ്പിൽ അതിമനോഹരമായ ഒരു കൊട്ടാരമുയർന്നു. സാർ ചക്രവർത്തിയുടെ കൊട്ടാരത്തേക്കാൾ അതിമനോഹരം. പച്ചപിടിച്ച ഒരു പൂന്തോപ്പിന്നുള്ളിലാണ് കൊട്ടാരം നിലകൊള്ളുന്നത്. മരച്ചില്ലകളിൽ പറവകൾ പാടിക്കൊണ്ടിരിക്കുന്നു. വഴികളിൽ വിചിത്ര മൃഗങ്ങൾ ചുറ്റി നടക്കുന്നു. വില്ലാളി ആൻഡ്രിയും മറിയാരാജകുമാരിയും സ്നേഹപൂർവ്വം കൈകൾ കോർത്തുകൊണ്ടു കൊട്ടാരത്തിന്നുള്ളിലേക്കു കടന്നുചെന്നു. അവിടെ സന്തോഷ പൂർവ്വമായ ജീവിതം ആരംഭിച്ചു. ഒരു ദിവസം കഴിഞ്ഞു രണ്ടു ദിവസം കഴിഞ്ഞു മൂന്നാം ദിവസമായി.

വേട്ടയാടാൻ ഇറങ്ങിയ സാർ ചക്രവർത്തി ആ കൊട്ടാരം കാണാനിടയായി. കടൽക്കരയിൽ അവിടെ അങ്ങനെ ഒരു കൊട്ടാരം സാർ ചക്രവർത്തി കണ്ടിട്ടേയില്ല. "എന്റെ അനുവാദമില്ലാതെ ഏതു കഴുവേറിയാണ് ഈ കൊട്ടാരം പണിതത്?" അദ്ദേഹം ചോദിച്ചു. വിവരം അന്വേഷിച്ചുവരാൻ കല്പനയായി. ദൂതന്മാർ തിരിച്ചുവന്നു സാർ ചക്രവർത്തിയോടു വിവരം പറഞ്ഞു. "കൊട്ടാരം സേവകനായ വില്ലാളി ആൻഡ്രിയും ഭാര്യ മറിയാരാജകുമാരിയുമാണ് അവിടെ താമസിക്കുന്നത്. ഇതുകേട്ടപ്പോൾ സാർ ചക്രവർത്തിക്കു കലികയറി. ജീവിതത്തിൽ അന്നുവരെ ഇങ്ങനെ കോപിഷ്ഠനായിട്ടില്ല അദ്ദേഹം. ദൂതന്മാരെ വില്ലാളി ആൻഡ്രിയുടെ അടുത്തേക്കു വിട്ടു വിവരമറിയിക്കാനും പറഞ്ഞു.

കല്പിച്ചയച്ചതുപോലെ ആൻഡ്രി "പോകൂ എവിടേക്കെന്നെനിക്കറിയില്ല കൊണ്ടുവരൂ എന്താണെന്നറിയില്ലായെ കൊണ്ടുവന്നിട്ടുണ്ടോ?"

ദൂതന്മാർ അന്വേഷിച്ചു തിരിച്ചുവന്നു പറഞ്ഞു. "ഉവ്വ് പ്രഭോ, എവിടേക്കെന്നെനിക്കറിയില്ലാത്തിടത്തു പോയി ആൻഡ്രി എന്താണെന്നറിയില്ലായെ കൊണ്ടുവന്നിട്ടുണ്ട്." ഈ മറുപടി സാർ ചക്രവർത്തി ഒട്ടും പ്രതീക്ഷിച്ചതല്ല. അദ്ദേഹം തന്റെ സൈന്യത്തെ വിളിച്ചു വരുത്തി. കടൽക്കരയിൽ തന്റെ അനുവാദമില്ലാതെ പടുത്തുയർത്തിയ കൊട്ടാരത്തെ ഇടിച്ചുതകർക്കാനുള്ള കല്പനയുമായാണ് അയച്ചത്. മാത്രമല്ല സൈന്യം വില്ലാളി ആൻഡ്രിയേയും മറിയാരാജകുമാരിയേയും പിടികൂടി അടിച്ചു കൊല്ലുകയും വേണം.

തനിക്കു നേരെ കവാത്തെടുത്തുവരുന്ന സേനയെ ആൻഡ്രി കണ്ടു. അയാൾ വർത്തകരിൽ നിന്നു കിട്ടിയ മഴു പുറത്തെടുത്തു. അതിന്റെ പിടിയിൽ പിടിച്ചു കുത്തിനിർത്തി റപ്പ്-റപ്പ് അതു കൊത്തിക്കൊണ്ടിരുന്നു. പെട്ടെന്ന് കടലിൽ ഒരു കപ്പൽ ഉയർന്നു മറ്റൊരു കപ്പൽകൂടി പ്രത്യക്ഷപ്പെട്ടു. മഴു അന്തരീക്ഷത്തിൽ വെട്ടിക്കൊണ്ടിരുന്നു. നൂറു കപ്പലുകൾ കടലിൽ അണിനിരന്നു. പിന്നീട് ആൻഡ്രി ആ പുല്ലാങ്കുഴലെടുത്തു ഊതിത്തുടങ്ങി. ഒരു വൻ പട കരയിൽ പ്രത്യക്ഷപ്പെട്ടു. കാലാൾപ്പടയും, കുതിരപ്പടയും, പീരങ്കികളും, തോക്കുകളും പടയൊത്തുണ്ട്. കൊടിക്കൂറകൾ പാറിപ്പിച്ചുകൊണ്ട് അത്യുച്ചത്തിൽ മുഴങ്ങുന്ന ബാന്റ് വാദ്യത്തിന്റെ താളത്തിൽ നീങ്ങാൻ തയ്യാറായി നില്പായി. പടത്തലവന്മാർ കുതിരപ്പുറത്തുവന്നു യുദ്ധമാരംഭിക്കാനുള്ള അനുവാദത്തിന് അഭ്യർത്ഥിച്ചു.

യുദ്ധം ആരംഭിക്കാൻ വില്ലാളി ആൻഡ്രി കല്പിച്ചു. അതോടെ ബാന്റു വാദ്യം അത്യുച്ചത്തിൽ മുഴങ്ങാൻ തുടങ്ങി. ദ്രുതഗതിയിൽ പടയണികൾ മുന്നോട്ടു നീങ്ങി. കാലാൾപ്പട സാർചക്രവർത്തിയുടെ സേനയെ തകർത്തു തരിപ്പണമാക്കി മുന്നേറി. കുതിരപ്പട പടക്കളത്തിൽ നിന്ന് ഓടി രക്ഷപ്പെടുന്ന സാറിന്റെ പടയാളികളെ തടവുകാരാക്കിപ്പിടിച്ചുകെട്ടി. തന്റെ പട തോറ്റു പിന്തിരിഞ്ഞോടുന്ന കാഴ്ച കണ്ട് സാർ ചക്രവർത്തി നടുങ്ങി. അവരെ തടുക്കാൻ ശ്രമിച്ചു. അപ്പോൾ വില്ലാളി ആൻഡ്രി ആ വർത്തകരിൽ നിന്നു കിട്ടിയ കൊട്ടുവടി പുറത്തെടുത്തു കല്പിച്ചു.

"ഇപ്പോൾ അപ്പോൾ കൊട്ടുവടി നീ ആ സാർ ചക്രവർത്തിയുടെ എല്ലൊടിക്കുക." ഒരൊറ്റ ചാട്ടത്തിന് പടക്കളത്തെ മുറിച്ചു കടന്നുകൊണ്ടു കൊട്ടുവടി സാർ ചക്രവർത്തിയുടെ മേൽ ചാടിവീണു. നെറ്റിയിൽ ആഞ്ഞൊരടി അടിച്ചു സാർ ചക്രവർത്തി മരിച്ചു വീണു. അതായിരുന്നു യുദ്ധത്തിന്റെ അന്ത്യം.

നഗരവാസികൾ തടിച്ചു കൂടി. അവർ ഏകസ്വരത്തിൽ ആർത്തു വിളിച്ചു. "വില്ലാളി ആൻഡ്രിതന്നെ സാർചക്രവർത്തിയാകണം!" ആൻഡ്രി എതിർപ്പു പ്രകടിപ്പിച്ചില്ല. സാർ ചക്രവർത്തി പദം ഏറ്റെടുത്തു. ജനങ്ങൾക്ക് ഒരു ഗംഭീര സദ്യ നൽകി. മറിയാരാജകുമാരിയൊത്തു മരണം വരെ സസുഖം ആൻഡ്രി നാടുവാണു.

■

ആനന്ദക്കിളി

ഒരിക്കൽ ഒരു നാടൻ പെൺകുട്ടി കാട്ടുപഴങ്ങൾ തേടി കാട്ടിലേക്കു പോയി. തന്റെ വഴി തെറ്റിയത് അവളറിഞ്ഞില്ല. നടന്നു നടന്നു അവൾ ഒരു വൻ കാട്ടിനുള്ളിലെത്തി. അന്തി മയങ്ങിയപ്പോഴാണ് തനിക്കു പിണഞ്ഞ അബദ്ധം ആ കുട്ടി മനസ്സിലാക്കുന്നത്. വീട്ടിലേക്കു മടങ്ങേണ്ട നേരം വളരെ വൈകി. പരിഭ്രാന്തയായ അവൾ നാലുപാടും ഓടിനോക്കി. പക്ഷേ പരിചിതമായ ഒരു വഴിയുടെ നിഴൽപോലും കണ്ണിൽപ്പെട്ടില്ല. രാത്രി വളരെ ഇരുട്ടുന്നതുവരെ അവൾ അലഞ്ഞുനടന്നു. രണ്ടാം ദിവസവും എത്ര നടന്നിട്ടും ഒരു വഴി കണ്ടെത്തിയില്ല. കാട്ടുപഴങ്ങൾ തിന്നുകൊണ്ട് കുറ്റിക്കാട്ടിൽ ഉറങ്ങിക്കൊണ്ട് മൂന്നാം ദിവസവും അന്വേഷണം തുടർന്നു.

തങ്കവെയിലിൽ കുളിച്ചുനിൽക്കുന്ന ഒരു കാട്ടുപാതയിലാണ് നാലാം ദിനം കാൽകുത്തിയത്. അദ്ഭുതം കൊണ്ടു വിടർന്ന കണ്ണുകളാൽ അവൾ ചുറ്റും തറച്ചുനോക്കി. കാരണം, കാട്ടുപാതയുടെ ഒത്തനടുവിൽ ഒരു വലിയ ഓക്കുമരം നിന്നിരുന്നു. അതിന്റെ തുന്നാരം കൊമ്പത്ത്, അതി വിചിത്രവും അതിമനോഹരവുമായ ഒരു കൂട് തൂങ്ങിക്കിടന്നിരുന്നു. അതിനുള്ളിലാകട്ടെ അതിവിചിത്രവും അസാധാരണവുമായ ഒരു കിളി. ചുകപ്പും പച്ചയും സ്വർണ്ണനിറവുമാർന്ന ആ തൂവലുകൾ വെട്ടിത്തിളങ്ങി യിരുന്നു. ആ പക്ഷി ഒന്നു ചിറകടിച്ചപ്പോൾ അവിടമെങ്ങും പ്രകാശം ഓളംവെട്ടി. തുടർന്ന് അത് മധുരമനോഹരമായി പാടാനും തുടങ്ങി. ഏതാനും നിമിഷങ്ങൾക്കകം അവിടെ ഒരദ്ഭുതസംഭവമുണ്ടായി. ആ കിളി കൂട്ടിൽ ഒന്നു ചുറ്റിത്തിരിഞ്ഞതേയുള്ളൂ. ആ കാട്ടുപാതയുൾപ്പെടെ ആ കാടും ഒന്നു വട്ടം കറങ്ങി! ആ പെൺകുട്ടി ഒരിഞ്ചുപോലും ഇളകി യിരുന്നില്ല. പക്ഷേ താൻ മറ്റൊരിടത്തു നിൽക്കുന്നതായാണ് അവൾ കണ്ടത്. അതിവേഗം തുഴഞ്ഞുപോകുന്ന ഒരു തോണിയിലിരിക്കു മ്പോഴുള്ള ആ അനുഭവം. വൻമരങ്ങളും കുറ്റിക്കാടുകളും തന്റെ കൺ മുമ്പിലൂടെ ഒഴുകുന്നതായി അവൾക്കുതോന്നി. കണ്ണിമയ്ക്കുന്ന തിന്നിടയിൽ നമ്മുടെ നാടൻ പെൺകുട്ടി ആ അദ്ഭുതപ്പക്ഷിയുടെ തൊട്ടടുത്തെത്തി.

"നീ ഏതാ കുട്ടീ? എവിടുന്നു വരുന്നു? എങ്ങനെ എന്നെ കണ്ടുപിടിച്ചു? നിനക്കുവേണ്ടി ഞാനെന്തുചെയ്യണം?" മന്ദ്രമധുരമായ സ്വരത്തിൽ കിളി ചോദിച്ചു.

"കാട്ടിൽ എന്റെ വഴിതെറ്റി," ഭീതി കലർന്ന സ്വരത്തിൽ അവൾ അഭ്യർത്ഥിച്ചു. "ഇവിടെ ഞാനറിയാതെ വന്നുപെട്ടതാണ്. നീ എന്തു ജാതി പക്ഷിയാണെന്നറിയില്ല. ഞാൻ യാചിക്കുന്നു, എന്നെ കൊല്ലരുതേ!"

അപ്പോൾ ആ കിളി ചിരിച്ചു. വെള്ളിമണിനാദംപോലെ പൊട്ടിച്ചിരിച്ചുകൊണ്ടു ആ കിളി പറഞ്ഞു. "ഞാൻ ആരെയും കൊന്നിട്ടില്ല. ആനന്ദക്കിളിയെന്നാണ് എല്ലാവരും എന്നെ വിളിക്കുന്നത്. കാരണം എല്ലാ ജീവജാലങ്ങൾക്കും സംതൃപ്തിയും ഐശ്വര്യവും ആഹ്ലാദവും നൽകുന്നതു ഞാനാണ്. ഞാൻ ചിറകടിക്കുന്നിടം ആനന്ദം തിരതല്ലും."

ഇത് കേട്ടപ്പോൾ ആ പെൺകുട്ടി ഒരു നെടുവീർപ്പിട്ടു.

"എന്റെ അച്ഛനമ്മമാർ പാവങ്ങളാണ്. അതായിരിക്കണം ഞാൻ നിന്നെ കാണാത്തത്. എന്താ ഒരിക്കലെങ്കിലും ഞങ്ങളുടെ വീട്ടിൽ വരാത്തത്?"

"അയ്യോ, കുട്ടീ, പണക്കാരുടെ മാത്രമല്ല പാവങ്ങളുടെയടുത്തും ഞാൻ പോകാറുണ്ട്. അക്കാര്യത്തിൽ എനിക്കു യാതൊരു പക്ഷഭേദവുമില്ല."

"പക്ഷേ ഞാൻ വരുന്നത് ആരും കാണില്ല. ആരും എന്റെ ചിറകടി കേൾക്കില്ല. ഓരോരുത്തനും അവനാശിച്ചത് ഞാനെത്തിച്ചു കൊടുക്കുന്നു. പക്ഷേ ആരെയും ജീവിതത്തിൽ ഒരിക്കലേ ഞാൻ സമീപിക്കൂ. നിന്റെ അച്ഛനമ്മമാർ ജീവിതത്തിലേറ്റവും അധികം ആശിച്ചത് എന്തിനാണെന്നാർക്കറിയാം? എന്നോടവർ ധനം യാചിച്ചിട്ടില്ല. ജീവിതകാലം മുഴുവൻ സ്നേഹത്തോടും ഒരുമയോടും കൂടി ജീവിക്കാനാകണേ എന്നായിരിക്കണം. ഇന്ന് അതവർക്കുണ്ട്. അഥവാ ആരെങ്കിലും തെരഞ്ഞെടുത്തത് തനിക്കു യോജിക്കാത്തതാണെങ്കിൽ കുറ്റം എന്റേതല്ല. ജീവിതത്തിൽ ഒരു തവണ അവരാവശ്യപ്പെടുന്നതെന്തും ഞാൻ കൊടുക്കുന്നു."

അച്ഛനും അമ്മയ്ക്കും തെറ്റി. അവരെന്തു വിഡ്ഢികളാണ്. "അവൾ കരുതി." "അതിയായ സ്നേഹത്തോടും ഒത്തൊരുമയോടുമാണ് അവർ ജീവിക്കുന്നതെന്നതു വാസ്തവം. പക്ഷേ കടുത്ത ദാരിദ്ര്യത്തിൽ അതൊരാനന്ദമാണോ."

"കുട്ടീ, നിനക്കെന്തു ഭാഗ്യമാണ് ഞാൻ കൈവരുത്തേണ്ടത്? ജീവിതകാലം മുഴുവൻ നിലനിൽക്കേണ്ടതാണ്. നല്ലവണ്ണം ചിന്തിച്ചു പറഞ്ഞാൽ മതി." കിളി വാത്സല്യപൂർവ്വം ചോദിച്ചു.

അവൾ ആലോചിച്ചു. അച്ഛനമ്മമാരെപ്പോലെ കടുത്ത ദാരിദ്ര്യത്തിൽ കഴിയാനവൾക്കൊട്ടും ഇഷ്ടമില്ല. തന്റെ ഏതാശയും നിറവേറ്റാനുള്ള കഴിവ് ധനത്തിനുണ്ടെന്ന് അവൾക്കു തോന്നി. വിവാഹാഭ്യർത്ഥനയുമായി

സുന്ദരന്മാരായ യുവാക്കൾ തന്നെ വന്നലട്ടുന്ന ആ രംഗം കൺമുമ്പിൽ അവൾ കണ്ടു. അവരിൽ എനിക്കേറ്റവുമധികം ഇഷ്ടപ്പെട്ടവനെ താൻ സ്വീകരിക്കും. ധനമുണ്ടോ എല്ലാം കൈവരും.

അവൾ അഭ്യർത്ഥിച്ചു. "ആനന്ദക്കിളി എന്നെ ഒരു ധനികയാക്കൂ!"

കിളി നെടുവീർപ്പിട്ടു. "നിനക്ക് അതാണ് വേണ്ടതെങ്കിൽ അത് കൈവരട്ടെ!" തുടർന്നു പറഞ്ഞു. "നീ എന്നെപ്പറ്റി ഒരുത്തനോടും മിണ്ടിപ്പോകരുത്. പറയുന്ന ആ നിമിഷത്തിൽ വരം നഷ്ടപ്പെടും."

പെട്ടെന്ന് അവളുടെ കൺമുമ്പിൽ എല്ലാം കറുത്തിരുണ്ടു. ഉറക്കത്തിലെന്നപോലെ. കണ്മിഴിച്ചപ്പോൾ തങ്ങളുടെ പൊളിഞ്ഞ പൂമുഖത്തിരിക്കുന്നതാണ് അവൾ കാണുന്നത്. തൊട്ടടുത്തു നിന്നിരുന്ന അമ്മ ചോദിച്ചു. "നീ എന്തേ ഇത്ര വൈകിയത്. എവിടെയായിരുന്നു ഇത്ര നാളും? വഴി തെറ്റിയോ?

"അമ്മേ കാട്ടിൽ കണക്കില്ലാതെ പഴങ്ങൾ കണ്ടെത്തി. അവയെല്ലാം ഏറ്റിനടക്കാനും വയ്യായിരുന്നു. അതാണിത്രയും വൈകിപ്പോയത്.

സന്തോഷാശ്രുക്കൾ പൊഴിച്ചുകൊണ്ട് അമ്മ ഒരുവിവരം അറിയിച്ചു; "മോളെ നമുക്കു നല്ല കാലം വന്നു. നിന്റെ അച്ഛന് നിധി കിട്ടിയിരിക്കുന്നു. നാം ധനികരായി."

അധികം താമസിയാതെ അവർ ഒരു മണിമാളിക പണികഴിപ്പിച്ചു താമസം അതിലേക്കു മാറ്റി. അവളുടെ അച്ഛൻ കച്ചവടം തുടങ്ങി. ഏതു നേരത്തും വീട്ടിൽ തിരക്കായിരുന്നു. ഒന്നുകിൽ കച്ചവടസംബന്ധമായി അല്ലെങ്കിൽ അതിഥികളായി.

അവൾ വളർന്നു. എണ്ണമറ്റ ചങ്ങാതികളുമുണ്ടായി. അവരെല്ലാവരും തന്നെപ്പോലെ ധനികസന്തതികളായിരുന്നു. ചങ്ങാതികളായി സുഭഗന്മാരായ യുവാക്കളും വളരെപേരുണ്ടായിരുന്നു. പലരും വിവാഹാഭ്യർത്ഥനകളുമായി അവളെ സമീപിച്ചു. പക്ഷേ അവൾ തള്ളിക്കളയുകയാണ് ചെയ്തത്. തനിക്ക് അനുയോജ്യനായി അവൾ ആരെയും കണ്ടില്ല. എന്നാൽ അവൾക്കിഷ്ടപ്പെട്ട ഒരു യുവാവുണ്ടായിരുന്നു. അയാളാകട്ടെ അവളെ തീരെ അവഗണിക്കുകയാണ് ചെയ്തത്. അയാളിഷ്ടപ്പെട്ടത് അവളുടെ ചങ്ങാതികളിലൊരുത്തിയെയായിരുന്നു.

അതവളെ വേദനിപ്പിച്ചു. അവളുടെ ഹൃദയം അയാളുടെ സ്നേഹത്തിനു വേണ്ടി ദാഹിച്ചു. എന്നാൽ അയാളാകട്ടെ തിരിഞ്ഞു നോക്കിയതുപോലുമില്ല.

നെടുവീർപ്പിട്ടു നെടുവീർപ്പിട്ട് അവൾക്കു നെഞ്ഞു വേദനിച്ചു.

"എനിക്കു തെറ്റുപറ്റി. ഞാൻ ആനന്ദക്കിളിയോട് ആവശ്യപ്പെട്ടത് തെറ്റിയിരിക്കുന്നു. ഞങ്ങൾ ധനികരാണ്. ഈ അളവറ്റ ധനം എനിക്കൊട്ടും ആനന്ദപ്രദമല്ല. കച്ചവടസംബന്ധമായ പല കാര്യങ്ങളും ചിന്തിച്ച് അച്ഛൻ എപ്പോഴും പരിഭ്രാന്തനാണ്. ആനന്ദിക്കാനോ സമാധാനപ്പെട്ടിരിക്കാനോ ഒരു നിമിഷംപോലും അദ്ദേഹത്തിനില്ല. അമ്മയാകട്ടെ

വീട്ടുകാര്യങ്ങൾ നോക്കി നടത്തുവാൻ എപ്പോഴും ഓടി നടക്കുന്നു. അതിഥികളെ വേണ്ടവിധം സല്ക്കരിക്കേണ്ടതും അവരുടെ ചുമതലയാണല്ലോ. ഇനി എന്നെപ്പറ്റിയാണെങ്കിൽ എനിക്കു വിലപിടിച്ച വസ്ത്രങ്ങളുണ്ട്. ആഭരണങ്ങളും ഒട്ടേറെയുണ്ട്. ചങ്ങാതികൾക്കു കണക്കില്ല. എണ്ണിക്കണക്കാക്കാനാകാത്തത്ര ആരാധകരും എനിക്കുണ്ട്. പക്ഷേ ഞാനാത്മാർത്ഥമായി സ്നേഹിക്കുന്നവൻ എന്നെ അവഗണിച്ചു കാണുന്നതിനാൽ ഇവയെല്ലാം ശൂന്യമായിതോന്നുന്നു. ഒട്ടും സമാധാനവുമില്ല. ആനന്ദക്കിളി എന്നിൽ അലിവു തോന്നി. എന്റെ ഭാഗ്യം മാറ്റിത്തരാതിരിക്കില്ല.''

''അവൾ തന്റെ പഴക്കൊട്ടയെടുത്തു. അമ്മയോടു പറഞ്ഞു.

''അമ്മേ, ഇവിടെ ഇരുന്നിരുന്നു മുഷിഞ്ഞു. പണ്ടത്തെപ്പോലെ ഒന്നു പഴങ്ങൾ പറിക്കാൻ പോകാൻ കൊതിയാവുന്നു.''

അവൾ നടന്നു നടന്നു കൂട പഴങ്ങളാൽ നിറച്ചു. പക്ഷേ ആ അദ്ഭുതപ്പാത ഇനിയും കണ്ടെത്തിയില്ല. എവിടെ നോക്കിയാലും തന്റെ വീട്ടിലേക്കു നീണ്ടുപോകുന്ന സുപരിചിതങ്ങളായ വഴികൾ തന്നെ.

ഏഴു രാത്രിയും പകലും അവളിങ്ങനെ ചുറ്റിത്തിരിഞ്ഞു. ഒടുവിൽ എട്ടാം ദിവസം സന്ധ്യക്കു തനിക്കു എത്തിച്ചേരണ്ട കാട്ടുപാതയിൽ അവളെത്തി. ആ പക്ഷിയെ കാണുകയും ചെയ്തു.

അക്ഷമയായി അവൾ വിളിച്ചു പറഞ്ഞു. ''ആനന്ദക്കിളീ, എനിക്കു മാപ്പുതരണം. വിഡ്ഢിയായ എനിക്കു തെറ്റുപറ്റി. ഞാൻ എന്നെ നരകത്തിലെത്തിക്കുന്ന ഭാഗ്യമാണ് യാചിച്ചത്. എന്റെ ജീവിതം അത് കണ്ണീരിലാഴ്ത്തുകയാണ് ചെയ്തത്.''

വെള്ളിമണിനാദംപോലെ കിളി പൊട്ടിപ്പൊട്ടിച്ചിരിച്ചു. ചിറകടിച്ചുകൊണ്ട് ആ കാട്ടുപാതയെ ദീപ്തിമത്താക്കിത്തീർത്തു.

''പറഞ്ഞോളൂ. ഇപ്പോൾ നിനക്കെന്തുവേണം?'' അതു ചോദിച്ചു. ''എന്നെത്തേടി നീ ദുർഘടംപിടിച്ചതും നീണ്ടതുമായ വഴി പിന്നിട്ടു വന്നിരിക്കായണല്ലോ. ഞാൻ മാപ്പുതരുന്നു. ഞാനന്നുതന്ന ഭാഗ്യം മാറ്റിത്തരുകയും ചെയ്യാം. പറയൂ എന്തുവേണം?''

''ഞാൻ ആത്മാർത്ഥമായി സ്നേഹിക്കുന്നവൻ എന്നെ കല്യാണം കഴിക്കണം. മറ്റാരേക്കാളുമേറെ തിരിച്ച് അയാളെന്നെ സ്നേഹിക്കുകയും വേണം. ഒരിക്കലും അദ്ദേഹമെന്നെ വിട്ടുപിരിയരുത്.''

''കുട്ടീ, നല്ലവണ്ണം ആലോചിച്ചോ?'' കിളി ചോദിച്ചു. ''വീണ്ടും തെറ്റുപറ്റരുത്. രണ്ടാം തെറ്റ് ഒന്നാമത്തേക്കാൾ കൂടുതൽ ശിക്ഷാർഹമാണെന്നറിയാമല്ലോ.''

''മറ്റൊന്നും എനിക്കുവേണ്ട!'' അവൾ നിലവിളിച്ചു.

ഒരു നെടുവീർപ്പിട്ടുകൊണ്ടു ആനന്ദക്കിളി പറഞ്ഞു.'' എന്നാൽ നിന്റെ ഇഷ്ടം നടക്കട്ടെ. നിന്റെ ധനം കൂടെത്തന്നെയുണ്ടാകും. നീ ആശിക്കുന്നവനെ വരനായി ലഭിക്കും. ഉടനെത്തന്നെ ആശ സഫലമായിക്കാണാം!''

വീണ്ടും തന്റെ മുമ്പിൽ എല്ലാം ചുറ്റിക്കറങ്ങുന്നതായും ഇരുളിലാഴുന്ന തായും അവൾക്കനുഭവപ്പെട്ടു. അഗാധനിദ്രയിലാണ്ടപോലെ തോന്നി.

വീട്ടിൽ തന്റെ പട്ടുമെത്തമേൽ താൻ കിടക്കുന്നതാണ് അവൾ ഉണർന്നപ്പോൾ കണ്ടത്. തൊട്ടടുത്ത് അമ്മ നിൽക്കുന്നു.

"എന്തുറക്കമാണ് മോളെ. വേഗമെഴുന്നേൽക്കൂ. പൊരുത്തക്കാരു വന്നിരിക്കുന്നു വീണ്ടും. കുറേനേരമായി, നിന്റെ അച്ഛനും എനിക്കും ഇഷ്ടമായി. നിന്റെ അഭിപ്രായം കാത്തിരിക്കുകയാണ്."

"എവിടുന്നാണമ്മേ?" അമ്മ പേരു പറഞ്ഞു. താൻ ലോകത്തിലേറ്റ വുമധികം സ്നേഹിക്കുന്നതും ആരാധിക്കുന്നതുമാരെയോ, അയാൾ തന്നെ!

ആ വിവാഹം കെങ്കേമമായി നടന്നു.

നവദമ്പതികൾ സമ്പൽസമൃദ്ധിയുടെ കാൽച്ചിലമ്പൊലി മുഴങ്ങുന്ന വരഗൃഹത്തിലേക്കു താമസം മാറ്റി. അവൾക്കു യാതൊന്നും അറിയേണ്ട. എല്ലാറ്റിനും വേലക്കാരുണ്ട്. ഭർത്താവ് അവളെ അത്യധികം സ്നേഹിച്ചു. ഒരിക്കലും വേർപിരിഞ്ഞിരുന്നില്ല. അവളുടെ മുഖത്തുനിന്നു കണ്ണെടുപ്പാൻ പോലും അയാൾ മടിച്ചു. എപ്പോഴും അവളെ ആനന്ദിപ്പിക്കാനും അവളുടെ മുഖത്തു പുഞ്ചിരി വിടർത്താനും പുതിയ പുതിയ വഴികൾ അയാൾ തേടി.

കാലംനീങ്ങി. ആനന്ദക്കിളി അവളാവശ്യപ്പെട്ട വരം സഫലമാക്കി ക്കൊടുത്തു. തൊട്ടടുത്തായി എപ്പോഴും ഭർത്താവുണ്ടായിരിക്കും. അവളുടെ ഓരോചലനങ്ങളും സൂക്ഷിച്ചുകൊണ്ട് അവളുടെ എല്ലാ ആശകളും നിറവേറ്റാൻ സന്നദ്ധനായിക്കൊണ്ടു.

തന്റെ ഭാര്യയോടു മറ്റുള്ളവർ സംസാരിക്കുന്നതിനെ അയാൾ സംശയത്തോടെ വീക്ഷിച്ചു. അവളുടെ സ്നേഹിതകളെ അയാൾ വീട്ടിൽ നിന്നകറ്റി. തന്റെ വിലപിടിച്ചതും വിചിത്രങ്ങളുമായ വസ്ത്രങ്ങള ണിയുവാൻ അയാൾ അവളെ അനുവദിക്കാതായി. എന്തിന് സ്വന്തം അമ്മയെ ചെന്നുകാണാൻപോലും അയാൾ വിസമ്മതിച്ചു. കാര്യം കൂടെ കൂടെ വഷളായി. അത്യാവശ്യമായി വല്ല കാര്യങ്ങൾക്കും പുറത്തേക്കു പോകേണ്ടി വരുമ്പോൾ സംശയാലുവായി മാറിയ അയാൾ അവളെ മുറിയിലിട്ടു പൂട്ടിയാണ് പോകുക. അവളുടെ ജീവിതം തടവുജീവിത ത്തേക്കാൾ മോശമായിത്തീർന്നു.

ജീവിതത്തിൽ ആനന്ദമെന്തെന്നറിഞ്ഞില്ല. രാത്രി കിടന്നുറങ്ങാൻ പോയിരുന്നത് കണ്ണീരിലാണ്. രാവിലെ കണ്മിഴിച്ചിരുന്നതും കണ്ണീരിൽ ത്തന്നെ. "വീണ്ടും എനിക്കുതെറ്റി" ദുഃഖാകുലയായി അവൾ കൂടെകൂടെ പിറുപിറുത്തു. വീണ്ടും താൻ ശരിയായ ഭാഗ്യത്തിനല്ല നിർഭാഗ്യ ത്തിന്നാണ് കൈനീട്ടിയത്.

ഈ തടവുജീവിതം തുടർന്നുപോകുക അസാദ്ധ്യമായി അനുഭവ പ്പെട്ടു. ഒരു ദിവസം ഭർത്തൃഗൃഹത്തിൽനിന്നു അവൾ ഒളിച്ചോടി.

പിന്നിലുള്ള ഇടവഴികളും പച്ചക്കറിത്തോട്ടങ്ങളും പിന്നിട്ടുകൊണ്ട് സ്വന്തം വീട്ടിലെത്തി. തന്റെ പഴയ പഴക്കൊട്ട തെരഞ്ഞുപിടിച്ചു.

"അമ്മേ, ഞാൻ കാട്ടുപഴങ്ങൾ പൊട്ടിച്ചു വേഗം വരാം. വീട്ടിൽ ഇരുന്നിരുന്നു മുഷിഞ്ഞു."

ഒരിക്കൽക്കൂടി ആനന്ദക്കിളിയെ തേടിപ്പിടിക്കുവാൻ അവൾ തീർച്ചയാക്കി. ഇത്തവണ ഇരുപതു ദിവസത്തോളം അവൾ കൊടും കാട്ടിൽ അലഞ്ഞുതിരഞ്ഞു. കാട്ടുപഴങ്ങൾ തിന്നു വിശപ്പടക്കി. കുറ്റിക്കാട്ടിൽ കിടന്നുറങ്ങി. വീട്ടിലേയ്ക്കു എത്തിക്കുന്ന പലവഴികളും കാണാതിരുന്നില്ല. അവൾ അവയെ അവഗണിച്ചു മുന്നേറി. അവൾക്ക് എത്തേണ്ടത് ആ ആനന്ദക്കിളിയുടെ കാട്ടുപാതയിലാണല്ലോ.

ഒടുവിൽ ഇരുപത്തൊന്നാം ദിവസം തനിക്കെത്തേണ്ടിടത്തു അവൾ കാൽകുത്തി.

ആനന്ദക്കിളിയെ കണ്ടതോടെ അവളുടെ ദുഃഖം അണപൊട്ടിയൊഴുകി. അവൾ മുട്ടുകുത്തി നിന്നുകൊണ്ട് പൊട്ടിപ്പൊട്ടിക്കരഞ്ഞു.

"മാപ്പുതരണം ആനന്ദക്കിളി!" തൊണ്ടയിടറികൊണ്ട് അവൾ പ്രാർത്ഥിച്ചു. "എനിക്കു വീണ്ടും തെറ്റുപറ്റി. വീണ്ടും ഞാൻ കണ്ണീരിനെയാണ് അറിയാതെ ആവശ്യപ്പെട്ടത്."

പക്ഷി തന്റെ വെട്ടിത്തിളങ്ങുന്ന ചിറകുകൾ ആഞ്ഞടിച്ചു. അസാധാരണമായ ഒരു മാന്ത്രികദീപ്തി അവിടം മുഴുവൻ തിരയടിച്ചു. മധുരമനോഹരമായി അതൊരു പാട്ടുപാടി. തുടർന്നു ചോദിച്ചു; "കുട്ടീ, ഇത്തവണ നിനക്കെന്തു വേണം."

അവൾ തേങ്ങിത്തേങ്ങിക്കരഞ്ഞതേയുള്ളൂ. ഒടുവിൽ ഗദ്ഗദസ്വരത്തിൽ പറഞ്ഞു.

"എനിക്കേറ്റവും അനുയോജ്യമായ വരമെന്തെന്ന് എനിക്കറിയില്ല. ഒന്നെനിക്കറിയാം. എന്റെ ജീവിതം ഇരുളടഞ്ഞിരിക്കുന്നു. ഇന്ന് ഞാൻ അസന്തുഷ്ടയാണ്. ഇനി ജീവിച്ചിരിക്കാൻപോലും ആശയില്ല. പറയൂ ആനന്ദക്കിളീ, നീ തന്നെ പറയൂ. ഞാനെന്താണ് ചോദിക്കേണ്ടത്? എന്നെ നിത്യസുഖത്തിലാഴ്ത്തുവാൻ ഞാനെന്താണ് വരമാവശ്യപ്പെടേണ്ടത്?" കിളി കുറച്ചുനേരം നിശ്ശബ്ദമായി ചിന്തയിലാണ്ടു. ഒടുവിൽ പറഞ്ഞു; "കുട്ടീ നീ ദുഃഖിതയാവാനുള്ള കാരണം പറയട്ടെ. നീ ആവശ്യപ്പെട്ട ആനന്ദം നിനക്കു വിധിച്ചതല്ല. അത് നിന്റെ ചങ്ങാതിച്ചിക്കുള്ളതത്രെ. അതാണ് ഭാഗ്യം നിർഭാഗ്യമായി മാറിയത്."

"ഇനി ഞാനെന്തു ചെയ്യണം?" അവൾ ചോദിച്ചു. "എനിക്കു നിന്നോടനുകമ്പ തോന്നുന്നു." "കിളി തുടർന്നു. "നിന്റെ ആനന്ദവും ഭാഗ്യവും ഞാൻ തന്നെ തീർച്ചയാക്കാം. മരണംവരെ നീ അതനുഭവിക്കും. പക്ഷെ ഇപ്പോൾ നീ പൊയ്ക്കൊള്ളൂ വീട്ടിലേക്കു പോകുമ്പോൾ ഒന്നാലോചിച്ചു നോക്കണം. ദരിദ്രരായിരുന്നപ്പോഴും നീ ആനന്ദിച്ചിരുന്ന നിമിഷങ്ങളുണ്ടായിരുന്നില്ലേ എന്ന്."

"ഇപ്പോൾ നീ പൊയ്ക്കൊള്ളൂ. തക്കസമയത്ത് ഞാൻ അടുത്തു വരും." ഇത്രയും പറഞ്ഞ് കിളി ചുറ്റിത്തിരിഞ്ഞു. ഇത്തവണയും പെട്ടെന്ന് ആ കാട്ടുപാതയും ചുറ്റുപാടും തന്റെ ദൃഷ്ടിയിൽനിന്നും ഓടി മറയുന്നതവൾ കണ്ടു.

തന്റെ മൃദുലമായ പട്ടുമെത്തയിൽ കിടക്കുന്നതായാണ് ഉണർന്ന പ്പോൾ അവൾ കണ്ടത്. തൊട്ടടുത്ത് അമ്മ ഇരിക്കുന്നു.

"എഴുന്നേൽക്കൂ മോളെ. ഇതെന്തുറക്കമാണ്. പൊരുത്തക്കാർ വന്നി രിക്കുന്നു. നിന്റെ സമ്മതം കാത്തിരിക്കുകയാണ്. നിന്റെ അച്ഛനും എനിക്കും തൃപ്തിയായി. വിവാഹർത്ഥി ഒന്നാന്തരം ധനികനാണ്. സുമുഖനുമാണ്. വിലപിടിച്ച വസ്ത്രങ്ങളണിഞ്ഞാണ്. ഇതിലും നല്ലൊരു ത്തനെ ഇനി കിട്ടില്ല."

"അമ്മേ. അമ്മയെന്തൊക്കെയാണ് പുലമ്പുന്നത്." അദ്ഭുതത്തോടെ അവൾ ചോദിച്ചു. "എന്റെ കല്യാണം കഴിഞ്ഞില്ലേ!" ഇതുകേട്ടപ്പോൾ അമ്മ പൊട്ടിച്ചിരിക്കുകയാണ് ആദ്യം ചെയ്തത്. തുടർന്നു വിസ്മയപ്പെട്ടു.

"മോളേ, നീയെന്താല്ലാമാണ് പിച്ചുപേയും പറയുന്നത്. ഇനിയും സ്വപ്നത്തിൽ നിന്നുണർന്നിട്ടില്ലേ? ഞങ്ങളാർക്കും വാക്കുകൊടുക്കാതെ. വന്നവരെയെല്ലാം തള്ളിക്കളഞ്ഞിരിക്കുന്ന നീ എങ്ങനെ വിവാഹിത യാകാൻ! വേഗം ഇറങ്ങിച്ചെല്ലൂ. പൊരുത്തക്കാർ നിന്റെ സമ്മതം കാത്തിരിക്കുകയാണ്." അപ്പോൾ അവൾ ചോദിച്ചു. "എവിടുന്നാണമ്മേ?"

അമ്മ പേരു പറഞ്ഞു. താനാരേക്കാളും സ്നേഹിച്ചവൻ തന്നെ!

സ്വല്പം ചിന്തിച്ചശേഷം അവൾ അമ്മയോടു പറഞ്ഞു. "ഇല്ല അമ്മേ. എനിക്കതിഷ്ടമില്ല. സുന്ദരനാണ്, ധനികനുമാണ്. നേര് പക്ഷേ സ്വഭാവത്തെപ്പറ്റി ഒന്നും അറിയില്ല. എന്നെയല്ല അയാൾ ആത്മാർത്ഥമായി സ്നേഹിക്കുന്നത്. ഞാനല്ല അയാൾക്കു വിധിച്ച ഭാര്യ. മറ്റൊരുവളുടെ ഭാഗ്യം ഞാനെന്തിനു തട്ടിക്കളയുന്നു. എനിക്കതിഷ്ടമില്ലെന്ന് തന്നെ അമ്മ പറഞ്ഞോളൂ."

നിഷേധാത്മകമായിരുന്നു അവളുടെ മറുപടി.

അവൾ തന്റെ ചുറ്റുമുള്ള കാര്യങ്ങൾ നോക്കിക്കാണാൻ തുടങ്ങി. സഹജീവികളുടെ ജീവിതത്തേയും അവരുടെ ആനന്ദത്തേയും അവൾ നോക്കി പഠിച്ചു. തന്റെ കാമുകന്മാരെപ്പറ്റിയും അവൾ ഓർക്കാതിരുന്നില്ല. എണ്ണമറ്റ അവർ ഒന്നുകിൽ തന്റെ സൗന്ദര്യത്തിലോ അതല്ലെങ്കിൽ തന്റെ പിതാവിന്റെ അളവറ്റ ധനത്തിലോ ഭ്രമിച്ചവരാണെന്ന് അവൾ വ്യക്തമായി കണ്ടു.

കഴിഞ്ഞ കാലത്തെപ്പറ്റി അവളോർത്തു. ദരിദ്രരായിരുന്ന നാളിൽ തനിക്കേറ്റവും ഇഷ്ടപ്പെട്ടിരുന്ന ആ ആൺകുട്ടിയെ അവൾക്കോർമ്മവന്നു. അവന് അവളേയും അത്യധികം ഇഷ്ടമായിരുന്നു. മിടുമിടുക്കനായിരുന്ന അവൻ ദയാലുവും മര്യാദക്കാരനും ചുറചുറുക്കുള്ളവനുമായിരുന്നു.

തന്നെ കല്യാണം കഴിക്കണമെന്നതായിരുന്നു ആ കരുവാൻകുട്ടിയുടെ ആശ. പക്ഷേ പിന്നീട് അവരൊരിക്കലും കണ്ടുമുട്ടിയില്ല. തങ്ങൾ ദരിദ്ര രായിരുന്നപ്പോൾ അവൻ വീട്ടിൽ ഇടക്കിടെ വരാറുണ്ടായിരുന്നു. ധനിക ഗൃഹത്തിലേക്കു ക്ഷണിക്കപ്പെടാതെ അഭിമാനമുള്ള ഒരു ദരിദ്രനും പോകില്ല. കരുവാന്റെ അടുത്തേയ്ക്ക് ഒന്നു പോകാനുള്ള വഴി അവളാ ലോചിച്ചു കണ്ടുപിടിച്ചു. അമ്മയ്ക്ക് ഒരു പുതിയ കുടംതൂക്കി (Pot-hook) വാങ്ങാനാണെന്നു പറയണം.

ആലയുടെ അടുത്തെത്തി. കരുവാൻ പാട്ടുപാടിക്കൊണ്ട് ഇരുമ്പിൽ ആഞ്ഞടിക്കുന്ന ശബ്ദം അവൾ കേട്ടുകൊണ്ടിരുന്നു. അവളെ തന്റെ മുമ്പിൽ കണ്ടപ്പോൾ കരുവാനുണ്ടായ സന്തോഷം വിവരിക്ക വയ്യ. അവരന്യോന്യം അഭിവാദ്യം ചെയ്തു.

‘‘സ്നേഹബഹുമാനപൂർവ്വം അയാൾ ചോദിച്ചു. വന്നത് എന്തിനാ ണാവോ?’’

അമ്മയുടെ കയ്യിലുള്ള കുടംതൂക്കി ഗുണമില്ല. ചെറിയ കുടങ്ങൾക്ക് അതൊട്ടും പറ്റുന്നില്ല. വലിയവക്കാണെങ്കിൽ വളരെ ചെറുതും. രണ്ടിനും പറ്റിയ തരത്തിലൊന്ന് ഉണ്ടാക്കിത്തരാനാകുമോ?’’

‘‘ഓ’’ അവൻ മറുപടി പറഞ്ഞു.

‘‘ഞാൻ വരുമ്പോൾ പാടിയിരുന്ന ആ പാട്ടേതാ? സുഖം തന്നെയല്ലേ? സന്തുഷ്ടനായിക്കാണുന്നതിൽ എനിക്ക് അതിയായ സന്തോഷമുണ്ട്.’’

‘‘അതെന്തോ. ഞാനൊരിക്കലും ദുഃഖിക്കാറില്ല. ആനന്ദം ഒരിക്കൽ എന്റെ തൊട്ടടുത്തായിരുന്നു. പക്ഷേ പറഞ്ഞിട്ടെന്തു ഫലം അതു പറന്നുപോയി. എന്നെന്നേയ്ക്കും. അതിനെ പിടികൂടാൻ അതൊരു പക്ഷിയൊന്നുമല്ലല്ലോ? പണ്ടത്തെ സൗഹൃദമോർത്തു ചോദിക്കുകയാണ്, തെറ്റിദ്ധരിക്കരുത്; നിങ്ങളെല്ലാ വിവാഹാഭ്യർഥനകളും തള്ളിക്കളയുന്ന തായി കേൾക്കുന്നല്ലോ. വല്ല കാരണവുമുണ്ടോ?”

ഇതിനുത്തരമായി അവളൊന്നു ചിരിച്ചു.

‘‘കാരണം ഇതാണ്. അപരിചിതരായവരെ സ്വീകരിക്കാൻ ഞാൻ പേടിക്കുന്നു. പഴയ കൂട്ടുകാരിൽ ഒരുത്തനെങ്കിലും എന്നെ ആവശ്യപ്പെട്ടു വരുന്നുമില്ല.’’

ഒരു നെടുവീർപ്പിട്ടുകൊണ്ടു കരുവാൻ പതുക്കെ മന്ത്രിച്ചു. ‘‘ഞാൻ വരുമായിരുന്നു. പക്ഷേ എന്നെപ്പോലുള്ള ഒരുത്തനെയുണ്ടോ നിങ്ങൾ സ്വീകരിക്കുന്നു.’’

‘‘ഞാൻ തീർച്ചയായും സ്വീകരിക്കും. പക്ഷേ ഒരു കച്ചവടക്കാരനെ ക്കെട്ടാത്ത എനിക്കു അച്ഛൻ സ്ത്രീധനം തരില്ല.’’

“സ്ത്രീധനം എന്നെ സംബന്ധിച്ചിടത്തോളം നിസ്സാരം. എനിക്കെന്റെ കളിത്തോഴിയെ മാത്രം മതി.’’

ഈ വാക്കുകൾ അവളെ കോരിത്തരിപ്പിച്ചു. തനിക്കു അനുയോജ്യമായ

വരം ഇതാ താൻ കണ്ടെത്തിക്കഴിഞ്ഞു. ധനം ഇയാൾ ഇച്ഛിക്കുന്നില്ല. ഇരക്കാനും പോകുന്നില്ല. പുറം പൂച്ചിലല്ല ഇയാൾ മയങ്ങുന്നത്.

"കുടംതൂക്കി വാങ്ങാൻ നിങ്ങൾ വരുമോ?" കരുവാൻ ചോദിച്ചു.

"നിങ്ങളങ്ങോട്ടു കൊണ്ടുവന്നാൽ മതി." പോകുന്നതിനിടയിൽ അവൾ പറഞ്ഞു.

പിറ്റേന്നു തന്റെ ഏറ്റവും നല്ല വസ്ത്രങ്ങളിഞ്ഞുകൊണ്ടാണ് കരുവാൻ കുടംതൂക്കി കൊണ്ടുകൊടുക്കാൻ പോയത്. അടുക്കളയിലേക്കാണ് ചെന്നത്. അവളുടെ അമ്മയെ അഭിവാദ്യം ചെയ്തു.

"ഇതാ മോള് പറഞ്ഞപോലത്തെ ഒരു കുടംതൂക്കി, തൃപ്തിയായോ?"

അവർക്കു വളരെ ഇഷ്ടപ്പെട്ടു.

"ഞാൻ വിചാരിച്ചപോലെത്തെത്തന്നെ. ഇതിനെന്താണ് തരേണ്ടത്?"

"ചോദിക്കുന്നത് കുറേ കടുപ്പമാണെന്നറിയാം. എങ്കിലും ചോദിക്കുകയാണ്. ദയവുചെയ്ത് ആ കൊളുത്ത് എന്റെ തലയിൽ കൊളുത്താൻ സമ്മതിക്കുമോ?"

അവളുടെ അമ്മ അത്ര പൊട്ടിയായിരുന്നില്ല. ചിരിച്ചുകൊണ്ട് അവർ പറഞ്ഞു. "ഇത്ര നല്ല തലയിൽ കൊളുത്താൻ എനിക്കു സന്തോഷമേയുള്ളൂ. എന്തുവേണമെങ്കിലും പ്രതിഫലം തരാം. കാര്യമെല്ലാം മുമ്പു തന്നെ ഇരുവരും തീർച്ചയാക്കിയിട്ടുണ്ടല്ലോ? എന്റെ മോള് എല്ലാ വിവാഹാഭ്യർത്ഥനകളും തള്ളുന്നതു കണ്ടപ്പോഴേ ഞാൻ സംശയിച്ചതാണ്. തക്ക കാരണം കാണുമെന്ന്. അവൾ അച്ഛനെ വല്ലാതെ വിഷമിപ്പിച്ചു. അകത്തേക്കു ചെല്ലൂ. സന്ദർശക മുറിയിലേക്കുതന്നെ. ആരും നിങ്ങളെ തള്ളിക്കളയില്ല."

ഇത്തവണ അവൾ വിവാഹത്തിനനുമതി നൽകി. അച്ഛൻ മനസില്ലാമനസ്സോടെയാണെങ്കിലും മകളുടെ ആശയ്ക്കു വഴിപ്പെടേണ്ടിവന്നു. വിവാഹം താമസിയാതെ നടന്നു.

വധു ഭർത്തൃഗൃഹത്തിലേക്കു താമസം മാറ്റി. ആഡംബരം നിറഞ്ഞതല്ലായിരുന്നു ആ ജീവിതം. അവർക്കൊരിക്കലും പട്ടിണി കിടക്കേണ്ടിവന്നില്ല. വീട്ടുകാര്യങ്ങൾ അവൾ വളരെ ഭംഗിയായി നടത്തിവന്നു. മറ്റാർക്കും കടപ്പെടാതെ സ്വന്തം അദ്ധ്വാനത്തിലൂടെ അവർ സുഖജീവിതം നയിച്ചു. എത്രതന്നെ തന്റെ ഭാര്യയെ പുകഴ്ത്തിയിട്ടും അയാൾക്കു മതിയായില്ല. സുഖവും സംതൃപ്തിയും നിറഞ്ഞ ആ ജീവിതം കണ്ട് അയൽവാസികൾ അസൂയപ്പെട്ടു. അവർക്കു കുട്ടികളും പിറന്നു.

ദിവസങ്ങൾ ഒന്നൊന്നായി മണ്ണടിഞ്ഞു. ആരെയെങ്കിലും കാത്തുനിൽക്കാതെ കാലം മുന്നോട്ടു നീങ്ങി. കരുവാന്റെ മക്കൾ വലുതായി. വിവാഹിതരുമായി അവർക്കും മക്കളായി. നമ്മുടെ നാടൻ പെൺകുട്ടി അങ്ങനെ ഒരു മുത്തശ്ശിയായി.

ഒരു ദിവസം തന്റെ ഒരു പേരക്കുട്ടിയെ മടിയിൽ കിടത്തിക്കൊണ്ടു മുത്തശ്ശി പലതും ചിന്തിക്കുകയായിരുന്നു. തന്റെ അന്ത്യമടുത്തു. എന്നാൽ

വാക്കു തന്നതനുസരിച്ച് ഇനിയും ആനന്ദക്കിളി വന്നില്ല. ഒരുപക്ഷേ വല്ലപ്പോഴും താനറിയാതെ വീട്ടിൽ വന്നിരിക്കുമോ? അല്ലെങ്കിൽ അതെന്റെ അടുത്തുവരുവാൻ മാത്രം ഞാൻ നല്ലവളല്ലായിരിക്കാം.

പെട്ടെന്നു അവളുടെ കുടിൽ ഒരു ദിവ്യ പ്രകാശത്തിൽ മുങ്ങി. അവർക്കു മുമ്പിൽ ആനന്ദക്കിളി പ്രത്യക്ഷപ്പെട്ടു. സന്തോഷത്താൽ അത് ചിറകിട്ടടിച്ചു. വാലിളക്കിക്കൊണ്ട് വിശ്വസംഗീത സ്വരത്തിൽ മൊഴിഞ്ഞു.

“പെണ്ണേ! നിനക്കു തൃപ്തിയായോ? സുഖംതന്നയല്ലേ?”

“ഞാ-ഞാൻ സന്തുഷ്ടയാണ്. പരിതൃപ്തയുമാണ്.” മുത്തശ്ശി ഒരു വിധം പറഞ്ഞൊപ്പിച്ചു. സന്തോഷാധിരേകത്താൽ അവർ മൂകയായി. അവർ തുടർന്നു. “എനിക്കു കൈവരേണ്ട ഭാഗ്യം കൈവന്നു. മക്കളോടും പേരക്കുട്ടികളോടും ഭർത്താവിനോടുമൊപ്പം സന്തോഷപ്രദമായ ജീവിതമാണ് നയിക്കുന്നത്. ആനന്ദക്കിളീ, വളരെ വളരെ നന്ദി. അവനവനു മാത്രമല്ല മറ്റുള്ളവർക്കും സുഖവും നന്മയും കൈവരാനാശിക്കണമെന്നും, അതിനവർക്കും അവകാശമുണ്ടെന്നും മറ്റുള്ളവരുടെ ഭാഗ്യത്തിൽ ഒരിക്കലും അസൂയപ്പെടരുതെന്നുമുള്ള തത്ത്വം എന്നെ പഠിപ്പിച്ചത് ആനന്ദക്കിളിയാണ്.”

അപ്പോൾ ആനന്ദക്കിളി വെള്ളിമണിനാദംപോലെ പൊട്ടിപ്പൊട്ടിച്ചിരിച്ചു. ചിറകടിച്ചുകൊണ്ട് ആ കുടിലിനെ പൂർവ്വാധികം ദീപ്തിമത്താക്കി.

“മരണംവരേയും ഈ സുഖം നിലനിൽക്കട്ടെ! എന്നെ കാണില്ലെങ്കിലും ഞാനെപ്പോഴും നിന്റെ കൂടെത്തന്നെയുണ്ടാകും.”

ഇത്രയും പറഞ്ഞ ആനന്ദക്കിളി അപ്രത്യക്ഷയായി.

മടിയിൽ കിടന്നിരുന്ന കുട്ടി മയക്കത്തിൽനിന്നും ഞെട്ടിയുണർന്നു.

“മുത്തശ്ശീ ആരോടാ സംസാരിച്ചത്?”

“ഓമനേ, ഞാനെന്റെ ആനന്ദത്തോടാണ് സംസാരിച്ചിരുന്നത്. ആനന്ദക്കിളിയോട്.”

“അതെവിടെ മുത്തശ്ശി. ഞാൻ കാണുന്നില്ല.”

“അത് ലോകം നിറഞ്ഞു നിൽക്കുന്നു. അത് പറക്കുന്നത് ആർക്കും കാണാനാകില്ല. ഏവർക്കും ആ കിളി ആനന്ദം കൈവരുത്തുന്നു.”

“മുത്തശ്ശീ, അതിനെ ആരെങ്കിലും കൊന്നെങ്കിലോ?”

“വിഡ്ഢീ, അതു പേടിക്കണ്ട. അതിനെ ആർക്കും കൊല്ലാനാകില്ല. ഓമനേ നീയിപ്പോൾ ഉറങ്ങൂ. ഒരിക്കൽ വെളിച്ചം വിതറിക്കൊണ്ട് നിന്റെ അടുത്തും ആനന്ദക്കിളി പറന്നുവരും.”

■

മെരിയൂഷ്ക്കയുടെ കഥ

പണ്ടു പണ്ട് ഒരു കൃഷിക്കാരനുണ്ടായിരുന്നു. അയാളുടെ ഭാര്യ മരിച്ചു. മൂന്നു പെൺമക്കളാണ് അയാൾക്കുണ്ടായിരുന്നത്. വീട്ടു പണിക്ക് ഒരു വേലക്കാരിയെ ഏർപ്പെടുത്തുവാൻ അയാൾ തീർച്ചയാക്കി. എന്നാൽ ഇളയമകളായ മെരിയൂഷ്ക്ക വിസമ്മതിച്ചു.

"ആരും വേണ്ടച്ഛാ. ഞാൻ തനിയെ വീടു നോക്കിക്കൊള്ളാം."

അങ്ങനെ മെരിയൂഷ്ക്ക വീട്ടുകാര്യങ്ങൾ നോക്കിവന്നു. അക്കാര്യത്തിൽ അവളൊരു മിടുക്കത്തിതന്നെയായിരുന്നു. അവൾക്കസാദ്ധ്യമായി ഒരു കാര്യവും കണ്ടില്ല. ചെയ്യുന്നതെന്തും അവൾ ഭംഗിയായി ചെയ്തു. അതിനാൽ അച്ഛനു മെരിയൂഷ്ക്കയെ വലിയ സ്നേഹമായിരുന്നു. ഇത്തരമൊരു മിടുക്കത്തിയും അദ്ധ്വാനിക്കുന്നവളുമായ മകളുടെ അച്ഛനായതിൽ അയാൾ അത്യധികം അഭിമാനം കൊണ്ടു. നല്ലവളായിരുന്ന അവൾ സുന്ദരിയുമായിരുന്നു. മറ്റു സഹോദരികളാകട്ടെ വിരൂപികളായിരുന്നു. അസൂയയും കുനിട്ടും ഉടലെടുത്തവരുമായിരുന്നു. എപ്പോഴും വിശേഷ വസ്ത്രങ്ങളിഞ്ഞ് പൗഡറും ചായവും പുരട്ടി നടക്കാനേ അവർക്കു നേരമുള്ളൂ. അച്ഛൻ തങ്ങൾക്കു തരുന്ന മോടികൂടിയ വസ്ത്രങ്ങളാലും പുതപ്പുകളാലും ഉയർന്ന മടമ്പുള്ള പാദുകങ്ങളാലും അവർ സന്തുഷ്ടരാകേണ്ടതാണ്. പക്ഷേ അവർ എന്നും അതൃപ്തി പ്രകടിപ്പിച്ചു.

ഒരു ദിവസം കിഴവൻ ചന്തക്കു പോകാനൊരുങ്ങി. അയാൾ മക്കളെ അടുത്തു വിളിച്ചു ചോദിച്ചു.

"ഞാനെന്താണ് മക്കൾക്കു കൊണ്ടുവരേണ്ടത്?"

"ഞങ്ങൾക്ക് നല്ല ചന്തമുള്ള കൈലേസ് വാങ്ങണം." മൂത്ത സഹോദരികൾ പറഞ്ഞു. "അച്ഛാ, സ്വർണ്ണപ്പൂപ്പണിയുള്ളതായിരിക്കണം അത്."

മെരിയൂഷ്ക്ക ഒന്നുമാവശ്യപ്പെടാതെ നിൽക്കുന്നത് കണ്ട അച്ഛൻ അവളോടു ചോദിച്ചു; "മെരിയൂഷ്ക്ക നിനക്കെന്താണ് വേണ്ടത്?"

"അച്ഛാ, എനിക്കു തേജസ്വിയായ ഫെനിസ്റ്റ് പ്രാപ്പിടിയന്റെ ഒരു തൂവൽ മതി."

ചന്തയിൽ നിന്ന് മടങ്ങിവന്നപ്പോൾ വൃദ്ധൻ കൈലേസുകൾ കൊണ്ടുവന്നു. എവിടെ അന്വേഷിച്ചിട്ടും തൂവൽ കിട്ടിയില്ല.

അല്പനാളുകൾക്കുശേഷം വീണ്ടും കിഴവൻ ചന്തക്കുപോകാനൊരുങ്ങി.

"പറയൂ മക്കളേ, അച്ഛനെന്താണ് നിങ്ങൾക്കു സമ്മാനമായി കൊണ്ടുവരേണ്ടത്?"

അയാൾ ചോദിക്കുന്നതിന്നു മുമ്പുതന്നെ മൂത്തസഹോദരികൾ അറിയിച്ചു; "ഞങ്ങൾക്കിരുവർക്കും വെള്ളിക്കുടുക്കുകളുള്ള പാദുകങ്ങൾ മതി."

പക്ഷേ മെരിയൂഷ്ക്ക തന്റെ ആവശ്യം ആവർത്തിച്ചതേയുള്ളൂ.

"അച്ഛാ, എനിക്കു ഫെനിസ്റ്റ് പ്രാപ്പിടിയന്റെ ഒരു തൂവൽ മാത്രം മതി."

വെള്ളിക്കുടുക്കുള്ള പാദുകകൾ കിട്ടി. എത്ര അന്വേഷിച്ചിട്ടും തൂവൽ മാത്രം കിട്ടിയില്ല. ഇത്തവണയും തൂവൽ കൂടാതെയാണ് വൃദ്ധൻ വീട്ടിൽ തിരിച്ചെത്തിയത്.

മൂന്നാമത്തെ തവണ ചന്തക്കുപോകുമ്പോൾ മൂത്ത സഹോദരികൾ അച്ഛനോടു പ്രത്യേകം പറഞ്ഞു. "ഞങ്ങൾക്ക് നിറപ്പകിട്ടുള്ള പട്ടുടുപ്പുകൾ വേണം."

എന്നാൽ മെരിയൂഷ്ക്ക വീണ്ടും പറഞ്ഞു.

"അച്ഛാ, എനിക്കു ഫെനിസ്റ്റ് പ്രാപ്പിടയന്റെ ഒരു തൂവൽ മതി."

അന്നും തൂവൽ മാത്രം കിട്ടിയില്ല. ഇത്തവണയെങ്കിലും മകളുടെ ആശ നിറവേറ്റണമെന്ന് കിഴവൻ തീർച്ചയാക്കി. പട്ടണത്തിൽപോയി നോക്കാൻ തീർച്ചയാക്കി.

പട്ടണത്തിലേക്കുള്ള വഴിക്കിടയിൽവെച്ചാണ് ആ കുറിയ കിഴവനെ കണ്ടുമുട്ടിയത്.

"വന്ദനം അപ്പൂപ്പാ!"

"വന്ദനം. നിങ്ങളെങ്ങോട്ടാ?"

"എന്താണ് ചെയ്യേണ്ടതെന്നറിയില്ല. കുറേനാളായി. എന്റെ ഇളയ മകൾ ഫെനിസ്റ്റ് പ്രാപ്പിടയന്റെ ഒരു തൂവൽ വേണമെന്നു പറയാൻ തുടങ്ങിയിട്ട്. എവിടെ അന്വേഷിച്ചിട്ടും കിട്ടിയില്ല."

"നല്ല സാധനമാണ്. നിങ്ങൾ പറയുന്ന ആ തൂവൽ എന്റെ കൈയിലുണ്ട്. നിങ്ങൾ നല്ലൊരുത്തനാകയാൽ ഞാൻ അത് നിങ്ങൾക്കു സമ്മാനിക്കാം."

കൊച്ചുകിഴവൻ തൂവലെടുത്ത് അയാൾക്കു കൊടുത്തു. കാഴ്ചയിൽ അസാധാരണമായൊന്നുമില്ല. സന്തുഷ്ടനായി വീട്ടിലേക്കു മടങ്ങി.

"ഈ തൂവൽ മെരിയൂഷ്ക്കക്കെന്തിനാണ്?" അയാൾ ചിന്തിച്ചു.

വീട്ടിലെത്തി. സമ്മാനങ്ങൾ മക്കൾക്കു കൊടുത്തു. മൂത്ത സഹോദരികൾ തങ്ങളുടെ കോടിവസ്ത്രങ്ങൾ ധരിക്കുന്നതിനിടയിൽ മെരിയൂഷ്ക്കയെ കളിയാക്കി.

"മെരിയൂഷ്കാ, നീയൊരു വിഡ്ഢിതന്നെ. ഇത് തലയിൽ കുത്തിവെച്ചാൽ നല്ല ചന്തമുണ്ടാകും?"

സഹോദരിമാരുടെ കൊള്ളിവാക്കുകൾ അവളെ ശുണ്ഠി പിടിപ്പിച്ചു. അവൾ അവരിൽനിന്ന് ഒഴിഞ്ഞുമാറി.

അന്ന് രാത്രി എല്ലാവരും ഗാഢനിദ്രയിലാണ്ടപ്പോൾ മെരിയൂഷ്ക ആ തൂവൽ നിലത്തിട്ടുകൊണ്ടു മന്ത്രിച്ചു.

"ഓ, ഫെനിസ്റ്റ് പ്രാപ്പിടയാ, എന്റെ ഭാവിവരനേ; എന്റെ അടുത്തു വന്നാലും!"

പെട്ടെന്ന് അതിസുന്ദരനായ ഒരു യുവാവ് അവൾക്കു മുമ്പിൽ പ്രത്യക്ഷപ്പെട്ടു. രാവിലെ നിലത്ത് കാൽ കുത്തിയമാത്രയിൽ അയാൾ വീണ്ടും ഒരു പ്രാപ്പിടയനായി മാറി. മെരിയൂഷ്ക ജാലകം തുറന്നപ്പോൾ ആ പക്ഷി നീലാകാശത്തിലേക്കു പറന്നു മറഞ്ഞു.

മൂന്നു രാത്രി അവരിങ്ങനെ സമ്മേളിച്ചു. പകൽവേളയിൽ ഒരു പ്രാപ്പിടയനായി സ്വർഗ്ഗത്തിലേക്കു പറന്നുപോകും. രാത്രിയായാൽ മെരിയുഷ്കയുടെ അടുത്തുവന്ന് സുന്ദരനായി മാറും.

പക്ഷേ ഇതധികനാൾ തുടർന്നില്ല. നാലാം ദിവസം കുടിലബുദ്ധി കളായ സഹോദരികൾ ഇതെങ്ങനെയോ മണത്തറിഞ്ഞു. അവർ അച്ഛനോടു ചെന്നു പറഞ്ഞു.

"മക്കളെ, വെറുതെ അനാവശ്യം പറയാതിരുന്നോളിൻ. മര്യാദ ക്കിരുന്നില്ലെങ്കിൽ!" കഥ അച്ഛൻ വിശ്വസിച്ചില്ല. അയാൾ മൂത്ത സഹോദരി കളെ ശകാരിച്ചു.

"എന്നാൽ നടക്കട്ടെ. നമുക്ക് അടുത്തുതന്നെ കാണാം;" സഹോദരി കൾ മനസ്സിൽ കരുതി.

അന്ന് ജാലകത്തിൽ നിറയെ മൂർച്ചയേറിയ കത്തികൾ തറച്ചുവെച്ച് ആ കുടിലബുദ്ധികൾ ഒളിച്ചിരുപ്പായി.

പതിവുപോലെ പ്രാപ്പിടയൻ വന്നു. ജാലകത്തിലേക്കു പറന്നു ചെന്നെങ്കിലും അകത്തുകടക്കാൻ കഴിഞ്ഞില്ല. കണ്ണാടിയിൽ ചിറകടിച്ചു വട്ടമിടുന്നതിനിടയിൽ കത്തികൾ തട്ടി മാർവ്വിടം കീറിമുറിഞ്ഞു. ഗാഢനിദ്രയിലാണ്ടുപോയ മെരിയൂഷ്ക ഒന്നുമറിഞ്ഞില്ല.

"എന്നെ ആർക്കു വേണം! ഇനി എന്നെ കണ്ടുപിടിക്കണമെങ്കിൽ കുറേ ബുദ്ധിമുട്ടണം. കുറേ വേദന തിന്നണം. മൂന്നു ജോഡി ഇരുമ്പു പാദുകങ്ങളും മൂന്നു ഇരുമ്പുവടികളും മൂന്നു ഇരുമ്പുതൊപ്പികളും തേയുവോളം നടന്നാലേ എന്റെ അടുത്ത് എത്തിച്ചേരൂ."

ഹതാശനായ പ്രാപ്പിടയൻ പറന്നുപോകുന്നതിന്നിടയിൽ പറഞ്ഞു. ആരോടെന്നില്ലാതെ ഇത് മെരിയൂഷ്ക കേട്ടു. അവൾ ഞെട്ടിയുണർന്നു. ജാലകത്തിലേക്കു കുതിച്ചുചെന്നു. പക്ഷേ വളരെ വൈകിപ്പോയി. പ്രാപ്പിടിയൻ പോയ്ക്കഴിഞ്ഞിരുന്നു. ജാലകത്തിലുള്ള ചോരപ്പാടുകൾ അവൾ കണ്ടു. മെരിയൂഷ്ക്ക പൊട്ടിക്കരഞ്ഞു. കണ്ണുനീർ കൊണ്ട് അവൾ ആ ചോരപ്പാടുകൾ കഴുകി. അപ്പോൾ, അവൾ പൂർവ്വാധികം സുന്ദരിയായി മാറി.

അവൾ അച്ഛനെ സമീപിച്ചു.

"എന്നെ തടുക്കരുത് അച്ഛാ. എന്നെ എന്റെ പാട്ടിനു വിട്ടേക്കൂ. യോഗമുണ്ടെങ്കിൽ എന്നെങ്കിലും കാണാം."

തന്റെ ഓമന മകളെ പിരിയുന്നതിൽ കിഴവന് അത്യധികം വ്യസനമുണ്ടായിരുന്നു. എന്തു പറഞ്ഞിട്ടും അവൾ കൂട്ടാക്കിയില്ല. ഒടുവിൽ മകളുടെ ഇഷ്ടത്തിന് അച്ഛൻ വഴങ്ങിക്കൊടുത്തു.

മൂന്നു ജോഡി ഇരുമ്പുപാദുകങ്ങളും മൂന്നു ഇരുമ്പുവടികളും മൂന്നു ഇരുമ്പു തൊപ്പികളുമായി മെരിയൂഷ്ക, തന്റെ കരളിന്റെ കരളായ ഫെനിസ്റ്റ് പ്രാപ്പിടയനെ തിരഞ്ഞു യാത്രയായി. വലിയ മൈതാനങ്ങൾ പിന്നിട്ടു. വലിയ കാടുകളും അനവധി പിന്നിട്ടു. ഉന്നതങ്ങളായ ഒട്ടനേകം പർവ്വതങ്ങളും കയറി മറിഞ്ഞു. വഴി നീളെ അവൾക്കുവേണ്ടി കിളികൾ പാട്ടുപാടി. കൊച്ചു നീരുറവകൾ അവളുടെ താമരപ്പൂപോലുള്ള മുഖം കഴുകി ക്ഷീണം മാറ്റിക്കൊടുത്തു. വൻമരങ്ങൾ സസന്തോഷം അവൾക്കു സ്വാഗതമോതി. ആർക്കും അവളെ ദ്രോഹിക്കാൻ മനസ്സു വന്നില്ല. ഒന്നു രണ്ടു തവണ ആക്രമിക്കപ്പെട്ടപ്പോഴാകട്ടെ. നരയൻ ചെന്നായ്ക്കൾ, ചെമ്പൻ കരടികൾ, ചുകന്ന കുറുക്കന്മാർ തുടങ്ങിയ കാട്ടുമൃഗങ്ങൾ അവളെ രക്ഷിച്ചു. ഇതിനിടയിൽ അവളുടെ ഒരു ജോഡി ഇരുമ്പുപാദുകങ്ങൾ തേഞ്ഞു കുഴിഞ്ഞു. ഒരു ഇരുമ്പുതൊപ്പി ഉപയോഗ്യമല്ലാതായിത്തീർന്നു.

മെരിയൂഷ്ക്ക ഒരു കാട്ടുപാതയിലെത്തി. അവിടെ തന്റെ മുമ്പിൽ കോഴിക്കാലിന്മേൽ ഒരു കൊച്ചുകുടിൽ ചുറ്റിക്കറങ്ങുന്നു.

"കൊച്ചുകുടിലേ, കൊച്ചുകുടിലേ." മെരിയൂഷ്ക്ക വിളിച്ചു. "വൃക്ഷങ്ങൾക്കു നേരെ പിന്തിരിഞ്ഞു. എന്നെ നോക്ക്. എനിക്കു തിന്നാൻ വല്ലതും അകത്തുണ്ടോ?"

കുടിൽ വൃക്ഷങ്ങൾക്കു നേരെ പിന്തിരിഞ്ഞുനിന്നു. മെരിയൂഷ്ക്കയെ അഭിമുഖീകരിച്ചു. അവൾ അകത്തു കടന്നു.

അതിന്നുള്ളിൽ ബാബയാഗയായിരുന്നു. കൂർത്തു മൂർത്ത മൂക്കോടു കൂടിയ എല്ലുന്തിയ ഒരു മന്ത്രവാദിനി. കയ്യിൽ ചൂലും മുറവും കൈയിലേന്തിയിരിക്കുന്ന അവർ മെറിയൂഷ്ക്കയെ കണ്ടപ്പോൾ മുറുമുറുത്തു.

"ഉം. ഉം. റഷ്യൻ ചോര ഇതിനു മുമ്പ് കണ്ടെത്തിയിട്ടില്ല. ഇപ്പോൾ ഇതാ വാതിൽക്കൽ. ആരാ ഇങ്ങോട്ടു കയറിവരുന്നത്? എവിടുന്ന്? എങ്ങോട്ട്?"

"മുത്തശ്ശീ, ഫെനിസ്റ്റ് പ്രാപ്പിടിയനെ തിരഞ്ഞാണ് ഞാൻ."

"മോളേ, അതിന് ഇനിയും വഴി കുറേ ചവിട്ടിമെതിക്കണമല്ലോ! മു-ഒമ്പതുനാടും കടന്നു മു-പത്താമത്തെ നാട്ടിലെത്തേണ്ടതുണ്ട്. മന്ത്രവാദിനിയായ ഒരു റാണി അവനെ വശീകരിച്ചുവെച്ചിരിക്കുകയാണ്. എങ്കിലും ഇക്കാര്യത്തിൽ ഞാൻ നിന്നെ സഹായിക്കാം. ഇതാ ഈ സ്വർണ്ണമുട്ടയും വെള്ളിത്തളികയും കയ്യിലിരിക്കട്ടെ. മു-പത്താമത്തെ നാട്ടിലെത്തിയാൽ നീ ആ റാണിയുടെ വേലക്കാരിയായിച്ചേരണം. പകലത്തെ പണികഴിഞ്ഞാൽ നീ ഈ വെള്ളിത്തളിക പുറത്തെടുത്തു

സ്വർണ്ണമുട്ട അതിലിടണം. അപ്പോൾ ഒരദ്ഭുതമുണ്ടാകും. മുട്ട തളികയിൽ തനിയെ കറങ്ങിക്കൊണ്ടിരിക്കും. എന്തുതന്നെ പ്രതിഫലം തരാമെന്നു പറഞ്ഞാലും നീ ഇതു റാണിക്കു കൊടുക്കരുത്. ഫെനിസ്റ്റ് പ്രാപ്പിടിയനെ കാണാനനുവദിക്കുമെങ്കിൽ മാത്രം കൊടുക്കാമെന്നു പറയണം."

ബാബയാഗയോടു നന്ദിപറഞ്ഞു. മെരിയൂഷ്ക്ക യാത്രയായി. കാട് കൂടുതൽ ഇരുണ്ടു. മുന്നോട്ടു നീങ്ങാൻ അവൾക്ക് പേടി തോന്നി. പക്ഷേ അപ്പോൾ, എവിടെനിന്നെന്നറിയില്ല ഒരു പൂച്ച മെരിയൂഷ്ക്കയുടെ മേൽ ചാടിവീണു. അത് സമാധാനിപ്പിച്ചു.

"പേടിക്കാതെ മെരിയൂഷ്ക്ക. മുന്നോട്ടുപോകുന്തോറും ഭീകരത വർദ്ധിക്കും. എങ്കിലും പേടിക്കരുത്. സധൈര്യം മുന്നേറുക. ഒരിക്കലും പിന്തിരിഞ്ഞു നോക്കരുത്."

ഇത്രയും പറഞ്ഞ് പൂച്ച മെരിയൂഷ്കയുടെ കാലിലൂടെ വഴുതിയിറങ്ങി ഓടിപ്പോയി. മെരിയൂഷ്ക യാത്ര തുടർന്നു. പൂച്ച സൂചിപ്പിച്ചപോലെ കാട്ടിലെ ദൃശ്യങ്ങൾ പൂർവ്വാധികം ഭയങ്കരങ്ങളായിരുന്നു. അവളുടെ രണ്ടാമത്തെ ജോഡി ഇരുമ്പുപാദുകങ്ങളും തേഞ്ഞു. വടിപൊട്ടി. തൊപ്പി പൊളിഞ്ഞു. അധികം താമസിയാതെ അവൾ വീണ്ടും എത്തിച്ചേർന്നത്. കോഴിക്കാലിന്മേൽ ചുറ്റിക്കറങ്ങുന്ന ഒരു കൊച്ചുകുടിലിന്നടുത്താണ്. ചുറ്റും വേലിയുണ്ട്. നാട്ടകളിൽ പേടിപ്പിക്കുന്നതും തിളങ്ങുന്നവയുമായ തലയോടുകൾ കുത്തിനിർത്തിയിരുന്നു. മെരിയൂഷ്ക പറഞ്ഞു.

"കൊച്ചുകുടിലേ, കൊച്ചുകുടിലേ വൃക്ഷങ്ങൾക്കുനേരെ പിന്തിരിഞ്ഞു നിന്നു എന്നെ അഭിമുഖീകരിച്ചാലും. അകത്തു വല്ലതും തിന്നാനുണ്ടോ?"

"കുടിൽ അനുസരിച്ചു. അത് വൃക്ഷങ്ങൾക്കു നേരെ പിന്തിരിഞ്ഞു നിന്നു മെരിയൂഷ്കയെ അഭിമുഖീകരിച്ചു. മെരിയൂഷ്ക്ക ഉള്ളിലോട്ടു കടന്നു. അതിന്നുള്ളിലും അവളൊരു ബാബയാഗയെ കണ്ടു. കൂർത്ത മൂർത്തമൂക്കോടുകൂടിയ എല്ലുന്തിയ ഇവരും ഒരു മന്ത്രവാദിനിതന്നെ. മെരിയൂഷ്കയെ കണ്ടപ്പോൾ അവരും മുറുമുറുത്തു.

"ഹ്വാ ഹ്വാ റഷ്യൻ ചോര. ഇതിനുമുമ്പ് കണ്ടിട്ടില്ല. ഇപ്പോൾ ഇതാ വാതിൽക്കൽ മണക്കുന്നു. ആരാ ഇങ്ങോട്ടു കയറി വരുന്നത്? എവിടുന്ന്? എങ്ങോട്ട?"

"എനിക്കു ഫെനിസ്റ്റ് പ്രാപ്പിടിയനെ കാണണം."

"നീ എന്റെ സഹോദരിയെ കാണുകയുണ്ടായോ?" ബാബയാഗ അന്വേഷിച്ചു.

"ഉവ്വ് മുത്തശ്ശീ."

"കള്ളീ ഞാൻ നിന്നെ സഹായിക്കാം ട്ടാ. ഈ സ്വർണ്ണസൂചിയും ഈ വെള്ളിച്ചട്ടയും കയ്യിലിരിക്കട്ടെ. സൂചി തന്നത്താൻ തുന്നിക്കൊണ്ടിരിക്കും. ചുകന്ന വെൽവെറ്റുകൊണ്ടും സ്വർണ്ണനൂൽകൊണ്ടും വെള്ളിനൂൽ കൊണ്ടും ഇത് പൂപ്പണി ചെയ്യും. എന്തുതന്നെ പ്രതിഫലം തരാമെന്നു പറഞ്ഞാലും ഇവ ആ റാണിക്കു കൊടുക്കരുത്. പകരം ഫെനിസ്റ്റ് പ്രാപ്പിടയനെ കാണിച്ചുതരണമെന്നു ശഠിക്കണം."

ബാബയാഗയോടു നന്ദി പറഞ്ഞുകൊണ്ട് മെരിയൂഷ്ക്ക വീണ്ടും യാത്രയായി. കാട്ടിലുടനീളം എന്തെല്ലാമോ തകരുന്നതും വീഴുന്നതുമായ ശബ്ദകോലാഹലം കോൾക്കാമായിരുന്നു. ചൂളംവിളിയും. ചുറ്റും തൂങ്ങി നിൽക്കുന്ന തലയോടുകളിൽനിന്നും ഭീകരമായ പ്രകാശം ചിതറിക്കണ്ടു. ഭയങ്കരം! പക്ഷേ മനം തകർന്ന ആ നിമിഷത്തിൽ ഒരു നായ ഓടിയെത്തി.

"ബൗ. ബൗ. മെരിയൂഷ്ക്ക പേടിക്കേണ്ട. ഇനി ഇതിലും ഭയങ്കര ങ്ങളായ രംഗങ്ങളാണ് കണ്ടുമുട്ടുക. തിരിഞ്ഞുനോക്കാതെ സധൈര്യം പോകൂ."

ഇത്രയും പറഞ്ഞ് നായ ഓടി മറഞ്ഞു. മെരിയൂഷ്ക്ക യാത്ര തുടർന്നു. ഇരുൾ കട്ടപിടിച്ച കാട്ടിലൂടെ മുന്നോട്ടു നീങ്ങുന്നതിനിടയിൽ എന്തെ ല്ലാമോ അവളുടെ മുട്ടിൽ മാന്തി. ആരെല്ലാമോ അവളുടെ ഉടുപ്പിൽ പിടികൂടി. എന്നാൽ ഇവയൊന്നും കൂസാതെ, പിന്തിരിഞ്ഞു നോക്കാതെ മെരിയൂഷ്ക്ക നടന്നു.

എത്ര ദൂരം പോയി എന്നൊന്നും പറയുകവയ്യ. മൂന്നാമത്തെ ജോഡി പാദുകങ്ങളും തേഞ്ഞു. മൂന്നാമത്തെ ഇരുമ്പുവടിയും ഒടിഞ്ഞു. മൂന്നാ മത്തെ ഇരുമ്പുതൊപ്പിയും പൊളിഞ്ഞു. ഒടുവിൽ ഒരിക്കൽകൂടി മറ്റൊരു കാട്ടുപാതയിൽ കാൽ കുത്തി. കോഴിക്കാലിന്മേൽ ചുറ്റിക്കറങ്ങുന്ന ഒരു കൊച്ചു കുടിൽ അവിടേയും അവൾ കണ്ടു. ചുറ്റും വളരെ ഉയരമുള്ള വേലിയായിരുന്നു. അതിന്റെ നാട്ടകളിൽ ഉണ്ടായിരുന്നത് തിളങ്ങുന്ന കുതിരത്തലയോടുകളായിരുന്നു.

മെരിയൂഷ്ക അഭ്യർത്ഥിച്ചു.

"കൊച്ചുകുടിലേ, കൊച്ചുകുടിലേ വൃക്ഷങ്ങൾക്കുനേരെ പിന്തിരിഞ്ഞു നിന്ന് എന്നെ അഭിമുഖീകരിച്ചാലും"

"കുടിൽ വൃക്ഷങ്ങൾക്കു നേരെ പിന്തിരിഞ്ഞുനിന്നു മെരിയൂഷ്ക യുടെ നേരെ മുഖംതിരിച്ചു. അവൾ കുടിലിന്നുള്ളിലേക്കു കടന്നുചെന്നു. അതിന്നുള്ളിൽ മൂന്നാമത്തെ ബാബയാഗയായിരുന്നു. മെരിയൂഷ്കയെ കണ്ടമാത്രയിൽ ബാബയാഗ ഉച്ചത്തിൽ പറഞ്ഞു. "ഉം. ഉം. റഷ്യൻ ചോര. ഇതിന്നു മുമ്പ് കണ്ടിട്ടില്ല. ഇപ്പോൾ ഇതാ എന്റെ വാതിൽക്കൽ. ആരാണി ങ്ങോട്ടു കയറിവരുന്നത്? എവിടുന്ന്? എങ്ങോട്ട്?"

"മുത്തശ്ശീ. ഞാൻ ഫെനിസ്റ്റ് പ്രാപ്പിടയനെത്തിരഞ്ഞാണ്?"

"മോളേ, വിചാരിക്കുന്നപോലെ എളുപ്പമുള്ള കാര്യമല്ല. എങ്കിലും ഞാൻ സഹായിക്കാം. ഈ 'വെള്ളി ഡിസ്റ്റാഫും' സ്വർണ്ണസ്പിൻഡലും കയ്യിൽ വെച്ചോളൂ. സ്പിൻഡൽ കയ്യിൽ പിടിച്ചാൽ ഇത് തന്നത്താൻ നൂൽനൂൽക്കും. സ്വർണ്ണനൂലാണ് നൂൽക്കുക."

"വളരെ വളരെ നന്ദിയുണ്ട് മുത്തശ്ശീ!"

"നന്ദിയെല്ലാം പിന്നെ. പറയുന്നതു മുഴുവൻ ശ്രദ്ധിച്ചുകേൾക്കൂ. എന്തു തന്നെ പ്രതിഫലം തരാമെന്നു പ്രലോഭിപ്പിച്ചാലും വഴങ്ങരുത്. ഫെനിസ്റ്റ് പ്രാപ്പിടിയനെ കാട്ടിത്തന്നാൽ മാത്രം തരാമെന്നു റാണിയോടു ശഠി ക്കണം."

ബാബയാഗയോടു വിടവാങ്ങി മെരിയൂഷ്ക്ക വീണ്ടും യാത്രയായി. കാട്ടിലുടനീളം ഗർജ്ജനങ്ങളും മുഴക്കങ്ങളും ചൂളംവിളികളും കേട്ടു. ചുറ്റുപാടുനിന്ന് കൂമന്മാർ മൂളി. ചുണ്ടെലികൾ മാളങ്ങളിൽനിന്നും പുറത്തുവന്നു മെരിയൂഷ്ക്കയുടെ നേരെ കുതിച്ചു. പെട്ടെന്ന് ഒരു നരയൻ ചെന്നായ അവളുടെ അടുത്തേക്കോടിവന്നു.

അവൾ ചെന്നായുടെ പുറത്തു കയറിയിരുന്നു. മിന്നലിനെപ്പോലും പിന്നിലാക്കുന്ന വേഗതയിലാണ് ചെന്നായ ഓടിക്കൊണ്ടിരുന്നത്. വിശാല മായ പുൽപ്പരപ്പുകളും പച്ചവില്ലീസുപോലുള്ള സ്റ്റെപ്പികളും മൈതാന ങ്ങളും പാൽക്കട്ടിക്കരയോടുകൂടിയ നദികളും അവർ മുറിച്ചുകടന്നു. മേഘങ്ങളെ അടുത്തുനിർത്തുന്ന അത്യുന്നതങ്ങളായ പർവ്വതങ്ങളെ കയറിമറിഞ്ഞു. ഓടിയോടി അവർ ഒരു സ്ഫടിക കൊട്ടാരത്തിലെത്തി ച്ചേർന്നു. മനോഹരമായ പൂമുഖത്തോടും അതിലും മനോഹരമായ ജാലകങ്ങളോടും കൂടിയ ആ കൊട്ടാരത്തിന്നുള്ളിലിരുന്നു പുറത്തേക്കു കണ്ണോടിച്ചിരിക്കുകയായിരുന്നു മന്ത്രവാദിനിയായ റാണി.

“ഹാവൂ,” ആശ്വാസത്തോടെ ചെന്നായ പറഞ്ഞു. “നമ്മളെത്തി ച്ചേർന്നു, മെരിയൂഷ്ക്ക. താഴത്തിറങ്ങിക്കൊള്ളൂ. കൊട്ടാരത്തിൽ ഒരു വേലക്കാരിയായി കൂടുക.”

മെരിയൂഷ്ക്ക താഴത്തിറങ്ങി. തന്റെ മാറാപ്പ് കയ്യിലെടുത്തു. ചെന്നായ യോടു നന്ദി പറഞ്ഞു പിരിഞ്ഞു. റാണിയുടെ മുമ്പിൽ ചെന്നു കുമ്പിട്ടു വണങ്ങി.

“എന്നിൽ കനിവുണ്ടാകണേ,” അവൾ വിനീതമായി അഭ്യർത്ഥിച്ചു.

“ഭവതിയുടെ പേരെനിക്കറിയില്ല, ഭവതിയുടെ ഒരു വേലക്കാരിയായി എന്നെ സ്വീകരിക്കേണമേ.”

“ഒരു വേലക്കാരിയെ കുറച്ചു നാളായി ഞാനന്വേഷിക്കുന്നു. വന്നതു നന്നായി. നന്നായി നൂൽനൂൽക്കാനറിയുന്ന ഒരുവളെയാണ് എനിക്കു വേണ്ടത്.”

“അതെനിക്കു കഴിയും.”

അങ്ങനെ മെരിയൂഷ്ക്ക അവിടുത്തെ വേലക്കാരികളിലൊരാളായി രാത്രിയാകുന്നതു വരെ എല്ലുരുകി പണിയെടുത്തു.

വെള്ളിത്തളികയും സ്വർണ്ണമുട്ടയും അവൾ പുറത്തെടുത്തു.

“സ്വർണ്ണമുട്ടേ, സ്വർണ്ണമുട്ടേ. വെള്ളിത്തളികയിൽ ചുറ്റിക്കറങ്ങി ക്കൊണ്ട് എനിക്കെന്റെ ഫെനിസ്റ്റിനെ ഒന്നു കാണിച്ചുതരൂ.”

ഫെനിസ്റ്റ് പ്രാപ്പിടിയൻ തന്റെ മുമ്പിൽ പ്രത്യക്ഷമാകുന്നതുവരെ അതു കറങ്ങിക്കൊണ്ടിരുന്നു. അവൾ അവനെ തറച്ചുനോക്കിയിരുന്നു. കണ്ണുനീർ ധാരധാരയായി ഒഴുകി.

“ഫെനിസ്റ്റ്, എന്റെ ഫെനിസ്റ്റ്, എന്തേ ഈ പാവത്തിനെ കണ്ണീരി ലാഴ്ത്തി പോയ്ക്കളഞ്ഞത്?”

ഇത് റാണി കേൾക്കാനിടവന്നു.

"മെരിയൂഷ്ക്ക. നിന്റെ സ്വർണ്ണമുട്ടയും വെള്ളിത്തളികയും എനിക്കു വിൽക്കുന്നോ?" റാണി ചോദിച്ചു.

"ഇല്ല." മെരിയൂഷ്ക്ക ഉറപ്പിച്ചു പറഞ്ഞു. "ഇത് വിൽക്കാനുള്ളതല്ല. ഫെനിസ്റ്റിനെ കാട്ടിത്തരുമെങ്കിൽ ഞാൻ തരാം."

അല്പം ചിന്തിച്ചശേഷം റാണി പറഞ്ഞു.

"അങ്ങനെത്തന്നെ. ഇന്നു രാത്രി അദ്ദേഹം ഉറങ്ങുമ്പോൾ നിനക്കു കാണാം."

രാത്രിയായി. മെരിയൂഷ്ക്ക കിടപ്പറയിൽ ചെന്നു ഫെനിസ്റ്റിനെ കണ്ടു. അവളുടെ ഹൃദയനാഥൻ അഗാധനിദ്രയിലാണ്. എന്തുചെയ്തിട്ടും ഉണർന്നില്ല! അവൾ നോക്കിയിരുന്നു. എത്ര നോക്കിയിരുന്നിട്ടും മതി വന്നില്ല. അവൾ അയാളുടെ അധരങ്ങളിൽ അമർത്തി ചുംബിച്ചു. സസ്നേഹം മാറോടമർത്തി. എന്നിട്ടും നാഥൻ ഉണർന്നുകണ്ടില്ല. ഗാഢനിദ്രയിൽതന്നെ. പൂർവ്വദിക്കിൽ വെള്ളകീറിത്തുടങ്ങി. അപ്പോഴും മെരിയൂഷ്ക്ക ഇതികർത്തവ്യതാമൂഢയായി നിൽക്കുകയായിരുന്നു.

പിറ്റേന്നും പകൽ മുഴുവൻ കഠിനമായി അദ്ധ്വാനിച്ചു. സന്ധ്യക്കു തന്റെ വെള്ളിച്ചട്ടവും സ്വർണ്ണസൂചിയും പുറത്തെടുത്തു. തുന്നിക്കൊണ്ടിരിക്കുന്നതിനിടയിൽ, ആരോടെന്നില്ലാതെ അവൾ പാടിക്കൊണ്ടിരുന്നു.

"പൂപ്പണിയുള്ളൊരു തൂവാല തുന്നൂ, പൂപ്പണിയുള്ളൊരു തൂവാല തുന്നൂ. എന്റെ ഫെനിസ്റ്റിന്നു മുഖം തുടയ്ക്കാനാണ്."

"അതു കേൾക്കാനിടയായ റാണി ചോദിച്ചു.

"മെരിയൂഷ്ക്ക, നിന്റെ വെള്ളിച്ചട്ടയും സ്വർണ്ണസൂചിയും എനിക്കു വിൽക്കുന്നോ?"

"ഇല്ലില്ല." മെരിയൂഷ്ക്ക പറഞ്ഞു. "വെറുതെ തരാം. പക്ഷേ ഫെനിസ്റ്റിനെ ഒന്നു കാണാനനുവദിക്കണം."

കുറേനേരം ചിന്തയലാണ്ടശേഷം റാണി സമ്മതിച്ചു.

"ശരി. ഇന്നു രാത്രി വന്നു കണ്ടോളൂ."

മെരിയൂഷ്ക്ക രാത്രി കിടപ്പറയിലേയ്ക്കു ചെന്നു. അപ്പോഴും ഗാഢ നിദ്രയിലാണ്ട നിലയിലാണ് ഫെനിസ്റ്റിനെ കണ്ടത്.

"ഓ, ഫെനിസ്റ്റ്, എന്റെ ഫെനിസ്റ്റ്! ഒന്നു കൺമിഴിച്ചുനോക്കൂ!" പക്ഷേ എന്തുചെയ്തിട്ടും ഫെനിസ്റ്റ് ഉണർന്നില്ല.

നേരം പരാപരാ വെളുത്തു തുടങ്ങി. നിരാശയായി അവൾ പണിക്കു പോയി. പകലത്തെ പണികളെല്ലാം ചെയ്തുതീർന്നപ്പോൾ ശേഷിച്ച വെള്ളി ഡിസ്റ്റാഫം സ്വർണ്ണസ്പിൻഡലും പുറത്തെടുത്തു. അതു കാണാനിടയായപ്പോൾ റാണിക്ക് അവയിലും ആശ പിടിച്ചു.

"വിൽക്കില്ല.' മെരിയൂഷ്ക്ക പറഞ്ഞു." പക്ഷേ വെറുതെ തരാം. ഫെനിസ്റ്റിനെ ഒന്നു കാണാനനുവദിക്കണം."

"ശരി." റാണി സമ്മതിച്ചു. അവർ കരുതി. "ഇവൾക്കൊരിക്കലും ഫെനിസ്റ്റിനെ ഉണർത്താനാകില്ല."

രാത്രിയിൽ മെരിയൂഷ്ക്ക ഫെനിസ്റ്റിന്റെ കിടപ്പറയിലേക്കു കടന്നു ചെന്നു. ഫെനിസ്റ്റ് അഗാധനിദ്രയിൽ തന്നെ!.

"ഓ. ഫെനിസ്റ്റ്, എന്റെ ഫെനിസ്റ്റ്, ഒന്നു കണ്മിഴിക്കൂ. എഴുന്നേല്ക്കു!"

പക്ഷേ അവളുടെ വിളി ഫെനിസ്റ്റ് കേട്ടില്ല. അയാൾ ഉണർന്നില്ല. ഉണരാനുള്ള ഭാവവും കണ്ടില്ല.

മെരിയൂഷ്ക്ക വീണ്ടും വീണ്ടും ഉണർത്താൻ ശ്രമിച്ചു. എല്ലാം നിഷ്ഫലം.

സൂര്യനുദിക്കാൻ അധികം താമസമില്ലെന്നായപ്പോൾ മെരിയൂഷ്ക്ക പൊട്ടിക്കരഞ്ഞുപോയി. തൊണ്ടയിടറിക്കൊണ്ടു മനം തകർന്ന് അവൾ യാചിച്ചു.

"എന്റെ ഫെനിസ്റ്റ്, ഒന്നു കണ്മിഴിച്ചെന്നെ നോക്കൂ. അങ്ങയുടെ മെരിയൂഷ്ക്ക ഇതാ അടുത്തു നില്ക്കുന്നു. ഒന്നെന്നെ വാരിപ്പുണരൂ!"

മെരിയൂഷ്ക്കയുടെ കണ്ണിൽ നിന്നും ചൂടുള്ള ഒരു തുള്ളി കണ്ണുനീർ ഫെനിസ്റ്റിന്റെ ചുമലിൽ വീഴാനിടയായി. പൊള്ളിപ്പോയി. പൊള്ളലേറ്റു ഫെനിസ്റ്റ് ഒന്നിളകി. കണ്മിഴിച്ചപ്പോൾ മെരിയൂഷ്ക്കയെയാണ് ആദ്യം കണ്ടത്. അയാൾ അവളെ ഗാഢമായി പുണർന്നു. വീണ്ടും വീണ്ടും ചുംബിച്ചു.

"മെരിയൂഷ്ക്കയോ? മൂന്നു ജോഡി ഇരുമ്പുപാദുകങ്ങളും മൂന്നു ഇരുമ്പുവടികളും ഇരുമ്പുതൊപ്പികളും ധരിച്ചുകൊണ്ടു. കൊടും യാതനകൾ സഹിച്ചുകൊണ്ട് നീ വന്നെന്നോ! നമുക്കു നമ്മുടെ വീട്ടിലേക്കു തന്നെപോകാം."

അവർ നാട്ടിലേക്കു മടങ്ങാനുള്ള ഒരുക്കങ്ങളായി. റാണി ഇതെല്ലാം മനസ്സിലാക്കി. തന്റെ ഭർത്താവിന്റെ വഞ്ചനയെപ്പറ്റി നാടു മുഴുവൻ കൊട്ടിയറിയിക്കാൻ അവൾ ചെണ്ടക്കാരെ വിട്ടു.

ഉടനെത്തന്നെ നാട്ടിലെ എണ്ണപ്പെട്ട കച്ചവടക്കാരും പ്രഭുക്കളും രാജകുമാരന്മാരും മറ്റു പ്രമാണികളും അവിടെ എത്തിച്ചേർന്നു. ഫെനിസ്റ്റിനു നല്കേണ്ട കടുത്ത ശിക്ഷയെപ്പറ്റി അവർ ആലോചനയായി.

അപ്പോൾ എഴുന്നേറ്റുനിന്നുകൊണ്ടു ഫെനിസ്റ്റ് ചോദിച്ചു.

"കൂട്ടരേ. നിങ്ങൾ തന്നെ പറയുവിൻ, ആരാണ് യഥാർത്ഥ ഭാര്യയെന്ന്. എന്നെ ആത്മാർത്ഥമായി സ്നേഹിക്കുന്നവളോ അതോ എന്നെ വിൽക്കുന്നവളും ചതിക്കുന്നവളുമോ?"

"കാര്യമറിഞ്ഞപ്പോൾ മെരിയൂഷ്ക്കയാണ് ഫെനിസ്റ്റിന്റെ ഭാര്യയാകാൻ ഏറ്റവും പറ്റിയവളെന്ന തീരുമാനത്തിലാണ് എല്ലാവരും എത്തിച്ചേർന്നത്.

മെരിയൂഷ്ക്കയുടെ വീട്ടിൽവെച്ച് അവരുടെ വിവാഹം കെങ്കേമമായി നടന്നു. വളരെ കാലത്തോളം അവർ സസുഖം ജീവിച്ചു.

■

ഇലിയായും ചൂളംവിളിക്കുന്ന കവർച്ചക്കാരനും

വളരെ വളരെ കൊല്ലങ്ങൾക്കുമുമ്പ്, മറോം പട്ടണത്തിന്നടുത്തുള്ള കറാച്ചെറോവാ ഗ്രാമത്തിൽ ഇവാൻതിനോഫെയേവിച്ച് എന്നു പേരായൊരു കർഷകൻ ജീവിച്ചിരുന്നു. യെഫ്രാസിന്യയക്കോവ്ലേവ്ന എന്നായിരുന്നു ഭാര്യയുടെ പേർ. അവർക്കൊരേയൊരു മകനേ ഉണ്ടായിരുന്നുള്ളൂ. ഇലിയ.

ഒരു ദിവസം അടക്കാനാവാത്ത ഒരാശ ഇലിയായെ പിടികൂടി. തന്റെ ആശയുമായി അച്ഛനമ്മമാരെ സമീപിച്ചു.

"എന്റെ അച്ഛനമ്മമാരേ, ഞാൻ കിവിലേയ്ക്കു പോകട്ടെ. നമ്മുടെ തലസ്ഥാനത്തേക്ക്. നമ്മുടെ പ്രിയപ്പെട്ട വ്ലാഡിമാർ രാജകുമാരനെ ചെന്നു കാണണം. നമ്മുടെ മാതൃഭൂമിയെ ആത്മാർത്ഥമായും സത്യസന്ധമായും ഞാൻ സേവിക്കും. ശത്രുക്കളുടെ ആക്രമണത്തിൽ നിന്നു രക്ഷിക്കും."

അപ്പോൾ കിഴവനായ ഇവാൻ ഫറഞ്ഞു.

"നിന്റെ എല്ലാ സദുദ്യമങ്ങൾക്കും എന്റെ അനുഗ്രഹമുണ്ടായിരിക്കും. ചീത്തകാര്യങ്ങൾക്കില്ല. സ്വർണ്ണത്തിനോ വെള്ളിക്കോ വേണ്ടി മാത്രമായിരിക്കരുത്. രാജ്യത്ത് സമാധാനവും സംതൃപ്തിയും നിലനിർത്തുവാനായിരിക്കണം നിന്റെ ശ്രമം. ഒരിക്കലും അമ്മയുടെ കണ്ണീരിനിട വരുത്തുന്നത്. ഏറ്റവും പ്രധാനപ്പെട്ട കാര്യമിതാണ്. മണ്ണിന്റെ മകനായ ഒരു കർഷകന്റെ മകനാണെന്നുള്ള കാര്യം ഒരിക്കലും മറക്കരുത്."

ഇലിയ മാതാപിതാക്കളെ നമസ്കരിച്ചു. ഷെഗ്ഗിറ്റാൻ എന്നു പേരായ തന്റെ കുതിരയെ കോപ്പണിയിച്ചു തുടങ്ങി. ആദ്യം ജീനിത്തുണി പുറത്തുവിരിച്ചു. മീതെ കമ്പിളി. കമ്പിളിയുടെ മീതെ പന്ത്രണ്ടുമടക്ക് പട്ട്. പതിമൂന്നാമതായി ഒരു ഇരുമ്പുറയായിരുന്നു. അത് വെറും ചന്തത്തിനായിരുന്നില്ല. ഒക്കേലുമൊടുവിൽ സിർക്കാഷ്യേൻ ജീനിയും ധരിപ്പിച്ചു.

ഇലിയാക്ക് ആദ്യമായി തന്റെ ശക്തിയൊന്നു പരീക്ഷിക്കണമെന്നു തോന്നി.

അവർ നേരെ ഓകാനദിയിലേക്കു കുതിച്ചു. അതിനടുത്തു സ്ഥിതി ചെയ്തിരുന്ന ഒരു ഊക്കൻ മലയെ ചുമലുകൊണ്ടുതള്ളി നദിയിലേക്കു വീഴ്ത്തി. മല നദീപ്രവാഹം തടഞ്ഞു. ചുരുക്കത്തിൽ തന്റെ ഗതി മാറ്റേണ്ടിവന്നു നദിക്ക്!

ഒരു കഷ്ണം അപ്പമെടുത്ത് ഓകാനദിയിക്കെറിഞ്ഞുകൊണ്ട് ഇലിയ പറഞ്ഞു.

"ഓകാനദിയമ്മേ, എനിക്കു തിന്നാനും കുടിക്കാനും ഇതുവരെ തന്നത് നീയാണ്. ഞാനെന്നും നന്ദിയുള്ളവനായിരിക്കും."

അവിടം വിടുന്നതിന്നുമുമ്പ് ഒരു പിടി മണ്ണ് കയ്യിലെടുത്തു. സ്വന്തം നാടിന്റെ ഓർമ്മക്കായി സൂക്ഷിക്കുവാൻ. എന്നിട്ട് കുതിരപ്പുറത്തു ചാടിക്കയറിയിരുന്നു പറപറന്നു.

ഇലിയ കുതിരപ്പുറത്ത് ചാടിക്കയറുന്നത് കണ്ടവരുണ്ട്. ഇലിയായും ചൂളംവിളിക്കുന്ന കവർച്ചക്കാരനും പക്ഷേ എങ്ങോട്ടാണ്, ഏതിലെയാണ് പോയതെന്നു ആരും കണ്ടില്ല. അവരൊന്നുമാത്രം കണ്ടു. മൈതാനത്തിന് മുകളിൽ മൂടിക്കൊണ്ട് ഊക്കനായ ഒരു പൊടിത്തൂണ്!

ചാട്ടവാറടിയേറ്റു പറപറക്കുന്ന ഷെഗ്ഗിറ്റാൻ ഓരോ ചാട്ടത്തിനും ഒന്നൊന്നൊര *വേസ്റ്റ് ദൂരമാണ് പിന്നിട്ടിരുന്നത്. കുതിരയുടെ കുളമ്പടി പതിഞ്ഞിടത്ത് ഒരരുവി ഉദ്ഭവിച്ചു. അപ്പോൾ ഒരു വലിയ ഓക്ക് മരം തള്ളിയിട്ടു. അതുകൊണ്ടു അരുവിക്കുമീതെയായി ഇലിയ ഒരു പാലം കെട്ടി. അതിന്മേൽ ഇങ്ങനെ കൊത്തിയിടുകയും ചെയ്തു.

"മഹാരഥനും ഇവാൻ എന്ന കർഷകന്റെ മകനുമായ ഇലിയാ ഇതിലെ കടന്നുപോയി."

ഇന്നും ആ അരുവി വറ്റിയിട്ടില്ല. ഇലിയ അന്നിട്ട ആ പാലത്തിനും യാതൊരു കേടുപാടും പറ്റിക്കാണുന്നില്ല. തങ്ങൾക്കു രാക്ഷസശക്തി നൽകുന്ന അതിലെ വെള്ളം കുടിക്കാൻ രാത്രികാലങ്ങളിൽ ഇന്നും കരടികൾ വരാറുണ്ട്.

കീവ് നഗരത്തെ ലക്ഷ്യമാക്കി ഇലിയ കുതികുതിച്ചു.

പട്ടണത്തിലൂടെയുള്ള നേർവഴിക്കു പോകാനാണ് ഇലിയ തീർച്ചയാക്കിയത്. ചെർനിക്കോവ് പട്ടണമടുത്തപ്പോൾ ഒരു കൂട്ടനിലവിളിയുയരുന്നതാണ് ഇലിയ കേട്ടത്. ആയിരക്കണക്കിന് താർത്താരികൾ പട്ടണം കൊള്ളയടിക്കാൻ പട്ടണമതിൽ വളഞ്ഞിരിക്കുന്നു. കുതിരക്കുളമ്പിൽ നിന്നുയർന്നു പൊടിപടലങ്ങളാലും പുകയാലും ഭൂമി ആകെ ഇരുട്ടുമൂടി. സൂര്യൻപോലും അപ്രത്യക്ഷമാക്കപ്പെട്ടു. താർത്താരികളുടെ കണ്ണിൽ നിന്നു പട്ടണത്തിലെ ഒരു ചുണ്ടെലിക്കുപോലും രക്ഷപ്പെടാൻ കഴിയില്ലായിരുന്നു. പ്രാപ്പിടയൻപോലും ചിറകടിക്കാൻ ഭയപ്പെട്ടുനിന്നു.

* ഒരു വേസ്റ്റ് – 23 നാഴിക

പെട്ടെന്നു പട്ടണത്തിന്നുള്ളിൽനിന്നും മരണമണിനാദം പോലെ വിഷാദാത്മകമായ മണിനാദം കേൾക്കാൻ തുടങ്ങി. പട്ടണവാസികൾ, കല്ലുകൊണ്ടുപടുത്ത പള്ളിക്കുള്ളിൽ അടച്ചിരുന്നു കണ്ണീരോടെ പ്രാർത്ഥിക്കുകയായിരുന്നു. മരണത്തെ മുമ്പിൽ കണ്ടുകൊണ്ട്. കാരണം ചെർനിഗോവിനെ വളഞ്ഞിരിക്കുന്നത് നാല്പതിനായിരം പേരുൾക്കൊള്ളുന്ന മൂന്നു പടകളാണ്. മൂന്ന് താർത്താരി രാജകുമാരന്മാരാണ് കൊള്ളക്കാരെ നയിച്ചിരുന്നത്.

ഇലിയായുടെ ഹൃദയത്തിനു തീപിടിച്ചു. കുതിരപ്പുറത്തിരുന്നുകൊണ്ട് കോപാക്രാന്തമായി ഇലിയ ഒരു വലിയ ഓക്ക് മരം വേരോടെ പിഴുതെടുത്തു ശത്രുക്കൾക്കിടയിൽ ചാടിവീണുകൊണ്ടു അവരെ നിർദ്ദയം അടിച്ചു ചതച്ചുതുടങ്ങി. ഒരൊറ്റവീശൽ അവിടം ശരിയായി! മരം അങ്ങോട്ടു ചുഴറ്റലും അവിടെ എല്ലാം കണക്കിലായി! കുതിരക്കുളമ്പിന്നടിയിൽപ്പെട്ടും വളരെ പേർ ചത്തൊടുങ്ങി. ക്രുദ്ധനായ ഇലിയ മൂന്നു രാജകുമാരന്മാരുടേയും മഞ്ഞച്ച മുടിയിൽ കടന്നുപിടിച്ചു. ഗൗരവ സ്വരത്തിൽ പറഞ്ഞു.

"ഓ, അർത്താരിരാജകുമാരന്മാരേ, കേട്ടാലും! നിങ്ങളെ ചങ്ങലക്കിട്ടു കൊണ്ടുപോകയോ തലവെട്ടുകയോ എന്താണ് ചെയ്യേണ്ടത്? വേഗം പറയണം. സമയമില്ല. വീട്ടിലിരുന്നു വിശ്രമിക്കാൻ എനിക്കു നേരം കാണില്ല. എപ്പോഴും സഞ്ചരിക്കേണ്ടിവരും. എന്റെ കുതിരപ്പുറത്തുള്ള അപ്പം നിങ്ങളെപ്പോലുള്ള നികൃഷ്ടരായ അലസന്മാർക്കു തികയില്ല. ഈ താർത്താരിത്തലകൾ വെട്ടിയിട്ടാൽ വല്ല ഗുണവുമുണ്ടാകുമോ? മുറോവിലെ മഹാരഥനായ ഇലിയാക്ക് ഒന്നും കിട്ടാൻ പോകുന്നില്ല. തീർച്ചയായും അതൊരു ബഹുമതിയാകില്ല. അതിനാൽ ഒന്നു പറഞ്ഞേക്കാം. കൂട്ടുകാരുമായി ഉടൻ സ്ഥലം വിടണം. ഇവിടെ ആണുങ്ങൾ കുറ്റിയറ്റിട്ടില്ലെന്ന് ശത്രുക്കളോട് അറിയിക്കുക. എണ്ണമറ്റ ഒന്നാംകിട മഹാരഥന്മാർ ഇവിടെയുണ്ട്. നല്ലപോലെ ആലോചിച്ചു കളിച്ചാൽ മതി."

ഇത്രയും പറഞ്ഞ് ഇലിയ ചെർനിഗോവ് പട്ടണത്തിലേക്കു കടന്നു. പള്ളിക്കുള്ളിലേക്കു കുതിച്ചു ചെന്നു. അപ്പോൾ അതിനുള്ളിൽ എല്ലാവരും അന്യോന്യം കെട്ടിപ്പിടിച്ചു കരഞ്ഞുകൊണ്ടു മരണത്തെ കാത്തിരിക്കുകയായിരുന്നു.

"ചെർനിഗോവ് പൗരന്മാരേ," ഇലിയ അവരെ അഭിസംബോധന ചെയ്തു. "നിങ്ങളെന്തിനാണ് ഇങ്ങനെ അലമുറയിടുന്നത്?"

"നാല്പതിനായിരം കൊള്ളക്കാരുമായി മൂന്നു രാജകുമാരന്മാർ നഗരമാക്രമിക്കുവാൻ വന്നിരിക്കുന്ന ഈ അവസരത്തിൽ, പിന്നെ ഞങ്ങളെന്തു ചെയ്യും?"

"എങ്കിൽ വരട്ടെ. കോട്ടമതിലിന്മേൽ കയറിനിന്നുകൊണ്ട് ചുറ്റുമൊന്നു കണ്ണോടിച്ചു നോക്കൂ. ശത്രുക്കളെവിടെയുണ്ട്?"

പട്ടണവാസികൾ കോട്ടമതിലിന്മേൽ പിടിച്ചു കയറി. എന്താണ് അവർ

കാണുന്നത്! കൊടുങ്കാറ്റിൽ നശിച്ച വിളഞ്ഞ ഒരു ചോളവയൽപോലെ ശവങ്ങൾ ചിതറിക്കിടക്കുന്നു.

ചെർനിഗോവ് നിവാസികൾ ഇലിയായുടെ മുമ്പിൽ വീണു നമസ്കരിച്ചു. സ്വർണ്ണം, വെള്ളി, രത്നക്കല്ലുകൾ, വിലപിടിച്ച തുണിത്തരങ്ങൾ തുടങ്ങി എണ്ണമറ്റ സമ്മാനങ്ങൾ നഗരവാസികൾ ഇലിയാവിന്നു നൽകി.

"ഓ, അപരിചിതനായ മഹാരഥാ, അങ്ങയുടെ ഊരും പേരുമെന്താണ്? അങ്ങയുടെ മാതാപിതാക്കളാര്? ഇന്നു മുതൽ അങ്ങാണ് നഗരത്തലവൻ. ഞങ്ങൾ അങ്ങയെ കേട്ടനുസരിക്കും. അങ്ങയുടെ ഏതാവശ്യവും ഞങ്ങൾ നിറവേറ്റിത്തന്നുകൊള്ളാം."

ഉത്തരമായി ഇലിയാ നിഷേധാർത്ഥത്തിൽ തലയാട്ടി.

"ചെർനിഗോവ് പൗരന്മാരേ, ഞാനൊരു മഹാരഥൻതന്നെ. മറോം പട്ടണത്തിന്നടുത്തുള്ള കരാചെറോവാ കുഗ്രാമത്തിലെ ഒരു കർഷകന്റെ മകനാണ് ഞാൻ. ഞാനിന്നു നിങ്ങളെ ആപത്തിൽ നിന്നു രക്ഷിച്ചത് സമ്മാനങ്ങൾക്കു വേണ്ടിയല്ല. സ്വർണ്ണവും വെള്ളിയും മറ്റും എനിക്കു പുല്ലാണ്! പിന്നെ നിങ്ങളുടെ തലവനാകുന്ന കാര്യം. അക്കാര്യവും എനിക്കിഷ്ടമില്ല. ധനവും എനിക്കാവശ്യമില്ല. കാരണം മഹാരഥനായ എന്റെ ധനം എന്റെ ശക്തിമാത്രമാണ്. മാതൃഭൂമിയെ എല്ലാ ആപത്തിൽ നിന്നും രക്ഷിക്കേണ്ടത് എന്റെ കടമ മാത്രമാണ്."

എങ്കിൽ ഒരു ദിവസമെങ്കിലും തങ്ങളൊത്തു പാർക്കണമെന്നായി ചെർനിഗോവ് പൗരൻ. തങ്ങളുടെ സദ്യയിൽ ഇലിയാ പങ്കുകൊള്ളണം. എന്നാൽ ഇലിയാ ഇക്കാര്യത്തിലും വിയോജിച്ചു.

"കൂട്ടരേ എനിക്കൊട്ടും നേരമില്ല. നമ്മുടെ നാട് ശത്രുക്കളുടെ ഭീഷണിയെ അഭിമുഖീകരിച്ചു നിൽക്കുകയാണ്. അതിനാൽ എനിക്ക് അടിയന്തിരമായി വ്ളാഡിമർ രാജകുമാരനെ കാണേണ്ടതുണ്ട്. വഴിക്കു തിന്നാൻ ഏതാനും അപ്പം തന്നാൽ മാത്രം മതി. കുറച്ചു തണുത്ത വെള്ളവും. കീവിലേക്കുള്ള നേർവഴിയും കാട്ടിത്തരണം."

ഇതു കേട്ടപ്പോൾ ചെർനിഗോവിലെ ആളുകൾക്കു കടുത്ത നിരാശയായി. അവർ പറഞ്ഞു.

"ഓ, മുറോമിലെ ഇലിയാ. കീവിലേക്കുള്ള നേർവഴി കാടുപിടിച്ചു കിടക്കുകയാണല്ലോ. ഈ മുപ്പതുകൊല്ലത്തിനുള്ളിൽ ഒരൊറ്റ ജീവിയും അതിലെ പോകാൻ ധൈര്യപ്പെട്ടിട്ടില്ല.

"ഉം. അതെന്താ?"

"റക്ഷമിന്റെ മോനില്ലേ, ആ ചൂളം വിളിക്കുന്ന കൊള്ളക്കാരനായ സൊലവെ, അവന്റെ കയ്യിലാണ് റോഡ്. അവിടെ സ്കൊറോഡിനിയോ നദീതീരത്തുള്ള മൂന്ന് ഓക്കുമരത്തിന്മേൽ, ഒമ്പതു കൊമ്പുകളിന്മേലായാണ് അവൻ ഇരിക്കുന്നത്. പക്ഷികളെപ്പോലെ അവൻ ചൂളം കുത്തുന്ന ആ നിമിഷത്തിൽ കാട്ടിലെ വന്മരങ്ങൾപോലും നിലത്തു വളഞ്ഞുകുത്തും.

പൂക്കൾ കൊഴിഞ്ഞുവീഴും. പേടിച്ചു പല്ലുകൾ ഒന്നായി കരിഞ്ഞു പോകും. കേൾക്കാനിടവരുന്ന മനുഷ്യരും കുതിരകളും ചത്തുവീഴും. അതിനാൽ അവിടുന്ന് വളഞ്ഞ വഴിയിലൂടെ തന്നെപോയാൽ മതി. ഈ വഴിക്കാണെങ്കിൽ കീവിലേക്കു ഇരുന്നൂറുനാഴികേ ദൂരമുള്ളൂ. മറ്റേ വഴി അറുനൂറുനാഴിക കാണും.''

ഇലിയ മൗനത്തിലാണ്ടു. അല്പനേരത്തെ ചിന്തയ്ക്കുശേഷം തലയൊന്നു കുലുക്കി.

എന്തായാലും ചൂളം വിളിക്കാരൻ കൊള്ളക്കാരനെ ഭയന്നു വളഞ്ഞ വഴിക്കു പോകുന്നത് ഒരു മഹാരഥനു യോജിച്ചതല്ല. ഈ വഴി വിട്ടു കളയുകയോ? അതില്ല. ഞാനീവഴിക്കു തന്നെ പോകും.''

ഇത്രയും പറഞ്ഞു ഇലിയ കുതിരപ്പുറത്തു ചാടിക്കയറി. ചാട്ടവാറെടുത്തു ഷെഗ്ഗിറ്റാനെ ആഞ്ഞടിച്ചു. കണ്ണിമയ്ക്കുന്നതിന്നിടയിൽ ഇലിയായും കുതിരയും അപ്രത്യക്ഷമായി.

അതിവേഗത്തിലുള്ളതെങ്കിലും ദുർഘടങ്ങൾ നിറഞ്ഞതായിരുന്നു ഈ പോക്ക്. ഷാർഗ്ഗിറ്റാൻ കുന്നിന്മേൽനിന്നു മറ്റൊരു കുന്നിന്മേലേക്കായി ചാടിചാടിപ്പോയി. എണ്ണമറ്റ നദികളും തടാകങ്ങളും താഴ്വാരകളും അവർ പിന്നിട്ടു.

ഒടുവിൽ പ്രിസ്കിലെ കാടുകളിലെത്തി. ഷെഗ്ഗിറ്റാനിന്നു ഒരടിപോലും മുമ്പോട്ടു വെയ്ക്കാൻ കഴിയാതായി. എങ്ങും ചളി. പെട്ടെന്ന് കുതിര വയറുവരെ ചളിയിൽ പൂണ്ടു.

ഇലിയ ജീനിയിൽനിന്നും പുറത്തുചാടിയ ഇടതുകൈകൊണ്ടു ഷെഗ്ഗിറ്റാനെ ചളിയിൽനിന്നു പൊക്കിയെടുത്തു. വലത്തുകൈകൊണ്ടു ഓർക്കുമരങ്ങൾ ഒന്നൊന്നായി പറിച്ചെടുത്തു ചളിക്കുമീതെ ഒരു നീണ്ട മരപ്പാത സൃഷ്ടിച്ചു. ഇരുപതുനാഴിക നീളത്തിൽ ഇന്നും ആളുകൾ ആ പാത ഉപയോഗിച്ചു വരുന്നു.

ഈ സൂത്രമുപയോഗിച്ചു ഇലിയ വേഗത്തിൽ സ്മൊറോഡിനായ നദീതീരത്തെത്തിച്ചേർന്നു. പാറകളിൽ തട്ടിപ്പുതഞ്ഞും കൂലം തല്ലി തകർത്തും ഗർജ്ജിച്ചുകൊണ്ടൊഴുകുകയാണ് ആ നദി.

നദിക്കക്കരെ മൂന്നു ഓക്കുമരത്തിന്റെ ഒമ്പതുകൊമ്പുകളിലായി ചൂളംവിളിക്കാരനായ സൊലോവെ ഇരിക്കുന്നുണ്ടായിരുന്നു. ഒരു പ്രാപ്പിടിയനുപോലും ആ ഓക്കുമരം മുറിച്ചു കടക്കാൻ കഴിഞ്ഞിട്ടില്ല. ഒരു കാട്ടുമൃഗത്തിനും അതിന്നടുത്തുചെല്ലാൻ ധൈര്യമുണ്ടായിട്ടില്ല. പേടികൊണ്ടു ഒരു കടുത്ത പാമ്പും അതിലെ ഇഴഞ്ഞിട്ടില്ല. എല്ലാ ജീവജാലകങ്ങളും ആ ചൂളം വിളിക്കാരനായ കൊള്ളക്കാരനെ പേടിച്ചാണ് ജീവിച്ചത്.

കുളമ്പടി കേട്ടപ്പോൾ സൊലോവെ ഓക്കുമരത്തിന്മേൽ എഴുന്നേറ്റു നിന്നു തുടർന്നു അത്യുച്ചത്തിൽ അതിഭയങ്കരമായി അലറി.

"ഏതു കഴുവേറിയാണ് ഇതിലെ വരുന്നത്? വിലക്കപ്പെട്ട ഈ ഓക്കുമരത്തിന്നടുത്തേക്കു വരുന്ന വിഡ്ഢിയാര്? ചൂളം വിളിക്കാൻ സൊലോവെയെ ധിക്കരിച്ചു ഇങ്ങോട്ടു വരുന്നവനാരാണ്?"

മറുപടി കേട്ടില്ല. അതിനാൽ പെട്ടെന്ന് അയാൾ പക്ഷികളെപ്പോലെ ചൂളം വിളിച്ചു. കാട്ടുമൃഗങ്ങളെപ്പോലെ ഗർജ്ജിച്ചു. ഉഗ്ര സർപ്പങ്ങളെ പ്പോലെ ചീറ്റി. ഭൂമി കിടുകിടെ വിറച്ചു. കൊടുങ്കാറ്റിൽപ്പെട്ട പുൽക്കൊടി പോലെയായി ഓർക്കുമരങ്ങൾ. പൂക്കൾ പേടിച്ചു വിറച്ചു കൊഴിഞ്ഞു വീണു. പുല്ലുകൾ പേടിച്ചു ചുരുണ്ടു. ഇലിയാമഹാരഥന്റെ കുതിരയായ ഷെഗ്ഗിറ്റാൻ മുട്ടുകുത്തി വീണുപോയി.

എന്നാൽ കുതിരപ്പുറത്തിരിക്കുന്ന ഇലിയാക്കു ഒരു കുലുക്കവുമില്ല. അയാൾ പാറപോലെ ഉറച്ചിരുന്നു. തലയിലെ ഒരു മുടിനാരുപോലും എഴുന്നു നിന്നില്ല. സിൽക്കിന്റെ ഒരു ചാട്ടവാറെടുത്തു അയാൾ തന്റെ കുതിരയെ ആഞ്ഞാഞ്ഞടിച്ചു.

"നീയൊരു വൈക്കോൽക്കൊണ്ടയാണ്. ഒരു മഹാരഥന്റെ കുതിര യല്ല! ഡിക്കറിപ്പക്ഷിയുടെ കരച്ചിൽ ഇതിന്നുമുമ്പു നീ കേട്ടിട്ടില്ലെന്നോ! പുൽപ്പാമ്പിന്റെ ചീറ്റലും? എഴുന്നേൽക്കൂ. എന്നെ സെലൊവെയുടെ കൂട്ടിലെത്തിക്കൂ. ഇല്ലെങ്കിൽ, നിന്നെ ഞാൻ കഷ്ണം കഷ്ണമാക്കി ചെന്നായ്ക്കൾക്കെറിഞ്ഞുകൊടുക്കും."

ഇതുകേട്ട ആ നിമിഷത്തിൽ ഷെഗ്ഗിറ്റാൻ, കവർച്ചക്കാരന്റെ കൂട്ടിലേക്കു കുതിച്ചൊരു ചാട്ടം!

സൊലോവെയ്ക്കു അതു വിശ്വസിക്കാൻ കഴിഞ്ഞില്ല. അയാൾ കൂട്ടിനുള്ളിൽനിന്നു തല പുറത്തേക്കിട്ടു.

ഒട്ടും ചിന്തിച്ചില്ല. വില്ലെടുത്തു ഒരു തൂക്കമുള്ള അസ്ത്രം ഇലിയ തൊടുത്തുവിട്ടു. അസ്ത്രം മൂളിപ്പാഞ്ഞു സൊലോവെയുടെ വലതു കണ്ണിൽ ആഞ്ഞുതറച്ചു. ഇടതു കണ്ണിലൂടെ ആ അസ്ത്രം ചീറിക്കൊണ്ടു പുറത്തേക്കു ചാടി കണ്ണിമയ്ക്കുന്നതിനിടയിൽ ഇലിയ കൊള്ളക്കാരനെ കയറുകൊണ്ടു വരിഞ്ഞുകെട്ടി. എന്നിട്ടു തന്റെ ജീനിച്ചവിട്ടിന്റെ ഇടതുവശത്തു ചൂളം വിളിക്കുന്ന കൊള്ളക്കാരനായ സൊലോവെയെ കെട്ടിയിട്ടു.

സൊലോവെ ശ്വാസം വിടാൻപോലും പേടിച്ചു. ഇമവെട്ടാതെ അവൻ ഇലിയായെ തുറിച്ചുനോക്കി.

"എന്താ കവർച്ചക്കാരാ, നോക്കിപ്പേടിപ്പിക്കുന്നത്? ഇതിനു മുമ്പൊരി ക്കലും ഒരു മഹാരഥനെ കണ്ടുമുട്ടിയിട്ടില്ലേ?"

"അയ്യോ!" സൊലോവെ പെട്ടെന്നു നിലവിളിച്ചു.

"ഞാൻ പെട്ടതു സിംഹത്തിന്റെ വായിലാണല്ലോ. എന്റെ കഥ കഴിഞ്ഞു!"

ഇലിയ നേരെ ചൂളംവിളിക്കാരൻ കൊള്ളക്കാരന്റെ വീടിനെ ലക്ഷ്യമാക്കിയാണ് കുതിച്ചത്. അതിന്റെ മുറ്റം തന്നെ രണ്ടരനാഴിക നീളമുണ്ട്. അതിൽ അവിടവിടെയായി ഏഴു തൂണുകളും നിന്നിരുന്നു. താൻ കൊല്ലാനിടവന്നിട്ടുള്ള ഓരോ മഹാരഥന്മാരുടെ തലയോട് ഓരോ തൂണിന്മേലും കുത്തിനിർത്തിയിട്ടുണ്ട്. കൊള്ളക്കാരന്റെ വീട് വെണ്ണക്കല്ലിന്റെ ഒരു മണിമാളിക തന്നെയായിരുന്നു. സ്വർണ്ണം പൂശിയ മേൽപ്പുര തീജ്വാലപോലെ വെട്ടിത്തിളങ്ങിക്കാണാം.

ഇലിയായുടെ കുതിരയെ ദൂരെനിന്നു സൊലോവെയുടെ മകൾ കണ്ടു. അവൾ അത്യുച്ചത്തിൽ ആർത്തുവിളിച്ചു.

"അച്ഛൻ! നമ്മുടെ അച്ഛൻ ദാ വരുന്നു! ജീനിത്തണ്ടിൽ ഒരുത്തനെ കെട്ടിയിട്ടുണ്ട്!"

അപ്പോൾ കവർച്ചക്കാരന്റെ ഭാര്യ ജാലകത്തിലൂടെ പുറത്തുനോക്കി. കാര്യം മനസ്സിലായപ്പോൾ അവൾ നിലവിളിച്ചു.

"അയ്യോ, നീയെന്താ പറഞ്ഞത്! അതൊരു മഹാരഥൻ നിന്റെ അച്ഛനെ ജീനിത്തണ്ടിൽ കെട്ടിയിട്ടുകൊണ്ടുവരികയാണല്ലോ!"

കോലാഹലം കേട്ടു കൊള്ളക്കാരന്റെ മൂത്തമകൾ പെൻക മുറ്റത്തേക്കു കുതിച്ചു ചാടി. തൊണ്ണൂറു ടൺ തൂക്കമുള്ള ഒരു ഇരുമ്പു പലകയെടുത്തു അവൾ ഇലിയാക്കു നേരെ ചുഴറ്റിയെറിഞ്ഞു. പക്ഷേ ഇത്തവണയും ഇലിയാ രക്ഷപ്പെട്ടു. ഇരുമ്പു പലക അയാൾ തന്റെ സുശക്തമായ കയ്യാൽ കടന്നുപിടിച്ചു. ചുഴറ്റിക്കൊണ്ടു ശക്തിപൂർവ്വം തിരിച്ചെറിഞ്ഞു. അതേറ്റതോടെ പെൻക ചത്തുവീണു.

സൊലോവെയുടെ ഭാര്യ ഓടിച്ചെന്നു ഇലിയായുടെ കാൽക്കൽ വീണു.

"മഹാരഥ," അവൾ കേണിരന്നു; "ഞങ്ങളുടെ എല്ലാ സ്വർണ്ണവും വെള്ളിയും രത്നക്കല്ലുകളും അങ്ങെടുത്തുകൊള്ളൂ. എത്ര കുതിരകളെ വേണമെങ്കിലും തരാം. എന്റെ ഭർത്താവിനെ ഞങ്ങൾക്കു വിട്ടു തന്നാൽ മാത്രം മതി."

ഇലിയാക്കു പറയാനുള്ള മറുപടി ഇതായിരുന്നു:-

"ദുഷ്ടന്മാരുടെ ഒരു വാക്കും എനിക്കു കേൾക്കണ്ട. നിങ്ങൾ തരാമെന്നേറ്റതെല്ലാം തന്നെ പാപപങ്കിലമാണ്. നിരപരാധികളുടെ രക്തവും പിഞ്ചുകുട്ടികളുടെ കണ്ണീരും പുരണ്ട അവ എനിക്കാവശ്യമില്ല. പാവപ്പെട്ട കർഷകരെ കൊള്ളയടിച്ചതല്ലേ, നിങ്ങളുടെ സ്വത്തു മുഴുവൻ? കെണിയിൽ വീണ ഏതൊരു കൊള്ളക്കാരനും ചക്കരവാക്കേ പറയൂ. മൂപ്പനെ വിട്ടുതന്നാൽ പിന്നീട് ഞാൻ പശ്ചാത്തപിക്കേണ്ടിവരും. ഇല്ല. ഞാൻ അവനെ വിട്ടുതരില്ല. ഞാനവനെ വിട്ടുതരില്ല. ഞാനവനെ കീവിലേക്കു കൊണ്ടു പോകും. എനിക്കിതിന്നു തക്ക രാജസമ്മാനം ലഭിക്കും."

കുതിരയെ ഒരു തൂണിൽ കെട്ടിയിട്ടു. ചൂളം വിളിക്കുന്ന കവർച്ചക്കാരനെ അങ്ങനെത്തന്നെ തൂക്കിയിട്ടു. അയാൾ ഹാളിലേക്കു കടന്നു ചെന്നു.

അപ്പോൾ വ്ളാഡിമർ രാജകുമാരൻ ഒരു സദ്യയിൽ പങ്കെടുക്കുകയായിരുന്നു. ചുറ്റും റഷ്യയിലെ മറ്റു മഹാരഥന്മാരാണ്. ഇലിയ പതറാത്ത കാൽവെപ്പോടെ കടന്നുചെന്ന് സിംഹാസനത്തിനു മുമ്പിൽ തലകുനിച്ചു.

"വ്ളാഡിമർ രാജകുമാരാ, അപ്രാക്ഷ്യാരാജകുമാരീ, വന്ദനം. എനിക്കിവിടെ സ്വാഗതമുണ്ടോ?"

വ്ളാഡിമർ രാജകുമാരൻ ചോദിച്ചു.

"എവിടുന്നു വരുന്നൂ? പേരെന്താ? മാതാപിതാക്കളാരെല്ലാമാണ്?"

"ഇലിയാ എന്നാണെന്റെ പേര്. മുറോം പട്ടണത്തിനടുത്തുള്ള കറാചെറോവോ ഗ്രാമത്തിലെ ഒരു കൃഷിക്കാരന്റെ മകനാണ് ഞാൻ. ചെർനിഗോവിൽ നിന്നും നേർവഴിക്കു വരുകയാണ്. രാജകുമാരാ കേട്ടാലും. ആ രക്ഷ്മനിന്റെ മോനില്ലേ, ചൂളം വിളിക്കുന്ന കൊള്ളക്കാരൻ സൊലോവെ: അങ്ങയ്ക്കു ഞാൻ കാഴ്ചയായി കൊണ്ടുവന്നിട്ടുള്ളത് കെട്ടിവരിഞ്ഞ അവനെയാണ്. വന്നു കണ്ടാലും."

ഇതു കേട്ടപ്പോൾ രാജകുമാരനും രാജകുമാരിയും മഹാരഥന്മാരെല്ലാവരും ചാടിയെഴുന്നേറ്റു പുറത്തേക്കോടി. ഇലിയായുടെ പിന്നാലെ അവർ ഷാഗ്ഗിറ്റാനിന്റെ അടുത്തു ചെന്നു.

അവിടെ വീരപരാക്രമിയായിരുന്ന ആ കവർച്ചക്കാരൻ ഒരു വൈക്കോൽക്കറ്റപോലെ തൂങ്ങിക്കിടക്കുകയായിരുന്നു. കീവ്നഗരത്തേയും തന്റെ അടുത്തേക്കുവരുന്ന വ്ളാഡിമർ രാജകുമാരനേയും തുറിച്ചുനോക്കിക്കൊണ്ട്.

"വേഗം തന്നെ, കൊള്ളക്കാരാ. താനൊന്നു പക്ഷികളെപ്പോലെ ചൂളം വിളിക്കൂ. കാട്ടുമൃഗങ്ങളെപ്പോലെ ഗർജ്ജിക്കൂ. കേൾക്കട്ടെ. ഉഗ്രസർപ്പങ്ങളെപ്പോലെ ചീറ്റുകയും വേണം."

"എന്നാൽ ഇതു കേട്ടപ്പോൾ തലതിരിച്ചതല്ലാതെ ചൂളംവിളിക്കാരൻ കവർച്ചക്കാരൻ അനുസരിച്ചില്ല.

"എന്നെ കീഴടക്കിയത് നിങ്ങളല്ല. അതിനാൽ ഭവാൻ കല്പിക്കേണ്ടതില്ല." എന്നായിരുന്നു ഉദാസീനമായ മറുപടി. അപ്പോൾ വ്ളാഡിമർ രാജകുമാരൻ മുറോമിലെ ഇലിയായെ നോക്കി.. "ഇവനെ അനുസരിപ്പിച്ചാലും ഇലിയാ ഇവാനോപിച്ച്."

"കല്പനപോലെ. പക്ഷേ , തിരുമേനീ, അനന്തരഫലങ്ങൾക്കു എന്നെ കുറ്റപ്പെടുത്തരുതേ."

"കർഷകനായ എന്റെ കേഫ്ടൻ കോട്ടുകൊണ്ടു നിങ്ങളിരുവരും മൂടിപ്പുതച്ചാൽ നിങ്ങൾക്കും രാജകുമാരിക്കും അപകടം പറ്റില്ല. ഏയ് സൊലോവെ, നിന്നോടാണ്. കല്പിച്ചതനുസരിക്കു."

"ചൂളം വിളിക്കാൻ എനിക്കുവയ്യ. തൊണ്ട വരണ്ടിരിക്കുന്നു."

"തിരുമേനീ, ഇവനു അഞ്ചുഗാലൻ മുന്തിരിച്ചാറു കൊടുക്കട്ടെ. അല്പം ബീറും. ഒടുവിൽ നല്ല മദ്യവും. തിന്നാൻ ഗോതമ്പപ്പം മതി. എങ്കിൽ അവൻ നമ്മെ ചൂളം വിളിച്ചു രസിപ്പിക്കും."

തീറ്റയും കുടിയും കഴിഞ്ഞപ്പോൾ സൊലോവെ ചൂളം വിളിക്കാൻ തയ്യാറെടുത്തു.

അപ്പോൾ ഇലിയാ അവനോടിങ്ങനെ പറഞ്ഞു:

"കവർച്ചക്കാരാ, തന്റെ ശക്തി മുഴുവനെടുത്തു ചൂളം വിളിക്കേണ്ട തില്ല. മെല്ലെ മതി. ഗർജ്ജിക്കുന്നതും പതുക്കെമതി. അല്ലെങ്കിൽ നിനക്കതു നല്ലതിനല്ല."

പക്ഷെ ഇലിയായെ അനുസരിക്കുന്നതിനും സൊലോവെ മടിച്ചു. രാജകുമാരനേയും രാജകുമാരിയേയും മഹാരഥന്മാരെയെല്ലാവരേയും മാത്രമല്ല കീവ്നഗരത്തെത്തന്നെ ഭസ്മമാക്കാനാണ് അവൻ ആശിച്ചത്. തന്റെ സർവ്വശക്തിയുമെടുത്തു അവൻ ചൂളം വിളിച്ചു. അതിഭീകരമായി ചീറ്റുകയും ചെയ്തു.

അതെന്തെല്ലാമനർത്ഥങ്ങളാണെന്നോ ഉണ്ടാക്കിയത്!

വീടുകളുടെ മേൽപ്പുരകൾ ഇടിഞ്ഞു തകർന്നുവീണു. ചുമരുകളിൽ നിന്നും മച്ച് തെറിച്ചുവീണു. ജാലകച്ചില്ലുകൾ പൊട്ടിച്ചിതറി ലായങ്ങളിൽ നിന്നും കുതിരകൾ വിളറിയെടുത്തു എങ്ങോട്ടെന്നില്ലാതെ ഓടി. മഹാരഥന്മാർ പേടിച്ചു വിറച്ചുവീണു. നിലത്തു വീണുരുളലായി അവർ. വ്ളാഡിമർ ജീവിച്ചിരിച്ചുന്നതിനേക്കാൾ ചത്തു കാണപ്പെട്ടു. ഇലിയായുടെ കേഫ്ടൻ കോട്ടിന്നുള്ളിൽപോലും അവർ കിടുകിടെ വിറച്ചു.

സൊലോവെയുടെ അനുസരണക്കേട് ഇലിയായെ ദേഷ്യം പിടിപ്പിച്ചു.

"രാജകുമാരനേയും രാജകുമാരിയേയും മറ്റും രസിപ്പിക്കാൻ പറഞ്ഞിട്ടു നീയെന്താണീക്കാട്ടിയത്" അയാൾ കൊള്ളക്കാരനോടു തട്ടിക്കയറി. "നിന്റെ കഥ കഴിച്ചുതരാം. ഇനി നിന്നെച്ചിന്തിച്ചു ഈ നാട്ടിലെ അച്ഛനമ്മമാർക്കു പേടിക്കേണ്ടിവരില്ല. ഇനിയൊരിക്കലും നിന്നാൽ വിധവകളും അനാഥബാലകരും സൃഷ്ടിക്കപ്പെടില്ല. ഇനി നീ ആരേയും കൊള്ളയടിക്കയുമില്ല."

തന്റെ മൂർച്ചയേറിയ വാളൂരി ഇലിയാ ചൂളം വിളിക്കുന്ന കവർച്ചക്കാരനായ സൊലോവെയുടെ തല വെട്ടിക്കളഞ്ഞു.

മൂറോമിലെ ഇലിയാ. ഇന്നുമുതൽ എന്റെ കബാരഥപ്രമാണി നിങ്ങളാണ്. മരണംവരെ കിവിൽ തന്നെ താമസിച്ചോളൂ." വ്ളാഡിമർ രാജകുമാരൻ സസന്തോഷം സ്വീകരിച്ചു.

■

പന്ത്രണ്ടു മാസങ്ങൾ

ദുബ്രുൻകായുടെ ചേച്ചിയായിരുന്നു കാറ്റിൻകാ. സുന്ദരിയും സുശീലയുമായിരുന്നു ദുബ്രുൻക. എന്നാൽ കാറ്റിൻകയാകട്ടെ നിഷ്ഠൂരയായിരുന്നു. വിരൂപയുമായിരുന്നു. പണികളെല്ലാം എടുത്തിരുന്നത് ദുബ്രുൻകയാണ്. മുറികൾ അടിച്ചുവാരിയിരുന്നതും ഭക്ഷണം പാകം ചെയ്തിരുന്നതുമെല്ലാം അവളാണ്. അപ്പോഴെല്ലാം കാറ്റിൻക ജാലകത്തിനടുത്തിരുന്നു ദിവാസ്വപ്നങ്ങൾ നെയ്യുകയായിരിക്കും.

അങ്ങനെയിരിക്കെ ജനുവരിമാസത്തിലെ ഒരു തണുത്ത രാത്രിയിൽ, പെട്ടെന്ന്, വസന്തകാലത്തേയും വയലറ്റു പൂക്കളേയും പറ്റി അവൾ ഓർത്തുപോയി: "ഇപ്പോൾ കുറച്ചു വയലറ്റു പൂക്കൾ കിട്ടുകയാണെങ്കിൽ എത്ര നന്നായിരുന്നു!" അവൾ ആശിച്ചു. അവൾ വീട്ടുപണിയിൽ മുഴുകിയിരുന്ന ദുബ്രുൻകായെ വിളിച്ചു.

"ദുബ്രുൻകാ, നീ ഇപ്പോൾ തന്നെ കാട്ടിൽ പോയി, എനിക്കു കുറച്ചു വയലറ്റു പൂക്കൾ പറിച്ചുകൊണ്ടു വരണം." അവൾ അറുത്തു മുറിച്ചു പറഞ്ഞു.

"ചേച്ചീ, നിലത്തെല്ലാം കുഴമഞ്ഞാണ്. ഈ രാത്രി ഞാനെങ്ങനെയാണ് വയലറ്റു പൂക്കൾ കണ്ടു പിടിക്കുക."

"അതൊന്നും എനിക്കു കേൾക്കണ്ട. വേഗം പോ!" കാറ്റിൻകാ കോപംകൊണ്ടു കാൽ നിലത്താഞ്ഞു ചവിട്ടി.

ദിബ്രുൻകായ്ക്കു ധരിക്കുവാൻ കമ്പിളിക്കുപ്പായങ്ങളില്ല. അവൾ തനിക്കാകെക്കൂടിയുള്ള നേരിയ ആ കോട്ടിട്ടു തന്നെ പുറത്തിറങ്ങുവാൻ നിർബന്ധിതയായി.

നിലം മുഴുവൻ ഹിമംകൊണ്ടു മൂടപ്പെട്ടിരുന്നു. പാത തിരിച്ചറിയുവാൻ കഴിഞ്ഞില്ല. അതിനാൽ എങ്ങോട്ടെന്നില്ലാതെ നടന്നു. ഇങ്ങനെ നരകമനുഭവിക്കുന്നതിനേക്കാൾ താൻ മരിക്കുന്നതാണ് നല്ലതെന്ന് അവൾക്കു തോന്നി. പക്ഷേ അപ്പോഴാണ് ദൂരെ കുന്നിൻമുകളിൽ ഒരു വെളിച്ചം കണ്ടത്. അകലെ ആളിയാളിക്കത്തുന്ന ഒരു അഗ്നികുണ്ഡത്തിൽ നിന്നുമായിരുന്നു ആ വെളിച്ചം.

ദുബ്രുൻക കുന്നിൻമുകളിലേക്കു കയറിച്ചെന്നു. തീക്കുണ്ഡത്തിന്നടുത്തു ചെന്നുകൊണ്ട് അവൾ തീകാഞ്ഞു. അവൾക്ക് അവാച്യമായ

ഒരാന്ദമനുഭവപ്പെട്ടു. തികച്ചും വിജനമാണവിടം. തീക്കുണ്ഡത്തിൽ എരിഞ്ഞടങ്ങുന്ന വിറകിന്റെ ശബ്ദമല്ലാതെ മറ്റൊരു ശബ്ദവും കേട്ടില്ല. പക്ഷേ പെട്ടെന്ന് അതിനുചുറ്റും നീണ്ട അങ്കികളണിഞ്ഞ ഒരു കൂട്ടം ആളുകൾ ഇരിക്കുന്നതായി അവൾ കണ്ടു. എണ്ണിനോക്കി. പന്ത്രണ്ടു പേരുണ്ട്. അവരിൽ മൂന്നുപേരുടെ അങ്കികൾ ഹിമംപോലെ വെളുവെളുത്തതാണ്. മറ്റു മൂന്നുപേരുടെ വസന്തത്തിലെ പച്ചപ്പുൽമൈതാനംപോലെ. വെണ്ണപോലെ, മഞ്ഞനിറമായിരുന്നു ബാക്കിയുള്ളവരിൽ മൂന്നുപേരുടെതെങ്കിൽ, ശേഷിച്ചത് മുന്തിരിപ്പഴംപോലെ നീലലോഹിതമായിരുന്നു.

അവരിൽ ഏറ്റവും പ്രായംചെന്ന ആളുടെ അടുത്തുചെന്നു ദുബ്രുൻക ലജ്ജയോടെ അഭ്യർത്ഥിച്ചു. "ഞാനും ഒന്നു തീകാഞ്ഞോട്ടെ?"

"മാസങ്ങളാണ് ഞങ്ങൾ," വയസ്സൻ ദയാപൂർവ്വം പറഞ്ഞു. "എന്റെ പേരാണ് ജനുവരി. മോളെന്തിനാണ് ഇവിടെ വന്നത്?"

"വയലറ്റു പൂക്കൾക്കു എന്റെ ചേച്ചി അയച്ചതാണ്."

"വയലറ്റു പൂക്കൾ! ഇതെന്താകേൾക്കുന്ന്?" ജനുവരി ആശ്ചര്യപ്പെട്ടു. "നിലം മുഴുവൻ ഹിമംമൂടിക്കിടക്കുമ്പോൾ നിനക്കെവിടുന്നാണ് വയലറ്റു പൂക്കൾ കിട്ടുക?"

ദുബ്രുൻക തലതാഴ്ത്തി നിന്നു. തന്റെ ചേച്ചിയുടെ വിവരക്കേടിൽ അവൾക്കു ലജ്ജതോന്നി. അപ്പോൾ വാത്സല്യത്തോടെ അവളെ കണ്ണോടിച്ചുകൊണ്ടു ജനുവരി, പച്ചയങ്കിധരിച്ച ഒരു കൂട്ടുകാരനോടു ആവശ്യപ്പെട്ടു: മാർച്ച്മാസമേ, നിങ്ങളിവളെ സഹായിക്കണം." ജനുവരി മാസം തന്റെ നീണ്ടവടി മാർച്ചിനു നീട്ടിക്കൊടുത്തു.

മാർച്ച് ആ വടി തീയിലിട്ട നിമിഷത്തിൽ തെക്കൻ കാറ്റടിക്കാൻ തുടങ്ങി. അതോടെ ഹിമം ഉരുകിത്തുടങ്ങി. എങ്ങും പച്ചപ്പുല്ലുകൾ പ്രത്യക്ഷമായി. തുടർന്നു എല്ലായിടത്തും മനോഹരമായ വയലറ്റുപൂക്കൾ പുഞ്ചിരിച്ചു.

"ഇഷ്ടംപോലെ പറിച്ചെടുക്കാം," മാസങ്ങൾ സസ്നേഹം പറഞ്ഞു.

ദുബ്രുൽക കൈനിറയെ പൂക്കൾ പറിച്ചെടുത്തു. മാസങ്ങളോടു വീണ്ടും വീണ്ടു നന്ദിപറഞ്ഞുകൊണ്ടു തന്റെ വീട്ടിലേക്കു ഓടി.

വയലറ്റുപൂക്കൾ കൊണ്ടുതന്ന ദുബ്രുൻകായോടു കാറ്റിൻകാ നന്ദിപോലും പറഞ്ഞില്ല. അവൾ വീണ്ടും ജാലകത്തിന്നടുത്തിരുന്നു പകൽക്കിനാവുകളിൽ മുഴുകി. ഇനി എന്താണ് അനുജത്തിയെക്കൊണ്ടു ചെയ്യിക്കേണ്ടതു എന്നായി ചിന്ത.

പിറ്റേന്നു രാത്രിയിലും പണിയിൽ മുഴുകിയിരിക്കുകയായിരുന്ന ദിബ്രുൻകായെ കാറ്റിൻകാ വിളിച്ചുവരുത്തി.

"പുൽപ്പഴങ്ങൾ തിന്നാൻ എനിക്കതിയായ കൊതിതോന്നുന്നു. ഇപ്പോൾതന്നെ നീ പോയി എനിക്കു കുറച്ചു കൊണ്ടുവന്നുതാ!"

"ചേച്ചി, നിലം മുഴുവൻ ഹിമത്തിൽ മൂടിക്കിടക്കുമ്പോൾ പുൽപ്പഴങ്ങളെവിടെക്കിട്ടാണ്?"

"മിണ്ടിപ്പോകരുത്!" കാറ്റിൻകാ താക്കീതു നൽകി." പറയുന്നതു കേൾക്കുന്നതാണു നല്ലത്. ഇപ്പോൾ തന്നെ പോകണം!"

അവൾ ദുബ്രൻകായെ പുറത്താക്കി വാതിൽ കൊട്ടിയടച്ചു. ആ പാവം കുട്ടി പേടിച്ചു നിലവിളിച്ചു. അന്നും എങ്ങോട്ടെന്നില്ലാതെ നടന്നു നടന്നു. അവസാനം ഒരു വെളിച്ചത്തിന്നടുത്തെത്തി.

അവിടെയും ഒരു തീക്കുണ്ഡം കാണപ്പെട്ടു; ചുറ്റും പന്ത്രണ്ടാളുകളും. പഴയ ആ മാസങ്ങൾതന്നെ.

ജനുവരീ, ദയവുചെയ്തു ഇത്തവണയും ഒന്നു തീകായാൻ എന്നെ അനുവദിക്കണേ," അവൾ യാചിച്ചു.

"കുട്ടീ എന്തേ, പിന്നേയും പോന്നത്?" ജനുവരി സാനുകമ്പം ആരാഞ്ഞു.

"ക്ഷമിക്കണം. എന്റെ ചേച്ചിക്കു പുൽപ്പഴങ്ങൾ തിന്നാൻ അതിയായ കൊതി തോന്നുന്നത്രെ."

"പുൽപ്പഴങ്ങൾ ഗ്രീഷ്മത്തിലാണ് കായ്ക്കുന്നതെന്നാണോ അവളുടെ വിചാരം?", ജനുവരി ചോദിച്ചു.

ഇത്തവണയും ചേച്ചിയുടെ അറിവില്ലായ്മയിൽ അവൾ ലജ്ജിച്ചു. പീതാംബരധാരികളിലൊരാളോടാണ് ഇത്തവണ ജനുവരി സഹായ മഭ്യർത്ഥിച്ചത്.

"ജൂൺ ഇത് നിങ്ങളുടെ കടമയാണ്."

ജൂൺ തന്റ വടി തീയിലിട്ടു. പെട്ടെന്നു വീണ്ടും തെക്കൻകാറ്റടിച്ചു തുടങ്ങി. ഹിമമുരുകി. പുല്ലുകൾ പച്ചപിടിച്ചു. മരങ്ങൾ തളിരണിഞ്ഞു. എങ്ങും വിവിധങ്ങളും വിചിത്രങ്ങളുമായ പൂക്കൾ നിറഞ്ഞു. കിളികൾ മധുരമായി പാടി. പെട്ടെന്നു മറ്റൊരദ്ഭുതം കൂടി ദുബ്രുൻക കണ്ടു. കൺമുമ്പിൽ വെച്ചു വെളുത്ത പൂക്കൾ കൊഴിഞ്ഞു പുൽപ്പഴങ്ങളുണ്ടായി.

"കുട്ടീ, നിന്റെ കൊട്ട നിറച്ചോളൂ," ജൂൺ പറഞ്ഞു.

കയ്യിലുള്ള കൂട നിറയെ ദുബ്രുൻക പഴങ്ങൾ ശേഖരിച്ചു. മാസങ്ങളോടു വീണ്ടും വീണ്ടും നന്ദി പറഞ്ഞുകൊണ്ടു അവൾ വീട്ടിലേക്കു കുതിച്ചു.

പഴങ്ങളൊന്നാകെ അവൾ കാറ്റിൻകാക്കു കൊടുത്തു. ഇത്തവണയും അവൾ അനുജത്തിയോടു നന്ദി പറഞ്ഞില്ല. ഇതെല്ലാം ചെയ്യേണ്ടതു അവളുടെ കടമമാത്രമാണെന്നായിരുന്നു അവളുടെ ഭാവം. ഒന്നെങ്കിലും ദുബ്രുൻകാക്കു കൊടുക്കാൻ അവൾക്കു സന്മമനസ്സുണ്ടായില്ല. എല്ലാം അവൾ തന്നെ തിന്നു തീർത്തു.

വീണ്ടും കാറ്റിൻകാ ജാലകത്തിന്നടുത്തു ഇരുപ്പായി. ഇനിയെന്താണ് വേണ്ടതെന്നായി അവളുടെ ചിന്ത.

"ഇന്നലത്തെ പഴങ്ങൾ നല്ല രുചിയുള്ളവയായിരുന്നു. മുന്തിരി അതിനേക്കാൾ സ്വാദുള്ളതാണ്. പോയി, വേഗം തന്നെ എനിക്കു മുന്തിരിങ്ങ കൊണ്ടുവന്നു താ;" പിറ്റേന്നു കാറ്റിൻകാ ആവശ്യപ്പെട്ടു.

"അയ്യോ. ഇന്നുമെന്നെ കൊടുതണുപ്പിൽ തള്ളരുതേ ചേച്ചീ, ദുബ്രുൻക താണുകേണപേക്ഷിച്ചു.

"കടന്നുപോ," കാറ്റിൻകാ കലിപൂണ്ടലറി. "മുന്തിരിപഴം കൂടാതെ ഇങ്ങോട്ടു വരേണ്ട!"

വിഷാദലോലയായി അന്നും അവൾ മെല്ലെ മെല്ലെ, മാസങ്ങൾ തീകായുന്ന കുന്നിന്നടുത്തേയ്ക്കു പോയി.

"മോളെന്താ വീണ്ടും വന്നത്?" ജനുവരി ചോദിച്ചു.

"എന്റെ ചേച്ചിക്കു മുന്തിരപ്പഴം തിന്നാൻ കൊതിയാവുന്നത്രെ." കരഞ്ഞുകൊണ്ടു ദുബ്രുൻക അറിയിച്ചു.

ജനുവരി അല്പനേരം ചിന്തയിലാണ്ടു.

"ശരി ശരി, സപ്തെമ്പർ, നിങ്ങൾ കഴിയുന്നതു ചെയ്യൂ." ജനുവരി നീലയങ്കി ധരിച്ചിരുന്ന ഒരു കൂട്ടുകാരനോടപേക്ഷിച്ചു.

സപ്തെമ്പർ, നീണ്ട വടി തീക്കുണ്ഡത്തിലിട്ട ഉടനെത്തന്നെ ഹിമം ഉരുകി. ചുകപ്പും മഞ്ഞയുമായ ഇലകൾ മരങ്ങളിൽ പൊടിഞ്ഞു. സ്വർണ്ണ ക്കമ്പിപോലുള്ള മുന്തിരിവള്ളികൾ മുന്തിരിക്കുലകൾ കൊണ്ടു തിങ്ങി.

"ഒരൊറ്റക്കുല മാത്രം പൊട്ടിച്ചെടുത്താൽ മതി." സപ്തെമ്പർ ദുബ്രുൻ കായെ ഉപദേശിച്ചു.

ദുബ്രുൻകാ ഒരു കുല മാത്രം പൊട്ടിച്ചെടുത്തു. മാസങ്ങളോടു വീണ്ടും വീണ്ടും നന്ദി പറഞ്ഞുകൊണ്ടു അവൾ വീട്ടിലേക്കു മടങ്ങി.

ഒരു മുന്തിരിക്കുല മാത്രമേ കൊണ്ടുവന്നിട്ടുള്ളൂവെന്നു കണ്ടപ്പോൾ കാറ്റിൻകായ്ക്കു ഈറപിടിച്ചു. അത്യാർത്ഥിയോടെ എല്ലാം തിന്നിട്ടു അവൾ പറഞ്ഞു.

"ഞാൻ തന്നെ പോയി ഇഷ്ടംപോലെ പൊട്ടിച്ചു തിന്നോളാം."

തന്റെ രോമക്കുപ്പായമണിഞ്ഞു അവൾ പുറത്തിറങ്ങി. നടന്നു പോകുന്നതിന്നിടയിൽ ദൂരെ ഒരു തീക്കുണ്ഡം എരിയുന്നത് കാറ്റിൻകായും കാണാനിടയായി. അവൾ ആ കുന്നിന്മേലേയ്ക്കു പിടിച്ചു കയറി. അപ്പോൾ അവിടെ ആ പന്ത്രണ്ടു മാസങ്ങൾ ഇരിപ്പുണ്ടായിരുന്നു.

"നിനക്കെന്തു വേണം?" ജനുവരി ചോദിച്ചു.

"അതു ഞാനാലോചിച്ചോളാം. നിങ്ങളന്വേഷിക്കേണ്ട." കാറ്റിൻകാ പരുഷസ്വരത്തിൽ പറഞ്ഞു. അവരോടു അനുവാദം ചോദിക്കാനൊന്നും നില്ക്കാതെ അവൾ തീക്കുണ്ഡത്തിന്നടുത്തു സ്ഥലം പിടിച്ചു.

പെട്ടെന്ന് ഒരദ്ഭുതമുണ്ടായി. ജനുവരി മാസം തന്റെ കൂട്ടുകാരൊന്നിച്ച് ആകാശത്തിലേക്കുയർന്നു അപ്രത്യക്ഷമായി. തുടർന്നു മറ്റൊരദ്ഭുതം കൂടി നടന്നു. എരിഞ്ഞാളിക്കത്തിയിരുന്ന ആ അഗ്നിക്കുണ്ഡം പൊടുന്നനെ കെട്ടടങ്ങി. തെരുതെരെ കുഴമഞ്ഞു വീഴാനും തുടങ്ങി. വലിയ മരങ്ങൾ പോലും കുഴമഞ്ഞിൽ മൂടിപ്പോയി. കാറ്റിൻകാ സഹായത്തിനു ദീനദീനം നിലവിളിച്ചു. പക്ഷെ അവളുടെ കരച്ചിൽ വനരോദനം മാത്രമായവശേഷിച്ചു.

ദുബ്രുൻകാ ചേച്ചിയെ കാത്തു കാത്തു തോറ്റു. കാറ്റിൻകാ പിന്നീടൊരിക്കലും മടങ്ങിവന്നില്ല. ദിബ്രുൻകാ ചേച്ചിയെ കാടു മുഴുവൻ തിരഞ്ഞു നോക്കി. ഒടുവിൽ, ഇനിയൊരിക്കലും തന്റെ ചേച്ചി തിരിച്ചു വരില്ലെന്നു മനസ്സിലായപ്പോൾ നിരാശയായി വീട്ടിലേക്കു മടങ്ങി.

പിന്നീടൊരിക്കലും അവൾ ആ പന്ത്രണ്ടു മാസങ്ങളെ കണ്ടിട്ടില്ല. ■

മിടുക്കത്തി വാസിലൈഷ

പതിവുപോലെ അക്കൊല്ലവും ആ കൃഷിക്കാരൻ വിത്തുവിതച്ചു. പക്ഷേ മുഴുവൻ ശേഖരിക്കാൻപോലുമാകാത്തത്ര അധികമായിരുന്നു അത്തവണത്തെ വിളവ്. എങ്ങനെയൊക്കെയൊ കറ്റകൾ വീട്ടിലെത്തിച്ചു. മെതിച്ചു കളപ്പുരയിൽ കുത്തിനിറച്ചിട്ടും ധാന്യം ബാക്കിയായി. അയാൾ തന്നത്താൻ പറഞ്ഞു; "ഇനി മരണംവരെ എനിക്കു പേടിയ്ക്കേണ്ട."

"ഒരു ചുണ്ടെലിയും ഒരു ഏറക്കിളിയും ആ കർഷകന്റെ കളപ്പുരയിൽ പതിവായി വരാൻ തുടങ്ങി. ദിവസത്തിൽ ചുരുങ്ങിയത് അഞ്ചു തവണ യെങ്കിലും അവർ കടന്നുകൂടാതിരിക്കില്ല. മൂക്കറ്റം തിന്നശേഷം ചുണ്ടെലി തന്റെ മാളത്തിലേയ്ക്കും ഏറക്കിളി തന്റെ കൂട്ടിലേക്കും മടങ്ങും. മൂന്നു കൊല്ലത്തോളക്കാലം നല്ല ചങ്ങാതികളും സഹഭോജികളുമായി കഴിഞ്ഞു കൂടി. ഇതിന്നിടയിൽ ധാന്യം തീർന്നുകഴിഞ്ഞു. അല്പം മാത്രമേ ബാക്കി യുള്ളു. ഇതു മനസ്സിലാക്കിയ ചുണ്ടെലി, ഏറക്കിളിയറിയാതെ ധാന്യം മുഴുവൻ തനിക്കുതന്നെ തട്ടിയെടുക്കാൻ തീർച്ചയാക്കി. ഇരുട്ടുള്ള ഒരു രാത്രി എലി തന്റെ മാളത്തിൽ നിന്നു കളപ്പുരയിലേക്കു ഒരു ദ്വാരം തുരന്നുണ്ടാക്കി ശേഷിച്ച ധാന്യം മുഴുവൻ ചോർത്തിയെടുത്തു.

പതിവനുസരിച്ചു പിറ്റേന്നു കളപ്പുരയിലേക്കുവന്ന ഏറക്കിളി കണ്ട കാഴ്ച ഒരൊറ്റ മണിപോലും കാണുന്നില്ല! പാവം വിശപ്പു സഹിച്ചു കൊണ്ടു അതു പറന്നുപോയി.

"പണ്ടാരക്കാലൻ ചുണ്ടെലി, എന്നെ ചതിച്ചു. അവരുടെ രാജാ വാണല്ലോ സിംഹം. അദ്ദേഹത്തോടു ചെന്നു സങ്കടമുണർത്തുക തന്നെ. അദ്ദേഹം എന്നോടു നീതി ചെയ്യും. തീർച്ച."

അങ്ങനെ ഏറക്കിളി സിംഹത്തിന്റെ മുമ്പിൽ ഹാജരായി.

"സിംഹമഹാരാജാവേ," ഏറക്കിളി താണുവണങ്ങി. "ഇന്നലെവരെ, ഞാൻ, അങ്ങയുടെ ഒരു പ്രജയുമൊത്തു രമ്യതയിലായിരുന്നു. നീണ്ട മൂന്നു കൊല്ലക്കാലം ഞാനും ആ ചുണ്ടെലിയും ഉറ്റ സുഹൃത്തുക്കളായി രുന്നു. ഒന്നിച്ചു ഭക്ഷണം കഴിച്ച ഞങ്ങൾ ഒരിക്കലും കലഹിക്കാനിട വന്നില്ല. പക്ഷേ കയ്യിലിരുപ്പ് ചെറുതായപ്പോൾ ചുണ്ടെലി എന്നെ വഞ്ചിച്ചു. കളപ്പുരയിലേക്കു ഒരു മാളം തുരന്നുണ്ടാക്കി ശേഷിച്ച ധാന്യം

ഒരൊറ്റ മണിപോലും എനിയ്ക്കു വിട്ടേക്കാതെ അവൻ ചോർത്തി യെടുത്തു. എന്നിൽ കനിഞ്ഞു നീതി നടത്തിയാലും. ഇല്ലെങ്കിൽ ഞാൻ ഞങ്ങളുടെ പക്ഷിരാജാവായ കഴുകന്റെ അടുക്കൽ സങ്കടം ബോധി പ്പിക്കും."

"എങ്കിൽ പോയി ആ കഴുകച്ചാരോടു തന്നെ പറഞ്ഞേക്ക്."

അപ്പോൾ ഏറക്കിളി കഴുകനെ സമീപിച്ചു. തന്റെ അഭ്യർത്ഥന സിംഹം തള്ളിക്കളഞ്ഞതുൾപ്പെടെ എല്ലാം വിവരിച്ചു കേൾപ്പിച്ചു. പക്ഷി രാജാവിന്റെ കോപം ആളിക്കത്തി. ഉടനെത്തന്നെ അങ്ങോർ മൃഗരാജാ വിന്നടുത്തേയ്ക്കു ഒരു ദൂതനെയയച്ചു.

"ചുണയുണ്ടെങ്കിൽ ഒരു യുദ്ധത്തിന് ഒരുങ്ങുക. ഞാനെന്റെ പക്ഷി സേനയുമായി വരുന്നു. നിങ്ങൾ നിങ്ങളുടെ മൃഗസേനയുമായി ഒരുങ്ങി വരുക."

സന്ദേശം കേട്ട സിംഹം ഒരു പടവിളി മുഴക്കി. മൃഗങ്ങൾ നാലുപാടു നിന്നും കൂട്ടംകൂട്ടമായി ഓടിയെത്തി. സിംഹരാജാവ് അവരെ അണി നിരത്തി. യുദ്ധക്കളത്തിൽ അവരെത്തിച്ചേർന്നതും കഴുകനും പറവ ജാലങ്ങളും, ഒരു കാളമേഘംപോലെ അവരുടെ മീതെ പൊട്ടിവീണതും ഒപ്പമായിരുന്നു. അതിഭയങ്കരമായിരുന്നു യുദ്ധം. മൂന്നു മണിക്കൂറും മൂന്നു മിനുട്ടും അതു നീണ്ടുനിന്നു. യുദ്ധത്തിൽ പക്ഷിരാജാവായ കഴുകനാണ് ജയിച്ചത്. യുദ്ധക്കളം വിടുന്നതിന്നു മുമ്പ് പക്ഷികൾ ശത്രുമാംസം ആവോളം കൊത്തിത്തിന്നു. പടയെ പിരിച്ചുവിട്ടുകൊണ്ടു കഴുകൻ തന്റെ ഇരിപ്പിടത്തിലേക്കു യാത്രയായി. മുറിവേറ്റു ക്ഷീണിച്ചിരുന്നതിനാലും വളരെ രക്തം നഷ്ടപ്പെട്ടതിനാലും വിശ്രമം കഴുകന് അത്യാവശ്യ മായിരുന്നു. കാട്ടിലെ വലിയൊരു ഓക്കുമരത്തിൽ അത് പറന്നിരുന്നു. തന്റെ പൊയ്പോയ ശക്തി വീണ്ടെടുക്കാൻ ഒരു വഴിയും അതു കണ്ടില്ല.

വളരെ വളരെ കൊല്ലങ്ങൾക്കു മുമ്പാണ് ഇതെല്ലാം നടന്നത്. അന്ന് ആ കാട്ടിന്നടുത്ത് ഒരു കച്ചവടക്കാരനും ഭാര്യയും ജീവിച്ചിരുന്നു. വിവാഹം കഴിഞ്ഞിട്ട് കൊല്ലങ്ങൾ അനവധി പിന്നിട്ടെങ്കിലും അവർക്കു മക്കൾ പിറന്നില്ല. ഒരു ദിവസം രാവിലെ കച്ചവടക്കാരൻ ഭാര്യയോട് ഇങ്ങനെ പറഞ്ഞു.

"ഇന്നലെ ഞാനൊരു പേടി സ്വപ്നം കണ്ടു. ഒരു രാക്ഷസപ്പക്ഷി നമ്മോടൊത്തു ജീവിക്കാൻ വന്നു എന്നിങ്ങനെ, ഒരു കൊത്തിന് ഒരു കൂറ്റൻ കാളയെയാണ് അത് വെട്ടിവിഴുങ്ങിയത്. വലിയൊരു ചെമ്പുവെള്ളം അതു കുടിച്ചു തീർത്തു. നമുക്കതിനെ ആട്ടിയകറ്റാൻ കഴിയാതെ തീറ്റിപ്പോറ്റേണ്ടിവന്നു. ആ സ്വപ്നത്തെപ്പറ്റി ഓർക്കുമ്പോൾ ഇപ്പോഴും എനിക്കു പേടി തോന്നുന്നു. ഞാനൊന്നു കാട്ടിലൂടെ നടന്നു വേഗം വരാം. എങ്കിൽ അല്പം സുഖം കിട്ടിയെങ്കിലോ."

തന്റെ തോക്കു കയ്യിലെടുത്ത് അയാൾ കാട്ടിലേക്കു നടന്നു. എത്ര ദൂരം നടന്നു എന്നൊന്നും പറയുകവയ്യ. ഒടുവിൽ അയാൾ എത്തിച്ചേർന്നത് പക്ഷിരാജാവ് തളർച്ച മാറ്റാൻ ഇരുന്നിരുന്ന ആ ഓക്കു

മരത്തിന്നടുത്താണെന്നറിയാം. കഴുകനെ കണ്ണിൽപ്പെട്ടപ്പോൾ അയാൾ തോക്കുയർത്തി.

"വെടിവെയ്ക്കരുതേ, നല്ലവനായ മനുഷ്യാ," പെട്ടെന്ന് കഴുകൻ മനുഷ്യസ്വരത്തിൽ അപേക്ഷിച്ചു. "എന്നെ വെടിവെച്ചു വീഴ്ത്തിയിട്ടു യാതൊരു പ്രയോജനവുമില്ല. പകരം എന്നെ വീട്ടിലേക്കു കൊണ്ടുപോയി മൂന്നുകൊല്ലവും മൂന്നുമാസവും മൂന്നു ദിവസവും തീറ്റിപ്പോറ്റുമെങ്കിൽ ഞാൻ നിങ്ങൾക്ക് തക്ക പ്രതിഫലം തരുന്നതായിരിക്കും. കാരണം എന്റെ പൊയ്പോയ ശക്തി അപ്പോഴേയ്ക്കും തിരിച്ചു കിട്ടും."

"ഒരു കഴുകൻ എന്തു സമ്മാനിക്കാനാണ്?" കച്ചവടക്കാരന് പുച്ഛം തോന്നി. അയാൾ വീണ്ടും തോക്കുയർത്തി. അപ്പോൾ വീണ്ടും കഴുകൻ തന്റെ ജീവനുവേണ്ടി കേണിരുന്നു. മൂന്നാമത്തെ തവണ തോക്ക് ഉയർത്തിയപ്പോഴും കഴുകൻ തന്റെ അഭ്യർത്ഥന ആവർത്തിച്ചു.

"എന്നെ വെടിവെയ്ക്കരുതേ. സത്യമാണ് ഞാൻ പറയുന്നത്. മൂന്നുകൊല്ലം മൂന്നുമാസം മുന്നുദിവസം നിങ്ങളെന്നെ തീറ്റിപ്പോറ്റുന്ന പക്ഷം ഞാൻ തക്ക പ്രതിഫലം തരും തീർച്ച."

കച്ചവടക്കാരന്റെ മനസ്സ് കരിങ്കല്ലായിരുന്നാൽ തന്നെ അലിയുമായിരുന്നു. അയാൾ കഴുകനെ കയ്യിലെടുത്തു വീട്ടിലേക്കു തിരിച്ചു. കഴുകന് ഭക്ഷണത്തിനായി ഒരു കൂറ്റൻ കാളയെ കൊന്നു. ഒരു വലിയ കുട്ടകം നിറച്ചു മധുരപാനീയവും തയ്യാറാക്കി. കുറേനേരത്തേക്ക് കഴുകന് മറ്റൊന്നും വേണ്ടിവരില്ലെന്നാണ് കച്ചവടക്കാരൻ കരുതിയത്. എന്നാൽ കാര്യം അതായിരുന്നില്ല. വിശപ്പു സഹിക്കാതെ കഴുകൻ കണ്ണിൽപ്പെട്ടതെല്ലാം വെട്ടിവിഴുങ്ങാൻ തുടങ്ങി. കഴുകൻ പരിഭ്രാന്തനായി നില്ക്കുന്ന കച്ചവടക്കാരനെ അടുത്തുവിളിച്ചു.

"ആ വിശാലമായ മൈതാനത്തിലേയ്ക്കു ചെല്ലൂ. എണ്ണമറ്റ മൃഗങ്ങൾ അവിടെ ചത്തുകിടക്കുന്നതു കാണാം. എന്നെ തീറ്റിപ്പോറ്റാനുള്ള വക അവയുടെ തോലിൽനിന്നു കിട്ടും. ബാക്കിയുമുണ്ടാകും."

കച്ചവടക്കാരൻ മൈതാനത്തിലേയ്ക്കു ചെന്നു. കഴുകൻ പറഞ്ഞത് വാസ്തവമായിരുന്നു. എണ്ണമറ്റ മൃഗങ്ങൾ ചത്തും മുറിവേറ്റും അവിടെ കിടക്കുന്നത് അയാൾ കണ്ടു. അയാൾ അവയുടെ തോലുരിച്ചെടുത്തു. വിലപിടിച്ചതായിരുന്നു അവ. പട്ടണത്തിൽ കൊണ്ടുപോയി അവ വിറ്റപ്പോൾ കനത്ത ഒരു സംഖ്യ തന്നെ പ്രതിഫലമായി ലഭിച്ചു.

കൊല്ലമൊന്നു കഴിഞ്ഞു. ഒരു ദിവസം തന്റെ ആതിഥേയനോട് തന്നെ ആ വലിയ ഓക്കുമരങ്ങൾ നിറഞ്ഞ കാട്ടിലേയക്കു കൊണ്ടുപോകണമെന്നഭ്യർത്ഥിച്ചു. കച്ചവടക്കാരൻ കുതിരകളെ വണ്ടിക്കു പൂട്ടി. കഴുകൻ നിർദ്ദേശിച്ച സ്ഥലത്തേയ്ക്കു യാത്രയായി. അവിടെയെത്തിച്ചേർന്നു. പെട്ടെന്ന് കഴുകൻ മേഘമാർഗ്ഗത്തിന്നുപരി കുതിച്ചുയർന്നു. അതിനേക്കാൾ ശീഘ്രതയിൽ താണുവന്നു തന്റെ മാർവ്വിടം കൊണ്ട് ഒരോക്കുമരത്തെ ആഞ്ഞടിച്ചപ്പോൾ അത് രണ്ടായിപ്പിളർന്നു.

"കഷ്ടം. കച്ചവടക്കാരാ." കഴുകൻ വിഷാദത്തോടെ പറഞ്ഞു. "എന്റെ

പഴയ കരുത്തു തിരിച്ചുകിട്ടിയിട്ടില്ല. ദയവുചെയ്ത് ഒരു കൊല്ലംകൂടി എന്നെ പോറ്റണം.''

രണ്ടുകൊല്ലം കഴിഞ്ഞു. വീണ്ടും കഴുകൻ കരിമുകിലുകൾക്കു മീതെ പറന്നുയർന്നു. താഴോട്ടു കുതിച്ചുവന്നു. മറ്റൊരോക്കുമരത്തിൽ ആഞ്ഞടിച്ച് സ്വന്തം കരുത്ത് പരീക്ഷിച്ചുനോക്കി. ഇത്തവണ അടിയേറ്റു ഓക്കുമരത്തിന്റെ തല തകർന്നുവീണു.

''നല്ലവനായ മനുഷ്യാ, ഒരു കൊല്ലംകൂടി മാത്രം എന്നെ തീറ്റിപ്പോറ്റി യാൽ മതി.'' കഴുകൻ വിനയപൂർവ്വം അഭ്യർത്ഥിച്ചു. ''എനിക്കെന്റെ ശക്തി ഇനിയും തിരിച്ചുകിട്ടിയിട്ടില്ല.

അങ്ങനെ മൂന്നു കൊല്ലവും മൂന്നു മാസവും മൂന്നു ദിവസവും തികഞ്ഞു. അന്ന് കഴുകൻ ഉറച്ച സ്വരത്തിൽ കച്ചവടക്കാരനോട് പറഞ്ഞു.

''ആ കാട്ടിലെ ഏറ്റവും വലിയ ഓക്കുമരത്തിന്നടുത്തേക്ക് എന്നെ കൊണ്ടു പോകുക.''

കഴുകന്റെ അപേക്ഷ കച്ചവടക്കാരൻ സ്വീകരിച്ചു. കാട്ടിലെ ഏറ്റവും വലിയ ഓക്കു മരത്തിന്നടുത്തേയ്ക്കു അവരെത്തിച്ചേർന്നു. ഇത്ത വണയും കഴുകൻ ആകാശത്തിൽ പറന്നുയർന്നു. ആ ഓക്ക് മരത്തിൽ ആഞ്ഞടിച്ചപ്പോൾ മരം കടപുഴങ്ങിവീണു. ആ കാടൊട്ടാകെ ഒന്നു കുലുങ്ങി.

''നന്ദി. വളരെ നന്ദിയുണ്ട് കച്ചവടക്കാരാ.'' അത്യാഹ്ലാദത്തോടെ തുടർന്നു. ''ഇന്നെനിക്ക് എന്റെ പൊയ്പോയശക്തി തിരിച്ചുകിട്ടി യിരിക്കുന്നു. കുതിരപ്പുറത്തു നിന്നും താഴത്തിറങ്ങിയാലും. വന്ന് എന്റെ പുറത്തു കയറിയിരുന്നാലും. നമുക്ക് എന്റെ വീട്ടിലേയ്ക്കു പോകാം. അന്ന് ഞാൻ സത്യംചെയ്ത് സമ്മാനം അവിടെ വെച്ചു തരുന്നതാണ്.''

കച്ചവടക്കാരൻ കഴുകന്റെ പുറത്തുകയറി. നീലക്കടലിന്റെ മീതെ, ആകാശത്തിൽ പൊന്തിപ്പൊന്തി പറന്നുപോയി.

''കച്ചവടക്കാരൻ. ഒന്ന് കടലിലേയ്ക്കു എത്തിനോക്കൂ. എത്രയുണ്ട് വലുപ്പം?'' കഴുകൻ ചോദിച്ചു.

''ഹായ്! ഒരു വണ്ടിച്ചക്രത്തിന്റെ അത്രയുണ്ട്!''

മരണത്തിന്റെ ഭീകരത ഒന്നു മനസ്സിലാക്കിക്കൊടുക്കാനായി കഴുകൻ കച്ചവടക്കാരനെ ഒരൊറ്റക്കുതറൽ. ഭാഗ്യത്തിനു കടലിൽ വീഴുന്നതിനു മുമ്പായിത്തന്നെ കഴുകൻ അയാളെ കടന്നുപിടിച്ചു. വീണ്ടും കഴുകൻ നീലാകാശത്തിന്റെ ഹൃദയത്തിലേക്കു കുതിച്ചുപൊന്തി.

''ഇപ്പോഴൊന്ന് എത്തിനോക്കണം കച്ചവടക്കാരാ. നീലക്കടലിനു വലുപ്പമെത്രയുണ്ട്''

''ഒരു കോഴിമുട്ടയോളം.''

''പെട്ടെന്ന് കഴുകൻ ഒരിക്കൽക്കൂടി കച്ചവടക്കാരനെ കുതറി ത്തെറിപ്പിച്ചു. കടലിൽ വീഴുന്നതിനുമുമ്പ് ഇത്തവണയും പിടികൂടി. ശാന്ത സ്വരത്തിൽ കഴുകൻ അന്വേഷിച്ചു.

“നല്ലവനായ മനുഷ്യാ, അപ്പോൾ മരണത്തിന്റെ ഭീകരത ഇപ്പോൾ അനുഭവിച്ചറിഞ്ഞില്ലേ?”

“ഉവ്വ് വ്വ്,” കച്ചവടക്കാരൻ കിടുകിടെ വിറച്ചുകൊണ്ടു പറഞ്ഞൊപ്പിച്ചു. “മരിച്ചെന്നുതന്നെ ഞാൻ കരുതി.”

“അന്ന്, മൂന്ന് തവണ എന്റെ നേർക്കു തോക്കു ചൂണ്ടിയത് ഓർമ്മയുണ്ടോ? അപ്പോഴത്തെ എന്റെ സ്ഥിതി ഇതുതന്നെയായിരുന്നു.”

കടലിന്നപ്പുറത്തുള്ള ചെമ്പസാമ്രാജ്യത്തിലേയ്ക്കാണ്, കച്ചവടക്കാരനേയും പേറി കഴുകൻ പറന്നത്.

“എന്റെ മൂത്ത പെങ്ങൾ ഇവിടെയാണ്. ഇന്ന് നമുക്കിവിടെ കൂടാം. നിങ്ങൾക്ക് അവർ അനവധി സമ്മാനങ്ങൾ തരും. എന്നാൽ ഒന്നും സ്വീകരിക്കരുത്. അവരുടെ കയ്യിലുള്ള ആ ചെമ്പുപേടകം മാത്രം മതിയെന്നു ശഠിക്കണം.”

ഇത്രയും പറഞ്ഞു കഴുകൻ നിലത്തിറങ്ങി. അത്യദ്ഭുതംതന്നെ. പെട്ടെന്ന് കച്ചവടക്കാരന്റെ മുമ്പിൽ ഒരു സുഭഗനായ യുവാവ് പ്രത്യക്ഷപ്പെട്ടു. നമ്മുടെ കഴുകൻ തന്നെ.

വലിയ ഒരങ്കണത്തിലൂടെ അവർ കടന്നുപോയി. സഹോദരനെ കണ്ടപ്പോൾ സഹോദരി അത്യധികം സന്തോഷിച്ചു. ഹൃദയംഗമമായ സ്വാഗതമോതി.

“ഓ. എന്റെ പൊന്നനുജാ നിന്നെ ജീവനോടെ കാണാനൊത്തതിനു ദൈവത്തിനു നന്ദി. നാം അവസാനമായികണ്ടിട്ടു മൂന്നുകൊല്ലം കഴിഞ്ഞു. നീ മരിച്ചുപോയോ എന്നുപോലും ഞാൻ പേടിച്ചു. നിങ്ങൾക്കെന്തെല്ലാമാണിപ്പോൾ വേണ്ടത്?”

“ഞാനിവിടത്തെ ആളുതന്നെയല്ലെ ചേച്ചീ. മൂന്നുകൊല്ലക്കാലം എന്നെ തീറ്റിപ്പോറ്റിയ ഇയാൾക്കാണ് സമ്മാനങ്ങൾ കൊടുക്കേണ്ടത്.”

അവർ അതിഥികളെ മനോഹരമായി വിതാനിച്ച ഒരു ഓക്ക് മേശയ്ക്കടുത്ത് ഇരുത്തി. വിശേഷപ്പെട്ട ഒരു സദ്യ നല്കി. പിന്നീട് അവരെ നേരെ തന്റെ അറയിലേയ്ക്കു നയിച്ചു. തന്റെ എണ്ണമറ്റതും വിലപിടിച്ചതുമായ ധനം കാണിച്ചുകൊണ്ട് കച്ചവടക്കാരനോടു പറഞ്ഞു.

“ഇതിൽ സ്വർണ്ണമുണ്ട്, വെള്ളിയും വിലപിടിച്ച രത്നക്കല്ലുകളുമുണ്ട്. നിങ്ങൾക്കിഷ്ടമുള്ളത്രയെടുക്കാം.”

“എനിക്കവയൊന്നും വേണ്ട. സ്വർണ്ണമോ വെള്ളിയോ രത്നക്കല്ലുകളോ ഒന്നും വേണ്ട.” കച്ചവടക്കാരൻ കഴുകന്റെ ഉപദേശം ഓർത്തുകൊണ്ടു പറഞ്ഞു.” എനിക്കു നിങ്ങളുടെ കയ്യിലുള്ള ആ ചെമ്പുപേടകം മാത്രം മതി.”

“ങ്ഹാ, അപ്പോൾ നിങ്ങളുടെ കണ്ണതിലാണ്! അതു കിട്ടില്ല!”

സഹോദരിയുടെ ഈ മര്യാദകെട്ട പെരുമാറ്റം കഴുകനെ വേദനിപ്പിച്ചു. ശുണ്ഠിപിടിപ്പിച്ചു. പെട്ടെന്നു അയാൾ വീണ്ടും കഴുകനായിമാറി. കച്ചവടക്കാരനെ പുറത്തേറ്റിക്കൊണ്ടു യാത്രപോലും പറയാതെ പറന്നുപോയി.

"അനുജാ, എന്റെ പൊന്നനുജാ, മടങ്ങി വാ!" സഹോദരി നിലവിളിച്ചു. പശ്ചാത്താപ സ്വരത്തിൽ വിളിച്ചു പറഞ്ഞു." എനിക്കെന്റെ ചെമ്പി നേക്കാൾ നീയാണ് വലുത്."

"ചേച്ചീ, വളരെ വളരെ വൈകി."

അത് ആകാശത്തിലേക്കു തുളച്ചു പറന്നു.

"നല്ലവനായ മനുഷ്യാ മുമ്പിലും പിന്നിലും എന്തെല്ലാമാണ് കാണുന്നതെന്ന് നോക്കൂ," ഒടുവിൽ കഴുകൻ മൂകത ഭഞ്ജിച്ചു.

"പിന്നിൽ തീ ആളിയാളിക്കത്തുന്നു! മുമ്പിലാകട്ടെ നൂറു-നൂറു പൂക്കൾ പൊട്ടിവിടരുന്നു!"

"കത്തുന്നത് നമ്മൾ പിന്നിട്ട ചെമ്പുസാമ്രാജ്യമാണ്. പൂക്കൾ വിടർന്നു കണ്ടത് വെള്ളിസാമ്രാജ്യത്തിലാണ്. എന്റെ നടുക്കുള്ള ചേച്ചിയാണവിടെ. ഇന്ന് നമുക്കവരുടെ അതിഥിയായി കൂടാം. അവരും നിങ്ങൾക്കു സമ്മാനങ്ങൾ നൽകും. പക്ഷെ അവരുടെ വെള്ളിച്ചെപ്പൊഴിക മറ്റൊന്നും വേണ്ടെന്നു വാശിപിടിക്കണം."

കോട്ടയ്ക്കടുത്തെത്തിയപ്പോൾ നിലത്തുചവിട്ടി വീണ്ടും കഴുകൻ സുഭഗനായ ഒരു യുവാവായി മാറി.

"എന്റെ പൊന്നനുജാ!" സഹോദരി അഭിവാദ്യം ചെയ്തു. എന്തേ ഇങ്ങോട്ടൊന്നുവരാൻ തോന്നിയത്! എവിടെയായിരുന്നു? ഇത്രനാളും എന്തേ എന്റെ അടുത്തുവരാഞ്ഞത്? നിങ്ങൾക്കെന്താണ് ഞാൻ തരേണ്ടത്?"

"എനിക്കൊന്നും വേണ്ട, ചേച്ചീ. ഞാനിവിടുത്തെ ആളല്ലേ. മൂന്നു കൊല്ലക്കാലം ഒരിക്കലും എന്നെ പട്ടിണിക്കിടാതെ തീറ്റിപ്പോറ്റി വളർത്തിയ ഈ നല്ല മനുഷ്യനോട് ചോദിക്കൂ."

ഭക്ഷണാനന്തരം അവൾ അവരെ തന്റെ മുറിയിലേക്കു നയിച്ചു. ഇതാ, ഇവിടെ സ്വർണ്ണമുണ്ട്, വെള്ളിയുണ്ട് അനർഘങ്ങളായ രത്നക്കല്ലു കളുമുണ്ട്. ഇഷ്ടമുള്ളതെടുക്കാം."

"എനിക്കു സ്വർണ്ണം വേണ്ട. വെള്ളിയും രത്നക്കല്ലുകളും വേണ്ടാ! എനിക്കു നിങ്ങളുടെ കയ്യിലുള്ള വെള്ളിച്ചെപ്പ് മാത്രം മതി."

"ഹാ!" നിങ്ങളിത്തരക്കാരനാണല്ലേ! അതു മാത്രം കിട്ടുമെന്നു കൊതിക്കണ്ട!"

ഈ മറുപടി കഴുകൻ എങ്ങനെ സ്വീകരിച്ചുവെന്നു പറയേണ്ടതില്ല. അയാൾ വീണ്ടും കഴുകനായി മാറി. കച്ചവടക്കാരനെ പുറത്തേറ്റി പറന്നു പോയി.

"അയ്യോ! എന്റെ പൊന്നുനുജാ, വരൂ! വരൂ! താ വെള്ളിപ്പേടകം പോലും ഞാൻ കൊടുക്കാം!"

"വൈകിപ്പോയി, ചേച്ചീ."

വീണ്ടും കഴുകൻ ഉയരെ ഉയരെ പറന്നു പൊന്തി.

“നല്ലവനായ മനുഷ്യാ, മുമ്പിലും പിന്നിലും നിങ്ങളെന്താണ് കാണുന്നത്?”

“പിന്നിൽ തീജ്വാലകൾ ആളിക്കത്തുന്നു. മുമ്പിൽ നൂറു നൂറു പൂക്കൾ വിടരുന്നു.”

“കത്തുന്നതു വെള്ളിസാമ്രാജ്യമാണ്. പൂക്കൾ വിടരുന്നത് സ്വർണ്ണ സാമ്രാജ്യത്തിലാണ്. എന്റെ ഏറ്റവും ഇളയചേച്ചിയാണ് അവിടെ. ഇന്നവിടെ കൂടാം. അവളും നിങ്ങൾക്കു സമ്മാനങ്ങൾ തരും. പക്ഷേ അവളുടെ സ്വർണ്ണച്ചെപ്പു മാത്രമേ തനിക്കു വേണ്ടു എന്നു ശാഠ്യം പിടിക്കണം.

“എന്റെ പൊന്നനുജാ,” “ഈ സഹോദരിയും സസന്തോഷം സ്വീകരിച്ചു. “എങ്ങനെ ഇവിടെയെത്തി വഴി തെറ്റിയില്ലല്ലോ? എവിടെ യായിരുന്നു ഇത്ര നാളും? എന്തേ ഇത്ര വൈകിയത്? നിങ്ങൾക്കെന്താണ് വേണ്ടത്?”

“എന്നോടൊന്നും ചോദിക്കണ്ട ചേച്ചീ. ഞാനിവിടുത്തെ ആളല്ലെ. മൂന്നു കൊല്ലക്കാലം ഒരിക്കലും എന്നെ പട്ടിണിക്കിടാതെ വളർത്തിയ ഇദ്ദേഹത്തോടു ചോദിക്കൂ എന്തെല്ലാമാണ് വേണ്ടതെന്ന്.”

“വിചിത്ര മേശവിരിയുള്ള ഒരു ഓക്ക് മരത്തിന്നടുത്ത് അവരെ പിടിച്ചി രുത്തി. രാജകീയമായ ഒരു സദ്യ അവർക്കു നൽകി. പിന്നീടു അവരെ തന്റെ മുറിയിലേയ്ക്കു കൊണ്ടുപോയി. വിലപിടിച്ച സമ്മാനങ്ങൾ നൽകി. സ്വർണ്ണവും വെള്ളിയും വിലപിടിച്ച രത്നക്കല്ലുകളും.

“എനിക്കൊന്നും വേണ്ട,” കച്ചവടക്കാരൻ തീർത്തു പറഞ്ഞു. “എനിക്കു നിങ്ങളുടെ കയ്യിലുള്ള ആ സ്വർണ്ണച്ചെപ്പു മാത്രം മതി.”

“അതു തരുന്നതിലും എനിക്കു സന്തോഷമേയുള്ളൂ. ഇതാ സ്വർണ്ണ ച്ചെപ്പ്. നിങ്ങൾക്കു നന്മ കൈവരട്ടെ!” കഴുകന്റെ ഇളയസഹോദരി കൃതജ്ഞത രേഖപ്പെടുത്തി. “എന്റെ സഹോദരനെ മൂന്നു കൊല്ലക്കാലം രക്ഷിച്ച നിങ്ങളോട് ഞാനെന്നും കൃതജ്ഞതയുള്ളവളായിരിക്കും.”

“ഏതാനും നാളുകൾ കച്ചവടക്കാരൻ ആ സ്വർഗ്ഗ സാമ്രാജ്യത്തിൽ ചെലവഴിച്ചു. ഒടുവിൽ നാട്ടിലേയ്ക്കു മടങ്ങേണ്ട ദിവസമായി.

വിട വാങ്ങുമ്പോൾ ഒരുകാര്യം കഴുകൻ കച്ചവടക്കാരനോടു പ്രത്യേകം പറഞ്ഞു. “എന്നെ തെറ്റിദ്ധരിക്കരുത്. ഒന്നോർമ്മയിരിക്കട്ടെ. വീട്ടിൽ തിരിച്ചെത്തിയശേഷമേ ഈ പേടകം തുറക്കാവൂ. വന്ദനം.”

“കച്ചവടക്കാരൻ വീട്ടിലേക്കു യാത്രയായി. എത്ര ദൂരം സഞ്ചരിച്ചു വെന്നൊന്നും പറയാൻ വയ്യ. ക്ഷീണിച്ചവശനായപ്പോൾ അല്പം വിശ്രമിക്കുവാൻ തീർച്ചയാക്കി. മുന്നിൽക്കണ്ട വിശാലമായ പുൽമൈതാന ത്തിലേക്കു അയാൾ കടന്നുചെന്നു. ഹ്യാത്തൻ രാജാവിന്റെ നാടായിരുന്നു അത്. അവിടെയിരുന്നുകൊണ്ട് കയ്യിലുള്ള സ്വർണ്ണക്കൂടിന്റെ ചന്തത്തിൽ അല്പനേരം മുഴുകിയിരുന്നു. പെട്ടെന്ന് അറിയാതെ അയാൾ ആ പേടകം തുറന്നുപോയി. അദ്ഭുതമെന്നല്ലാതെ മറ്റെന്തു പറയാൻ. വിജനമായി

കണ്ട ആ മൈതാനത്തിൽ വലിയൊരു കൊട്ടാരം പൊട്ടിവിടർന്നു. ഒരു കൂട്ടം വേലക്കാർ അദ്ദേഹത്തെ വന്നു വണങ്ങി.

"യജമാനനേ, ഞങ്ങളെന്തെല്ലാമാണ് ചെയ്യേണ്ടത്?"

"വിശന്നവശനായിരുന്ന കച്ചവടക്കാരൻ ഭക്ഷണം പാകം ചെയ്യാനാവശ്യപ്പെട്ടു. ക്ഷീണം മാറി. എങ്കിലും ഒന്നുറങ്ങാൻ തന്നെ തീർച്ചയാക്കി.

തന്റെ നാട്ടിൽ പെട്ടെന്നുയർന്ന ആ കൊട്ടാരം ഹ്യാത്തൻ രാജാവ് കാണാനിടവന്നു. അദ്ദേഹം വിവരമറിയാൻ ദൂതന്മാരെ അയച്ചു.

"എന്റെ അനുവാദമില്ലാതെ ഈ മണ്ണിൽ കൊട്ടാരം പണിയാൻ ധൈര്യപ്പെട്ട പോക്കിരി ആരെന്നറിഞ്ഞുവരൂ. ജീവനിൽ കൊതിയുണ്ടെങ്കിൽ ഇവിടം വിടുകയാണ് നല്ലതെന്നു മനസ്സിലാക്കിക്കൊടുത്തേയ്ക്കു."

"ഭീഷണി കേട്ടു കച്ചവടക്കാരൻ പരിഭ്രമിച്ചു. കൊട്ടാരത്തെ വീണ്ടും പേടകത്തിലാക്കാനുള്ള വഴി അയാൾക്കറിയില്ല. എത്ര ആലോചിച്ചിട്ടും ഒരു വഴി കിട്ടിയുമില്ല.

"ഇവിടം വിട്ടു പോകാൻതന്നെയാണ് എനിക്കാശ," അയാൾ രാജകിങ്കരന്മാരോടു സങ്കടമറിയിച്ചു. പക്ഷേ എങ്ങനെയെന്നു മാത്രം അറിയുന്നില്ല."

"ദൂതന്മാർ തിരിച്ചുചെന്നു കച്ചവടക്കാരന്റെ സങ്കടാവസ്ഥ അറിയിച്ചു. "അങ്ങോരുടെ അറിവിൽപ്പെടാത്ത ഒന്ന് ഇപ്പോൾ സ്വന്തം വീട്ടിലുണ്ട്. അതെനിക്കുതരുമെന്നുണ്ടെങ്കിൽ കൊട്ടാരം ഞാൻ പേടകത്തിന്നുള്ളിലാക്കിക്കൊടുക്കാമെന്നു ചെന്നു പറയൂ."

"മറ്റൊരുവഴിയും കണ്ടില്ല. തന്റെ അറിവിൽപ്പെടാതെ കിടക്കുന്നതു എന്തുതന്നെയാണെങ്കിലും രാജാവിനു കൊടുക്കാമെന്നു കച്ചവടക്കാരൻ സത്യം ചെയ്തു. അപ്പോൾ ഹ്യാത്തൻ രാജാവ് കൊട്ടാരത്തെ സ്വർണ്ണച്ചെപ്പിലടക്കം ചെയ്തുകൊടുത്തു. കച്ചവടക്കാരൻ സന്തുഷ്ടനായി വീട്ടിലേക്കു മടങ്ങുകയും ചെയ്തു. എങ്കിലും ഹ്യാത്തൻ രാജാവ് തന്നോട് ആവശ്യപ്പെട്ടതെന്തെന്ന ചിന്ത വിട്ടുപോയില്ല.

വീട്ടിൽ തിരിച്ചെത്താൻ എത്രസമയമെടുത്തു എന്നൊന്നും ആർക്കും തിട്ടമായി ഓർമ്മയില്ല. ഭർത്താവു തിരിച്ചുവരുന്നതു കണ്ടപ്പോൾ മതിമറന്നു ഭാര്യ സന്തോഷാശ്രുക്കൾ തൂകിക്കൊണ്ട് ഓടിച്ചെന്നു.

"ഇതുവരെ നിങ്ങളെവിടെയായിരുന്നൂ?"

"ഞാനധികമൊന്നും താമസിച്ചിട്ടില്ലല്ലോ!"

"ഒരു കാര്യമറിയണോ. നിങ്ങൾ പോയിട്ടധികം താമസിച്ചില്ല. ദൈവം നമുക്കൊരു കുഞ്ഞിനെത്തന്നു."

"അയ്യോ! അപ്പോൾ അതാണ് വീട്ടിൽ എന്റെ അറിവിൽപ്പെടാത്ത ഒന്ന്" "കച്ചവടക്കാരൻ നെടുവീർപ്പിട്ടു. അയാൾക്കു ദുഃഖം സഹിച്ചില്ല.

ഭർത്താവിന്റെ ഭാവവ്യത്യാസത്തിൽ അദ്ഭുതപ്പെട്ടു ഭാര്യ ചോദിച്ചു: "എന്താ വീട്ടിൽ തിരിച്ചെത്തിയതിൽ സന്തോഷമില്ലേ? കാര്യമെന്തെന്നറിയാതെ ഭാര്യ വിഷമിച്ചു.

“അയ്യോ. അതല്ല. അതല്ല.”

“എല്ലാ കഥയും അയാൾ ഭാര്യയെ കേൾപ്പിച്ചു.

അതുകേട്ടു കഴിഞ്ഞപ്പോൾ ഭാര്യ തേങ്ങി തേങ്ങിക്കരഞ്ഞു. പക്ഷെ ആർക്കും ഒരു കൊല്ലം മുഴുവൻ ദുഃഖിച്ചിരിക്കാനോ തേങ്ങിക്കരയാനോ സാദ്ധ്യമല്ലല്ലോ.

ഒരു ദിവസം കച്ചവടക്കാരൻ സ്വർണ്ണഅളുക്ക് തുറന്നു. പ്രതീക്ഷിച്ച പോലെ അവർക്കു മുമ്പിൽ ഒരു വലിയ മണിമാളിക ഉയർന്നു. ഭാര്യയും മകനുമൊന്നിച്ചു കച്ചവടക്കാരൻ അവിടെ സസുഖം വാണു.

പത്തുകൊല്ലം കഴിഞ്ഞു. ഇതിനിടയ്ക്കു അവരുടെ മകൻ ഒരു സുന്ദരക്കുട്ടപ്പനായ മിടുക്കനായി വളർന്നു.

ഒരു ദിവസം രാവിലെ അവൻ വല്ലാതെ ക്ഷീണിതനായി കാണപ്പെട്ടു. അവൻ അച്ഛനോടു പറഞ്ഞു:

“അച്ഛാ, ഇന്നലെ രാത്രി, ഹ്യാത്തൻ രാജാവ് തന്റെ മുമ്പാകെ ഹാജരാകാൻ എന്നോടു കല്പിച്ചതായി സ്വപ്നം കണ്ടിരിക്കുന്നു. കാത്തു കാത്ത് തന്റെ ക്ഷമ നശിച്ചിരിക്കുന്നുവെന്ന് അദ്ദേഹം പരാതിപ്പെട്ടു.

ഇതുകേട്ടപ്പോൾ അച്ഛനുമ്മയും വാവിട്ടു കരഞ്ഞു പോയി. മകനെ അവർ അനുഗ്രഹിച്ചുകൊണ്ട് അജ്ഞാതലോകത്തിലേക്കു യാത്രയാക്കി. നേരെ പോകുന്ന വീതിയേറിയ ഒരു പാതയിലൂടെയാണ് യാത്ര ചെയ്തത്. വലിയ വലിയ പാടങ്ങളും സ്റ്റെപ്പികളും പിന്നിട്ടു പിന്നിട്ടു അവൻ ഒരു കാട്ടിലെത്തിച്ചേർന്നു. അവിടെ ഒരു കൊച്ചു കുടിലല്ലാതെ മറ്റൊന്നും കണ്ടില്ല. തനിക്കെതിരായി മുഖം തിരിച്ചു നിൽക്കുന്ന കുടിലിനോട് ഇവാൻ-അതാണ് ആ കുട്ടിയുടെ പേർ-അപേക്ഷിച്ചു.

“കൊച്ചുകുടിലേ, കൊച്ചുകുടിലേ വൃക്ഷങ്ങൾക്കു നേരെ പിന്തിരിഞ്ഞ് എന്നെ അഭിമുഖീകരിച്ചാലും!”

“കുടിലനുസരിച്ചു. വൃക്ഷങ്ങൾക്കു നേരെ പിന്തിരിഞ്ഞുകൊണ്ട് കുടിൽ ഇവാനെ അഭിമുഖീകരിച്ചുനിന്നു.

കച്ചവടക്കാരന്റെ മകനായ ഇവാൻ വീട്ടിന്നുള്ളിലേയ്ക്കു കടന്നു ചെന്നു. ബാബയാഗയായിരുന്നു അതിനുള്ളിൽ. ഒരു മന്ത്രവാദിനി ഇവാനെ കണ്ടപ്പോൾ പിറുപിറുത്തു.:

“ഏയ്. ആരാണിങ്ങോട്ടു കയറിവരുന്നത്? എവിടുന്നാണ്? എങ്ങോട്ടാണ്?”

“മന്ത്രവാദിനി മുത്തശ്ശീ! ഇങ്ങനെയാണോ ഒരു വഴിപോക്കനെ സ്വീകരിക്കുക. വിശപ്പും ദാഹവും തീർക്കാൻ വല്ലതും തന്നിട്ടല്ലേ ചോദ്യങ്ങൾ!”

“ബാബയാഗ മേശപ്പുറത്തു ഭക്ഷണം വിളമ്പി. ഭക്ഷണാനന്തരം ഇവാനെ ഉറക്കി. നേരം പുലർന്നപ്പോൾ ചോദ്യത്തോട് ചോദ്യമായി. കച്ചവടക്കാരന്റെ മകനായ ഇവാൻ നടന്ന കഥകളെല്ലാം ബാബയാഗയെ പറഞ്ഞു കേൾപ്പിച്ചു.

"നിന്റെ നല്ല കാലത്തിനാണ് ഇതിലെ വന്നത്. ഹ്യാത്തൻ രാജാവ് കാത്തിരുന്ന് കാത്തിരുന്ന് മടുത്തു ഈറപിടിച്ചിരിക്കയാണ്. ഈ വഴിക്കുതന്നെ നേരെ ഒരു കുളം കാണുന്നതുവരെ പോയ്ക്കൊള്ളൂ. അതിന്നരികിലുള്ള ഒരു മരത്തിന്റെ പിന്നിൽ ഒളിച്ചിരിക്കണം. അപ്പോൾ മൂന്നു അരിപ്രാക്കൾ ഹ്യാത്തൻ രാജാവിന്റെ അതിനുന്ദരികളായ മക്കളാണവർ. അവിടേയ്ക്കു പറന്നുവരും. തങ്ങളുടെ ചിറകുകൾ അവർ ഊരിവെയ്ക്കും. വസ്ത്രങ്ങളും, പരിപൂർണ്ണനഗ്നരായി അവർ വളരെനേരം കുളത്തിൽ നീന്തിമദിക്കും. അവരിലൊരുവളുടെ ചിറകിൽ നിറച്ചു പുള്ളികൾ കാണും. അവരറിയാതെ അത് തട്ടിയെടുക്കണം. നിന്നെ കല്യാണം കഴിക്കാമെന്നു സത്യം ചെയ്താലേ അതു തിരിച്ചു കൊടുക്കാവൂ. പിന്നെയെല്ലാം വേണ്ടതുപോലെ നടക്കും."

"നടന്നു നടന്ന് പറഞ്ഞ കുളത്തിന്നടുത്തെത്തി. ബാബയാഗ നിർദ്ദേശിച്ചപോലെ ഇലതിങ്ങിയ ഒരു മരത്തിനു പിന്നിൽ അവൻ ഒളിച്ചിരുന്നു. അധികം വൈകിയില്ല. മൂന്ന് അരിപ്രാക്കൾ പറന്നുവന്നു. അതിലൊന്നിന്റെ പുള്ളിച്ചിറകുകളായിരുന്നു. നിലത്തു വന്നിറങ്ങിയ അന്നിമിഷത്തിൽ അവർ ദേവാംഗനകളായി മാറി. അവർ തങ്ങളുടെ ചിറകുകൾ അഴിച്ചുവെച്ചു. വസ്ത്രങ്ങളും. കുളത്തിൽ നീന്തി മദിക്കുവാൻ തുടങ്ങി. പറഞ്ഞപോലെത്തന്നെ ഇവാൻ ചെയ്തു. ഇഴഞ്ഞുചെന്ന് ആ പുള്ളിച്ചിറകുകൾ കട്ടെടുത്തു. ഇനിയെന്തെല്ലാമാണ് സംഭവിക്കുവാൻ പോകുന്നതെന്ന് ഉൽക്കണ്ഠയോടെ കാത്തിരുപ്പായി. കുളി കഴിഞ്ഞ് ദേവാംഗനകൾ കരയ്ക്കു കയറി. രണ്ടു പേർ തങ്ങളുടെ വസ്ത്രങ്ങളും ചിറകുകളുമണിഞ്ഞു പറന്നുപോയി. പക്ഷേ മൂന്നാമത്തെവൾക്കു അവരെ പിന്തുടരാനായില്ല. അവൾ തന്റെ ചിറകുകൾ എല്ലായിടത്തും തിരച്ചിലായി.

എവിടെത്തിരഞ്ഞിട്ടും കണ്ടുകിട്ടിയില്ല.

"എന്റെ ചിറകുകൾ ആരാണ് മോഷ്ടിച്ചത്? കിഴവനാണെങ്കിൽ നിങ്ങളെന്റെ 'അച്ഛ'നാകണം. മദ്ധ്യവയസ്സനാണെങ്കിൽ നിങ്ങളെന്റെ 'അമ്മാമ'നാണ്. യുവകോമളനാണെങ്കിൽ എന്റെ ഭർത്താവാകണം."

ഇതുകേട്ടപ്പോൾ ഒളിവിൽനിന്നും കച്ചവടക്കാരന്റെ മകനായ ഇവാൻ പുറത്തുവന്നു.

"ഇതാ നിന്റെ ചിറകുകൾ!"

"എന്റെ ഭാവിവരാ, പറഞ്ഞാലും. നിങ്ങളുടെ പേരെന്താണ്? നാടേതാണ്? നിങ്ങളെവിടെപ്പോകുന്നു?"

"കച്ചവടക്കാരന്റെ മകനായ ഇവാനാണ് ഞാൻ. ഞാൻ ഹ്യാത്തൻ രാജാവിനെ മുഖം കാണിക്കാൻ പോകുകയാണ്."

"അപ്പോൾ അവൾ സ്വയം പരിചയപ്പെടുത്തിക്കൊടുത്തു.

"മിടുക്കത്തി വാസിലൈഷ എന്നാണെന്റെ പേർ" ഹ്യാത്തൻ രാജാവിന്റെ ഓമനമകളായിരുന്നു മിടുക്കി വാസിലൈഷ. സുന്ദരി യെന്നപോലെ സുശീലയുമായിരുന്നു അവൾ. തന്റെ ഭാവി വരന്

ഹ്യാത്തൻ രാജാവിന്റെ കൊട്ടാരത്തിലേക്കുള്ള വഴി അവൾ പറഞ്ഞു കൊടുത്തു. താമസിയാതെ തന്റെ ചിറകുകളണിഞ്ഞ് അവൾ സഹോദരികളെ പിന്തുടരുകയും ചെയ്തു.

ഇവാൻ ഹ്യാത്തൻ രാജാവിന്റെ കൊട്ടാരത്തിലെത്തിച്ചേർന്നു.

അടുക്കളയിലേക്കാവശ്യമുള്ള വെള്ളം കോരലും, വിറകു കീറലുമാണ് ഇവാനു കിട്ടിയ പണി. കുശിനിക്കാരൻ സ്ലബ്ബറെറിന്നു ഇവാനെ കണ്ടുകൂടായിരുന്നു. കച്ചവടക്കാരന്റെ മകനായ ഇവാനെപ്പറ്റി അവൻ രാജാവിനോട് ഓരോ ഏഷണികൾ പറഞ്ഞുകൊടുത്തു.

"തിരുമേനീ," സ്ലബ്ബറെർ പറഞ്ഞു. "ആ കച്ചവടക്കാരന്റെ മകൻ ഇവാൻ വീമ്പിളക്കുകയാണ്. കാട്ടിലെ മരങ്ങൾ മുഴുവൻ വെട്ടിയിട്ടു കൂമ്പാരമാക്കാൻ ഒട്ടും വിഷമമില്ലത്രെ. അതുമാത്രമോ! ഒരൊറ്റ രാത്രി കൊണ്ടു, നിലമുഴുതു, ഗോതമ്പും വിതച്ചു, കൊയ്തു, മെതിച്ചു പൊടിച്ചു കൊണ്ടു തിരുമേനിക്കുള്ള പ്രാതലൊരുക്കാനവന്നു സാധിക്കുമത്രെ. എല്ലാം ഒരൊറ്റ രാത്രികൊണ്ട്!"

"നല്ല കഥ!" രാജാവിനു രസം പിടിച്ചു. "അവനെയിങ്ങു വിളിച്ചു കൊണ്ടുവാ."

കച്ചവടക്കാരന്റെ മകനായ ഇവാൻ രാജാവിന്റെ മുമ്പിൽ ഹാജരാക്കപ്പെട്ടു.

"ഞാനെന്താല്ലാമാണ് കേൾക്കുന്നത് ഇവാൻ. ഒരൊറ്റ രാത്രികൊണ്ടു തനിച്ചു കാട് വെട്ടിത്തെളിയിയ്ക്കാമെന്നു നീ പറയുകയുണ്ടായോ? ഒരൊറ്റ രാത്രികൊണ്ടു നിലമുഴുതു ഗോതമ്പു വിതച്ചു, കൊയ്ത്, മെതിച്ച്, പൊടിച്ചുകൊണ്ടു നിനക്കെന്റെ പ്രാതലൊരുക്കാൻ കഴിയുമെന്നും നീ വീമ്പിളക്കുകയുണ്ടായോ? ഇപ്പറഞ്ഞതെല്ലാം നീ നാളെ ചെയ്തു കാണിക്കണം."

സ്വപ്നത്തിൽ പോലും താൻ പറഞ്ഞിട്ടില്ലാത്തവയാണിവ എന്ന് ഇവാൻ നിഷേധിച്ചു. കാര്യമായില്ല കല്പന അനുസരിക്കാതെ നിവൃത്തിയില്ലായിരുന്നു. എന്തുചെയ്യണമെന്നറിയാതെ ചിന്താമഗ്നനായി ഇവാൻ രാജാവിന്റെ മുമ്പിൽനിന്നും തലതാഴ്ത്തിക്കൊണ്ടുപോയി.

വഴിയ്ക്കുവെച്ചു മിടുക്കത്തി വാസിലൈഷ ഇവാനെ കണ്ടുമുട്ടി.

"നിങ്ങളെന്താ പരിഭ്രാന്തനായിക്കാണുന്നത്?"

"നിന്നോടു പറഞ്ഞിട്ടെന്താണ്. എന്നെ ഇക്കാര്യത്തിൽ നിനക്കു സഹായിക്കാനാകില്ല."

"ഒരു പക്ഷെ കഴിഞ്ഞേക്കും."

"അപ്പോൾ കച്ചവടക്കാരന്റെ മകനായ ഇവാൻ ഹ്യാത്തൻ രാജാവിന്റെ കൽപനയെപ്പറ്റി വാസിലൈഷയോടു പറഞ്ഞു.

"ഫൂ. ഇതിനാണോ. നിങ്ങൾ ഇപ്പോൾ പോയി സുഖമായി ഉറങ്ങൂ. നിശ ഉപദേശത്തിന്റെ അമ്മയാണ്."

അർദ്ധരാത്രി മിടുക്കത്തി വാസിലൈഷ കൊട്ടാരവാതിൽപ്പടിയിൽ നിന്നുകൊണ്ടു അത്യുച്ചത്തിൽ വിളിച്ചു. ഞൊടിയിടയ്ക്കുള്ളിൽ എട്ടു ദിക്കിൽനിന്നും കർഷകർ ഓടിയെത്തി. യഥാർത്ഥ മനുഷ്യരായിരുന്നില്ല അവർ. കുറേ പേർ മരംവെട്ടി വീഴ്ത്തിത്തുടങ്ങി.

കുറേപേർ കട പറിക്കുന്നതിലും മുഴുകി. മറ്റൊരു കൂട്ടം നിലമുഴുതു തുടങ്ങി. ഒരറ്റത്തുനിന്നും വിത തുടങ്ങി. മറ്റേ അറ്റത്തു വിതച്ചെത്തിയ പ്പോഴേയ്ക്കും ആദ്യത്തെ സ്ഥലത്ത് വിളഞ്ഞു കൊയ്യാനായിക്കഴിഞ്ഞു. ചുരുക്കത്തിൽ അവിടം ഒരു തേനീച്ചക്കൂടായി മാറി. നേരം വെളുക്കു ന്നതിന്നു മുമ്പായി ധാന്യങ്ങൾ പൊടിച്ചു പലഹാരങ്ങളുണ്ടാക്കപ്പെട്ടു. രാവിലെ, കച്ചവടക്കാരന്റെ മകനായ ഇവാൻ അവയുമായി ഹ്യാത്തൻ രാജാവിന്റെ മുമ്പിൽ ഹാജരായി.

"സബാഷ്," "രാജാവ് തലകുലുക്കിപ്പോയി. ഖജാനയിൽനിന്നും ഇവാനു സമ്മാനമായി നല്ലൊരു തുക നൽകാൻ രാജാവ് കല്പിച്ചു.

"ഈ സംഭവം കുശിനിക്കാരൻ സ്ലബ്ബറെറിന്റെ അസൂയ ആളി ക്കത്തിച്ചു എന്നു പറയേണ്ടതില്ല. അവൻ വീണ്ടും രാജാവിനെ സമീപിച്ചു.

"തിരുമേനീ, കച്ചവടക്കാരന്റെ മകൻ ഇവാൻ വീമ്പിളക്കുന്നതു കേട്ടോ." അവൻ പറഞ്ഞു, "ഒരൊറ്റ രാത്രികൊണ്ടു അവനു ഒരാകാശ ക്കപ്പൽ ഉണ്ടാക്കാൻ കഴിയുമത്രെ!"

"നേരോ! അവനെയിങ്ങു വിളിക്കൂ."

കച്ചവടക്കാരന്റെ മകൻ ഇവാൻ മുമ്പിൽ ഹാജരായി.

നീ പറഞ്ഞതെല്ലാം ഞാനറിഞ്ഞു. എന്തേ ഇത്രനാളും, ഒരൊറ്റ രാത്രികൊണ്ടു ആകാശക്കപ്പലുണ്ടാക്കാൻ കഴിയുന്ന കാര്യം പറയാ ഞ്ഞത്. നാളെ വെളുക്കുന്നതിന്നുമുമ്പ് എനിക്കൊരു ആകാശക്കപ്പൽ ഉണ്ടാക്കിത്തരണം."

ഇത്ര വലിയൊരു കുഴപ്പത്തിൽ ഇവാൻ പെട്ടിട്ടില്ല. ഭാഗ്യത്തിന്നു മിടുക്കത്തി വാസിലൈഷയെ കണ്ടുമുട്ടാനിടവന്നു.

"നിങ്ങൾക്കെന്തുപറ്റി?"

ഒരൊറ്റരാത്രികൊണ്ടു, തന്നോടു ഒരാകാശക്കപ്പൽ നിർമ്മിക്കാനുള്ള ഹ്യാത്തൻ രാജാവിന്റെ കൽപനയെപ്പറ്റി ഇവാൻ വാസിലൈഷയെ അറിയിച്ചു.

"ഫൂ. ഇതും സാരമില്ല. ഇനി വരാനിരിക്കുന്നേയുള്ളൂ വിഷമങ്ങൾ. ഇപ്പോൾ പോയി സുഖമായുറങ്ങൂ. നിശ ഉപദേശത്തിന്റെ അമ്മയാണ്."

"അർദ്ധരാത്രിയായി. വാസിലൈഷ കൊട്ടാരവാതിൽപ്പടിയിൽ കയറി നിന്നു കൊണ്ടു അത്യുച്ചത്തിൽ എന്തെല്ലാമോ വിളിച്ചു പറഞ്ഞു. കണ്ണിമയ്ക്കുന്നതിന്നിടയിൽ ചുറ്റുപാടു നിന്നും നൂറു നൂറു ആശാരികൾ മറ്റും പാഞ്ഞുവന്നു. അവർ പണിയിൽ മുഴുകി. നേരം വെളുക്കുന്ന തിന്നുമുമ്പ് പണി പൂർത്തിയായി.

“സബാഷ് ഇവാൻ. സബാഷ്,” കച്ചവടക്കാരന്റെ മകനായ ഇവാനെ രാജാവ് അഭിനന്ദിച്ചു. “നമുക്കൊന്നിച്ചു ഒരു സവാരി ചെയ്യാം.”

“അവർ ആകാശക്കപ്പലിൽ കയറിയിരുന്നു. ഇവാന്റെ ആവശ്യപ്രകാരം കുശിനിക്കാരൻ സ്ലബ്ബറെറിനേയും വിമാനത്തിൽ കയറ്റി ആകാശത്തിലേയ്ക്കു പറന്നു. രാജകീയ കാട്ടുമൃഗാലയത്തിനു മുകളിലെത്തിയപ്പോൾ. കുശിനിക്കാരൻ വെറുതെയൊന്നു താഴോട്ടു എത്തിനോക്കുകയായിരുന്നു. ഇവാൻ അവനെ കാട്ടുമൃഗങ്ങളുടെ നടുവിലേക്കു തള്ളിയിട്ടുകളഞ്ഞു. കാട്ടുമൃഗങ്ങൾ അവനെ കഷ്ണം കഷ്ണമാക്കി. രാജാവ് ഇവാന്റെ ഇപ്പണി കണ്ടില്ല.

“അയ്യോ,” കച്ചവടക്കാരന്റെ മകനായ ഇവാൻ നിലവിളിച്ചു. “നമ്മുടെ സ്ലബ്ബറെർ കാട്ടുമൃഗങ്ങൾക്കിടയിൽ വീണു ചത്തല്ലോ!”

“അതവനു വേണം,” നിർവ്വികാരതയോടെ രാജാവ് പറഞ്ഞു.

“അവൻ ചത്താലും ജീവിച്ചാലും ഒന്നുതന്നെ.”

അവർ കൊട്ടാരത്തിലേക്കു മടങ്ങി.

“കച്ചവടക്കാരന്റെ മകനായ ഇവാൻ നിങ്ങൾ മിടുമിടുക്കനാണ്.” രാജാവ് അഭിനന്ദിച്ചു. “പക്ഷെ നിങ്ങൾ എനിയ്ക്കു ഒരു കാര്യം കൂടി ചെയ്തുതരണം. എന്റെ ലായത്തിലുള്ള ആ മെരുങ്ങാത്ത കുതിരയെ നിങ്ങളൊന്നു മെരുക്കിത്തരണം. എങ്കിൽ അന്നിമിഷത്തിൽ ഞാനെന്റെ മകളെ നിങ്ങൾക്കു കല്യാണം കഴിച്ചു തരാം.”

“ഇതെളുപ്പമാണ്.” ഇവാൻ കരുതി. വാനമ്പാടിയെപ്പോലെ ചൂളം വിളിച്ചാണ് മടങ്ങിയത്. വഴിക്കുവെച്ച് അന്നും വാസിലൈെഷയെ കണ്ടുമുട്ടി. കാര്യങ്ങൾ കേട്ടറിഞ്ഞപ്പോൾ അവൾ പറഞ്ഞു:

“നിങ്ങളൊരു വിഡ്ഢിയാണ്. ഇവാൻ അതിദുഷ്ക്കരമായ ഒന്നാണ് ഇത്തവണ ചെയ്യാനുള്ളത്. വളരെ വളരെ വിഷമം പിടിച്ചതുതന്നെ. കാരണം, മണിക്കുതിര എന്റെ അച്ഛൻ ഹ്യാത്തൻ രാജാവുതന്നെ. അദ്ദേഹം നിങ്ങളെ ആകാശത്തിലേക്കു ചുഴറ്റിയെറിയും. മേഘമാർഗ്ഗത്തിലേക്കും വൻകാട്ടിലേക്കും ചുഴറ്റിയെറിയും. നിങ്ങളുടെ തകർന്ന എല്ലുകൾ ചരലുപോലെ ചിതറപ്പെടും. വേഗം തന്നെ കരുവാന്റെ അടുത്തു ചെല്ലൂ. മൂന്നു ഫുഡ് തൂക്കമുള്ള ഒരു ചുറ്റിക ഉണ്ടാക്കിത്തരാൻ പറയണം. മണിക്കുതിരപ്പുറത്തു ചാടിക്കയറുന്നതും ഈ ചുറ്റികകൊണ്ടു കുതിരയുടെ തലയ്ക്ക് ആഞ്ഞടിക്കുന്നതും ഒപ്പം കഴിയണം. ഇല്ലേ, തുലഞ്ഞു.”

പിറ്റേന്നു കുതിരക്കാർ ലായത്തിൽനിന്നു ആ മെരുങ്ങാത്ത കുതിരയെ പുറത്തുകൊണ്ടുവന്നു. അവർ വളരെപ്പേർ ശ്രമിച്ചിട്ടും കുതിരയെ കീഴടക്കാൻ കഴിഞ്ഞിരുന്നില്ല. അത്ര ഭീകരമായാണ് അത് മുക്കറയിട്ടിരുന്നത്, തുള്ളിയിരുന്നത്, ചവിട്ടിയിരുന്നത്. മണിക്കുതിര തന്റെ പുറത്തുകയറുന്ന ഇവാനെ ചുഴറ്റിയെറിയാൻ ശ്രമിക്കാതിരുന്നില്ല. പക്ഷെ അതിനുമുമ്പ് മുറുകെ പിടികൂടിയിരുന്ന ഇവാൻ ചുറ്റികകൊണ്ടു

കുതിരയുടെ തലയ്ക്കു ആഞ്ഞടിച്ചു കഴിഞ്ഞിരുന്നു. അടിയേറ്റു തളർന്ന വശനായി കുതിര നിലത്തു വീണു. കച്ചവടക്കാരന്റെ മകനായ ഇവാൻ കുതിരക്കാരേയും കാണികളേയും അഭിമാനപൂർവ്വം ഒന്നു കണ്ണോടിച്ചു കൊണ്ടു കൊട്ടാരത്തിലേക്കു കടന്നുചെന്നു. ഹ്യാത്തൻ രാജാവിന്റെ തലയിൽ ഒരു വലിയ മുറിക്കെട്ടു കണ്ടു.

"തിരുമേനീ, ഞാൻ കുതിരയെ തച്ചുവീഴ്ത്തി!"

"നല്ലത്. വധുവെ സ്വീകരിക്കാൻ നാളെ വരൂ. എനിക്കിപ്പോൾ കഠിന മായി തലവേദനിക്കുന്നു."

പിറ്റേന്നു രാവിലെ മിടുക്കത്തി വാസിലൈഷ കച്ചവടക്കാരന്റെ മകനായ ഇവാനോടു പറഞ്ഞു:-

"എന്റെ അച്ഛന് മൂന്നു പെൺമക്കളാണുള്ളത്. അവരെല്ലാവരേയും മൂന്നു പെൺകുതിരകളാക്കി നിങ്ങളുടെ മുന്നിൽ നിർത്തും. എന്നിട്ടു ഇഷ്ടമുള്ളതിനെ തിരഞ്ഞെടുക്കാൻ ആവശ്യപ്പെടും. നല്ലവണ്ണം സൂക്ഷിച്ചുനോക്കിയാൽ എന്റെ കടിഞ്ഞാണിന്റെ ഒരു ഭാഗം അല്പം മങ്ങി ക്കാണപ്പെടും. പിന്നീടു ഞങ്ങളെ അരിപ്രാവുകളാക്കി മാറ്റും. ഞങ്ങൾ ധാന്യം കൊത്തിക്കൊണ്ടിരിക്കും. അവയിൽ കൂടെക്കൂടെ ചിറകടിച്ചു കൊണ്ടിരിക്കുന്നതു ഞാനാണെന്നു ധരിച്ചുകൊള്ളുക. തുടർന്നു അച്ഛൻ ഞങ്ങളെ ഒരുപോലുള്ള മൂന്നാളുകളാക്കി മാറ്റും. ഒരേ മുഖത്തോടും ഉയരത്തോടും നിറത്തോടും കൂടിയ മൂന്നു സുന്ദരികൾ. നിങ്ങൾ പേടിക്കേണ്ട. ഞാനെന്റെ കൈലേസ് വീശിക്കാണിക്കാം. അങ്ങനെ നിങ്ങൾക്കെന്നെ തിരിച്ചറിയാനാകും."

"വാസിലൈഷ പറഞ്ഞപോലെത്തന്നെ ഹ്യാത്തൻ രാജാവ് മൂന്നു പെൺകുതിരകളെ കൊണ്ടുവന്നു. ഒരുപോലെയുള്ളവ. അവയെ വരിയായി നിർത്തി.

"ഏതാണ് വേണ്ടതെങ്കിൽ എടുക്കാം."

കച്ചവടക്കാരന്റെ മകനായ ഇവാൻ കുതിരകളെ തുറിച്ചുനോക്കി. അതിലൊന്നിന്റെ കടിഞ്ഞാൺ അല്പം മങ്ങിയത് അയാൾ കണ്ടു. ഇവാൻ അതിന്റെ കടിഞ്ഞാൺ കടന്നുപിടിച്ചു.

"ഇതാണെന്റെ വധു!"

"ഒരിക്കൽക്കൂടി തിരഞ്ഞുപിടിക്കണം."

ഒരേ തൂവലോടുകൂടിയ മൂന്നു അരിപ്രാവുകളെയാണ് ഇത്തവണ കൊണ്ടുവന്നത്.

ഹ്യാത്തൻ രാജാവ് അവയ്ക്കു ധാന്യങ്ങൾ വിതറിക്കൊടുത്തു. അവയിലൊന്നു കൂടെക്കൂടെ ചിറകടിക്കുന്നത് ഇവാൻ കണ്ടുപിടിച്ചു. അയാൾ അതിന്റെ ചിറകിൽ പിടികൂടി.

"ഇതാണെന്റെ വധു!"

"നിനക്കു തെറ്റിപ്പോയി! പിന്നെ പശ്ചാത്തപിക്കാനിടവരുത്തരുത്. ഒരിക്കൽകൂടി തിരഞ്ഞുപിടിക്കണം."

ഇത്തവണ മൂന്നു സുന്ദരികളാണ് മുമ്പിൽ ആനയിക്കപ്പെട്ടത്. അച്ചിലിട്ടു വാർത്തപോലത്തെ സുന്ദരികൾ. അതിലൊരുവൾ കൈലേസ് വീശുന്നതുകാണാൻ ഇവാന്റെ കണ്ണുകൾ കൊതിച്ചു. അവളെ കണ്ടുപിടിച്ചപ്പോൾ ഇവാൻ അവളുടെ കൈപിടിച്ചു.

"ഇതാണെന്റെ വധു!"

ഇനി ഒന്നും പറയാനില്ല. ഹ്യാത്തൻ രാജാവ് മിടുക്കത്തി വാസിലൈഷയെ ഇവാന് കല്യാണം കഴിച്ചുകൊടുത്തു. വിവാഹത്തോടനുബന്ധിച്ചു കെങ്കേമമായ ഒരു സദ്യയും ഉണ്ടായിരുന്നു.

ഏതാനും നാളുകൾ കഴിഞ്ഞു. ഒരു ദിവസം വാസിലൈഷയുമൊത്തു സ്വന്തം നാട്ടിലേക്കു ഒളിച്ചോടാൻ ഇവാൻ തീർച്ചയാക്കി. അർദ്ധരാത്രി കുതിരപ്പുറത്താണ് അവർ യാത്ര ചെയ്തത്. നേരം പുലർന്നിട്ടേ ഹ്യാത്തൻ രാജാവ് സംഗതി അറിയാനിടവന്നുള്ളൂ. കോപാവിഷ്ടനായ ഹ്യാത്തൻ രാജാവ് നാലുഭാഗത്തേയ്ക്കും തന്റെ കിങ്കരന്മാരെ വിട്ടു.

"നിങ്ങളൊന്ന് നിലത്തു ചെവിയമർത്തിനോക്കൂ." മിടുക്കത്തി വാസിലൈഷ ഇവാനോടു പറഞ്ഞു. "നിങ്ങളെന്താണ് കേൾക്കുന്നതെന്ന് പറയണം."

അയാൾ ചെവിവെച്ചുനോക്കി.

"കുതിരകൾ കുതികുതിച്ചുവരുന്ന ശബ്ദം കേൾക്കുന്നു."

"ഉടനെത്തന്നെ മിടുക്കത്തി വാസിലൈഷ അയാളെ ഒരു അടുക്കളത്തോട്ടമാക്കി മാറ്റി. തന്നെ അതിനുള്ളിൽ ഒരു മുട്ടക്കൂസ്സും. പിന്തുടർന്നുവന്നവർ വെറും കയ്യോടെ രാജാവിന്റെ അടുത്തു മടങ്ങിച്ചെന്നു.

"അതൊരു പിത്തലാട്ടമാണ്. പോയി ആ മുട്ടക്കൂസിന്റെ തലനുള്ളിക്കൊണ്ടുവരൂ."

വീണ്ടും അവർ പിന്തുടർന്നു ചെന്നു. വീണ്ടും കച്ചവടക്കാരന്റെ മകനായ ഇവാൻ ചെവിയോർത്തപ്പോൾ ഇരമ്പിയടുക്കുന്ന കുതിരക്കുളമ്പടി ശബ്ദം കേട്ടു.

"വീണ്ടും കുതിരകളുടെ ശബ്ദം തന്നെ."

പെട്ടെന്നു മിടുക്കത്തി വാസിലൈഷ ഒരു കിണറായി മാറി. ഇവാനെ അതിന്റെ കരയിലിരുന്ന് വെള്ളം കുടിക്കുന്ന ഒരു പ്രാപ്പിടയനാക്കി മാറ്റി.

പിന്തുടർന്നുവന്നവർ കിണറ്റിന്നടുത്തുവന്നു. പാത അവിടെ അവസാനിച്ചു കണ്ടപ്പോൾ നിരാശരായി മടങ്ങി.

"തിരുമേനീ, മൈതാനത്തു ഒരു കിണറല്ലാതെ ഞങ്ങളാരെയും കണ്ടില്ല. അതിന്മേൽ തേജസ്വിയായ ഒരു പ്രാപ്പിടിയൻ ഇരുന്നുവെള്ളം കുടിച്ചിരുന്നു."

ഇത്തവണ ഹ്യാത്തൻ രാജാവ് തന്നെ അവരെ പിന്തുടരാനിറങ്ങി.

"നിങ്ങൾ ചെവിവെച്ചുനോക്കൂ. ഇപ്പോൾ കേൾക്കുന്നതെന്താണ്?" മിടുക്കത്തി വാസിലൈഷ ഇവാനോടു ചോദിച്ചു."

"മുമ്പു കേൾക്കാത്ത ഭയങ്കരമായ ഒരു മുഴക്കം അടുത്തടുത്തു വരുന്നു."

"അയ്യോ. അച്ഛൻ തന്നെ നമ്മെ പിന്തുടരാൻ വരുന്നു. ഇനിയിപ്പോൾ എന്തു ചെയ്യും?"

മിടുക്കത്തി വാസിലൈഷയുടെ കയ്യിൽ മൂന്നു വസ്തുക്കളുണ്ടായിരുന്നു-ഒരു ബ്രഷ്, ഒരു ചീർപ്പ്, ഒരു തോർത്തും. പെട്ടെന്ന് അവൾക്കു അവയോർമ്മവന്നു.

"അച്ഛനിൽനിന്നു നമുക്കെളുപ്പം രക്ഷപ്പെടാം."

അവൾ ബ്രഷ് പിന്നിലേക്കു വീശിയപ്പോൾ പിന്നിൽ ഇടതൂർന്ന ഒരു വലിയ കാട് പ്രത്യക്ഷപ്പെട്ടു. അതിനെ ഒന്നു പ്രദിക്ഷണം വെയ്ക്കണമെങ്കിൽത്തന്നെ മൂന്നുകൊല്ലം പിടിക്കും. കരണ്ടു കരണ്ടു. ഹ്യാത്തൻ രാജാവ് കാട്ടിൽ ഒരു തുരങ്കമുണ്ടാക്കി അവരുടെ തൊട്ടടുത്തെത്തി. പിടിച്ചു പിടിച്ചില്ലെന്നായി. അപ്പോൾ മിടുക്കത്തി വാസിലൈഷ പിന്നിലേക്കു തന്റെ ചീർപ്പ് വീശി. പെട്ടെന്ന് അവർക്കിടയിൽ അത്യുന്നതമായ ഒരു പർവ്വതമുയർന്നുണ്ടായി. മാന്തി മാന്തി അതിലും ഒരു തുരങ്കമുണ്ടാക്കിക്കൊണ്ട് ഹ്യാത്തൻ രാജാവ് അവരെ പിന്തുടർന്നു. ഇത്തവണ കയ്യിലവശേഷിച്ച തോർത്താണ് വാസിലൈഷ വീശിയത്. അത്യഗാധവും വിശാലവുമായ ഒരു സമുദ്രം അവരെ വേർപെടുത്തി. രാജാവ് കടലിലേക്കു എടുത്തുചാടി. പക്ഷെ തരണം ചെയ്യാനാകാത്ത തടസ്ഥങ്ങൾ വഴിയിൽ കണ്ടപ്പോൾ തന്റെ ശ്രമം ഉപേക്ഷിച്ചു. നിരാശനായി ഹ്യാത്തൻ രാജാവ് കൊട്ടാരത്തിലേക്കു തിരിച്ചുപോയി.

സ്വന്തം നാട്ടിലെത്തിച്ചേർന്നപ്പോൾ കച്ചവടക്കാരന്റെ മകനായ ഇവാൻ മിടുക്കത്തി വാസിലൈഷയോടു പറഞ്ഞു:-

"ആദ്യം അച്ഛനമ്മമാരെ ചെന്നു കണ്ടു ഞാൻ നീകൂടെ വന്നിരിക്കുന്ന വിവരം അറിയിക്കാം. ഞാൻ വേഗം തിരിച്ചുവന്നു നിന്നെ കൂട്ടിക്കൊണ്ടു പോകാം. അല്പനേരം ഇവിടെ കാത്തിരിക്കൂ."

"ഒന്നു പറയട്ടെ." മിടുക്കത്തി വാസിലൈഷ പറഞ്ഞു: "വീട്ടിൽ ചെന്നെത്തിയാൽ മുത്തശ്ശിയെയൊഴിച്ച് എല്ലാവരേയും നിങ്ങൾക്കു ചുംബിക്കാം. മുത്തശ്ശിയെ നിങ്ങൾ ചുംബിക്കാനിടവന്നെങ്കിൽ നിങ്ങൾ എന്നെന്നേയ്ക്കുമെന്നെ മറക്കും."

കച്ചവടക്കാരന്റെ മകനായ ഇവാൻ വീട്ടിലേക്കു മടങ്ങിച്ചെന്നു. സന്തോഷംകൊണ്ടു മതിമറന്ന അവൻ എല്ലാവരേയും, മുത്തശ്ശിയുൾപ്പെടെ എല്ലാവരേയും ചുംബിച്ചു. മിടുക്കത്തി വാസിലൈഷയുടെ താക്കീത് ഒരു ദുർബല നിമിഷത്തിൽ അവൻ മറന്നുപോയി. മുത്തശ്ശിയെ ചുംബിച്ച മാത്രയിൽ അയാൾ വാസിലൈഷയെ പാടെ മറന്നുപോയി. അപ്പോളെല്ലാം പാതവക്കിൽ തന്റെ പ്രിയന്റെ തിരിച്ചുവരവ് കാത്ത് അക്ഷമയായിരിക്കയായിരുന്നു മിടുക്കത്തി വാസിലൈഷ. ദിവസങ്ങളോളം കാത്തിരുന്നിട്ടും ഇവാൻ വന്നു കണ്ടില്ല. ഒടുവിൽ മനംതകർന്ന മിടുക്കത്തി വാസിലൈഷ പട്ടണത്തിലുള്ള ഒരു തള്ളയുടെ വേലക്കാരിയായികൂടി.

ഇവാൻ വാസിലൈെഷയെ മറക്കാനിടവന്ന കഥ പറഞ്ഞല്ലോ? ഇവാൻ മറ്റൊരുത്തിയെ വിവാഹം ചെയ്യാൻ നിശ്ചയിച്ചു. മാതാപിതാക്കൾ മകനു പറ്റിയ ഒരു പെണ്ണിനെ കണ്ടുപിടിച്ചു. വിവാഹത്തിന്നുള്ള ഒരുക്കങ്ങൾ തകൃതിയായി നടന്നുതുടങ്ങി.

ഇതെല്ലാം വാസിലൈെഷ അറിയാനിടവന്നു.

അവൾ ഒരു പിച്ചക്കാരിയുടെ വേഷത്തിൽ കച്ചവടക്കാരന്റെ വീട്ടിൽ ചെന്നു.

“അല്പനേരം കാത്തു നിൽക്കുമെങ്കിൽ ഞാൻ നിനക്കൊരു ചെറിയ കേയ്ക്ക് ഉണ്ടാക്കിത്തരാം. കല്യാണ കേക്ക് മുറിക്കാൻ തോന്നുന്നില്ല.” ഇവാന്റെ അമ്മ പറഞ്ഞു.

“ദൈവം നിങ്ങളെ അനുഗ്രഹിക്കട്ടെ!” മിടുക്കത്തി വാസിലൈെഷ കച്ചവടക്കാരന്റെ ഭാര്യയെ അനുഗ്രഹിച്ചു.

പക്ഷേ കല്യാണകേക്ക് കരിയുകയും പിച്ചക്കാരിക്കുവേണ്ടി ഉണ്ടാക്കിയത് നന്നാവുകയുമാണുണ്ടായത്. അതിനാൽ കച്ചവടക്കാരന്റെ ഭാര്യ കരിഞ്ഞകേയ്ക്ക് പിച്ചക്കാരിക്കു കൊടുത്തു. ചെറിയതെങ്കിലും കൂടുതൽ നന്നായ കേക്ക് സദ്യയ്ക്കു കരുതിവെച്ചു.

അവർ അതു മുറിച്ചപ്പോൾ അതിൽനിന്നും രണ്ടു അരിപ്രാവുകൾ ചിറകടിച്ചുയർന്നു.

“എന്നെ ഒന്നു ചുംബിക്കൂ!” അരിപ്രാവ് തന്റെ ഇണയോട് അഭ്യർത്ഥിച്ചു.

“ഇല്ലില്ല. കച്ചവടക്കാരന്റെ മകനായ ആ ഇവാൻ മിടുക്കത്തി വാസിലൈെഷയെ മറന്നപോലെ നീയെന്നെ മറന്നേയ്ക്കും.”

എന്നാൽ അരിപ്രാവ് തന്റെ ആശ കൈവെടിഞ്ഞില്ല.

“ഒന്നെന്നെ ചുംബിക്കൂ!”

“അയ്യോ ഇല്ല. കച്ചവടക്കാരന്റെ മകൻ ഇവാൻ മിടുക്കത്തി വാസിലൈെഷയെ മറന്നപോലെ നീയെന്നെ മറന്നെങ്കിലോ!”

“ഇതു കേട്ടപ്പോൾ ആ പിച്ചക്കാരിയെ ഇവാൻ തിരിച്ചറിഞ്ഞു. അയാൾ അച്ഛനമ്മമാരെ വിവരമറിയിച്ചു.

“ഇവളാണെന്റെ ഭാര്യ.”

“ഇതിനുമുമ്പ് നിനക്കൊരു ഭാര്യയുണ്ടായിരുന്നെങ്കിൽ നീ അവളൊത്തുതന്നെ ജീവിക്കണം.”

നിരാശയായ നവവധുവിന് അവർ വിലപിടിച്ച സമ്മാനങ്ങൾ നൽകി സന്തുഷ്ടയാക്കി തിരിച്ചയച്ചു.

കച്ചവടക്കാരന്റെ മകനായ ഇവാനും മിടുക്കത്തി വാസിലൈെഷയും വളരെ കാലത്തോളം. സർവ്വവിധ ഐശ്വര്യങ്ങളോടൊത്തു ജീവിച്ചു.

■

ഇവാനും സ്വർണ്ണക്കുഞ്ചിരോമക്കുതിരയും

മുട്ടവിരിഞ്ഞുണ്ടായ മനുഷ്യക്കുട്ടികൾ

ഒരു കിഴവനും കിഴവിയുമുണ്ടായിരുന്നു. കിഴവന് നായാടികിട്ടുന്ന മൃഗങ്ങളോ കാട്ടുകോഴികളോ കൊണ്ടുവേണം അവർക്കു ജീവിക്കുവാൻ. ഇങ്ങനെ കുറേ കൊല്ലങ്ങൾ തള്ളി നീക്കിയെന്നല്ലാതെ ഒരു സമ്പാദ്യവുമവർക്കില്ലായിരുന്നു. ഇതെല്ലാം ഓർത്തോർത്തു കിഴവി എപ്പോഴും ദുഃഖിക്കും; "എന്തൊരു ദുരിതം പിടിച്ച ജീവിതം! നല്ല വല്ലതുമൊന്നു തിന്നുകയോ കുടിക്കുകയോ ഉണ്ടായിട്ടില്ല. നല്ല വസ്ത്രങ്ങൾ ധരിക്കാനും ഭാഗ്യമില്ല. അതൊന്നും സാരമില്ലായിരുന്നു, ഒരൊറ്റ കുഞ്ഞെങ്കിലുമുണ്ടായിരുന്നെങ്കിൽ. അന്ത്യകാലത്തു നമ്മെ നോക്കാൻ ആരുമുണ്ടാകില്ല."

"നീ ഒന്നുകൊണ്ടും ദുഃഖിക്കേണ്ട," കിഴവൻ ആശ്വസിപ്പിച്ചു; "അദ്ധ്വാനിക്കാൻ ഈ രണ്ടു കൈകൾക്കും കാലുകൾക്കും ശേഷിയുള്ളിടത്തോളം നമുക്കു പട്ടിണി കിടക്കേണ്ടിവരില്ല തീർച്ച. വെറുതെ എന്തിനാണ് നാളത്തെ കാര്യത്തെപ്പറ്റി ചിന്തിച്ചു വേവലാതിപ്പെടുന്നത്."

ഇത്രയും പറഞ്ഞ് അയാൾ നായാടാൻ പോയി.

നേരം വെളുത്തതു മുതൽ കറുക്കുന്നതുവരെ കാട്ടിൽ അലഞ്ഞു നടന്നു. അന്ന് ഒന്നിനേയും പിടികിട്ടിയില്ല. വെറും കയ്യോടെ വീട്ടിലേക്കു മടങ്ങുവാൻ ഏതായാലും കിഴവൻ ഒരുക്കമില്ല. പിന്നെ എന്തുചെയ്യും? സൂര്യൻ അസ്തമിച്ചു. വീട്ടിലേക്കു മടങ്ങേണ്ട നേരം അതിക്രമിക്കുകയാണ്.

ഒടുവിൽ മനംമടുത്ത് അയാൾ തിരിച്ചുപോകുവാൻ തന്നെ തീർച്ചയാക്കി. പെട്ടെന്നാണ് ഒരു ചിറകടി ശബ്ദം അയാൾ കേട്ടത്. തൊട്ടടുത്തുള്ള പൊന്തയിൽനിന്നും ചന്തം തികഞ്ഞ ഒരു പക്ഷി പറന്നു പോകുന്നത് അയാൾ കണ്ടു.

ഉന്നം പിടിക്കുമ്പോഴേയ്ക്കും അത് കാഴ്ചയിൽനിന്നു മറഞ്ഞു. "കഷ്ടം," കിഴവൻ നെടുവീർപ്പിട്ടു. ആ പക്ഷി പറന്നുയർന്ന പൊന്തയിലേക്ക് അയാൾ എത്തിനോക്കി. മുപ്പത്തിമൂന്നു മുട്ടകളുണ്ടായിരുന്നു അതിൽ.

"ഒന്നുമില്ലാത്തതിനേക്കാൾ ഭേദംതന്നെ." അയാൾ പറഞ്ഞു. അരപ്പട്ട മുറുക്കികെട്ടി. ആ മുപ്പത്തിമൂന്നു മുട്ടകളും അയാൾ തന്റെ കേഫ്ടൻ കോട്ടിന്നുള്ളിൽ വെച്ചു. വീട്ടിലേയക്കു യാത്രയായി.

കുറേ നടന്നപ്പോൾ അരപ്പട്ട അഴിഞ്ഞഴിഞ്ഞുവന്നു. ഒന്നൊന്നായി മുട്ടകൾ നിലത്തു വീഴാനും തുടങ്ങി.

മുട്ട നിലം തൊടേണ്ട താമസം അതു വിരിഞ്ഞു ഒരു കൊച്ചുകുട്ടി പുറത്തുചാടി. മറ്റൊന്നുകൂടി വീണപ്പോൾ മറ്റൊരു കുട്ടികൂടി തുള്ളിച്ചാടി വന്നു. അങ്ങനെ മുപ്പത്തിരണ്ടു മുട്ടയും നിലത്തുവീണു. അവയിൽനിന്നു മുപ്പത്തിരണ്ടു കുട്ടികൾ വിരിഞ്ഞുണ്ടായി.

മുപ്പത്തിമൂന്നാമത്തേയും വീഴുമായിരുന്നു. പക്ഷേ അതിന്നുമുമ്പ് വൃദ്ധൻ അരപ്പട്ട മുറുക്കിക്കളഞ്ഞതിനാൽ കോട്ടിന്നുള്ളിൽതന്നെ കുടുങ്ങി. കിഴവൻ അറിയാതൊന്നു തിരിഞ്ഞുനോക്കിയപ്പോൾ അദ്ഭുതം കൊണ്ടു ചൂളിപ്പോയി. മുപ്പത്തിരണ്ടു തടിച്ചുകൊഴുത്ത കുട്ടികളുണ്ട് തന്റെ കാൽപാടുകളെ പിന്തുടർന്നുവരുന്നു! എല്ലാവരും അച്ചിലിട്ടു വാർത്തപോലെയുണ്ട്. ഒരൊറ്റ ശബ്ദത്തിൽ അവർ പറഞ്ഞു:-

"അങ്ങയുടെ മക്കളാണ് ഞങ്ങൾ. ഞങ്ങളെ വീട്ടിലേക്കു കൊണ്ടു പോയാലും."

"ഇത്രയേറെ കൊല്ലമായിട്ടും ഒരൊറ്റ കുഞ്ഞും പിറന്നില്ല. എന്നാൽ ഇപ്പോൾ, ഇതാ, ഒരൊറ്റ അടിക്ക് മുപ്പത്തിരണ്ടു മക്കൾ!" അയാൾ സ്വയം പറഞ്ഞു.

അവർ വീട്ടിലെത്തിച്ചേർന്നു. കിഴവൻ അത്യുത്സാഹത്തോടെ വിളിച്ചു പറഞ്ഞു; "തള്ളേ, കാലം കുറേയായല്ലോ ഒരു കുഞ്ഞിനുവേണ്ടി നീ കരയുകയും നെടുവീർപ്പിടുകയും ചെയ്യുന്നു. നോക്ക്, ഇതാ നിനക്കു ഞാൻ മുപ്പത്തിരണ്ടു മക്കളെ കൊണ്ടുവന്നിരിക്കുന്നു. തങ്കക്കുടം പോലുള്ള മക്കൾ! വേഗം തന്നെ മേശയെല്ലാം വെടുപ്പാക്കി വല്ലതും തിന്നാൻ കൊടുക്ക്."

നടന്ന കഥയെല്ലാം അയാൾ കിഴവിയെ കേൾപ്പിച്ചു. ഇതെല്ലാം കേട്ടു കഴിഞ്ഞപ്പോൾ അദ്ഭുതംകൊണ്ടു തള്ളയുടെ നാവിറങ്ങിപ്പോയി. അല്പ നേരത്തേക്ക് അവർ മരവിച്ചുനിന്നു. പെട്ടെന്നു ഞെട്ടിയുണർന്നു അവർ ഭക്ഷണം തയ്യാറാക്കാൻ ഓടിപ്പോയി. കിഴവൻ അരപ്പട്ട അഴിക്കുന്ന തിനിടയിൽ മുപ്പത്തിമൂന്നാമത്തെ മുട്ടയും നിലത്തുവീണു. അതിൽ നിന്നു മുപ്പത്തിമൂന്നാമൻ തുള്ളിച്ചാടി.

"നീയെവിടുന്ന്?"

"കൊച്ചു ഇവാനാണ് ഞാൻ. അങ്ങയുടെ ഇളയ മകൻ." അപ്പോഴാണ് കൂട്ടിൽ മുപ്പത്തിമൂന്നു മുട്ട ഉണ്ടായിരുന്ന വിവരം കിഴവൻ ഓർത്തത്.

"ഇവാൻകോച്ചേ, വരൂ, അത്താഴം കഴിക്കാം."

ആ വീട്ടിലുണ്ടായിരുന്ന സർവ്വഭക്ഷ്യ വസ്തുക്കൾ പുറത്തെടുത്തിട്ടും

അവർക്കു കഷ്ടിയായിരുന്നു. അരവയറോടെയാണ് അവർ അത്താഴം കഴിഞ്ഞെഴുന്നേറ്റത്.

പിറ്റേന്നു നേരം വെളുത്തപ്പോൾ ഇവാൻ പറഞ്ഞു:

"അച്ഛാ, ഞങ്ങൾക്കെന്തെങ്കിലും പണിതരൂ."

"ഞാനെന്തു പണിതരാനാണ് മക്കളേ. ഞാനോ തള്ളയോ ജീവിതത്തിലൊരിക്കലും വിതച്ചിട്ടില്ല. കൊയ്തിട്ടുമില്ല. സ്വന്തമായി ഒരു കുതിരപോകട്ടെ, കലപ്പപോലും ഞങ്ങൾക്കില്ല."

"ഒന്നുമില്ലെങ്കിൽ എന്തു ചെയ്യാൻ," ഇവാൻ സഹതപിച്ചു; "ഞങ്ങൾ മറ്റെവിടെയെങ്കിലും പോയി ജോലി അന്വേഷിക്കാം. കൊല്ലന്റെ അടുത്തു ചെന്ന് ഞങ്ങൾക്കു മുപ്പത്തിമൂന്നു അരിവാൾ കൊണ്ടുവന്നു തന്നാൽ മാത്രം മതി."

കിഴവൻ അരിവാൾ വാങ്ങാൻ പോയി. ഇവാനും സഹോദരന്മാരും മുപ്പത്തിമൂന്നു അരിവാൾപ്പിടികളും വരണ്ടികളും ഉണ്ടാക്കി.

കിഴവൻ തിരിച്ചു വന്നപ്പോൾ പണിയായുധങ്ങളെല്ലാമെടുത്തു ശരിയാക്കിക്കൊണ്ട് ഇവാൻ പറഞ്ഞു:-

"വരൂ സഹോദരന്മാരെ, നമുക്കു വല്ല പണി കിട്ടുമോ എന്നു നോക്കാം. വൃദ്ധരായ അച്ഛനമ്മമാരെ നോക്കേണ്ട കടമ നമുക്കുണ്ട്."

മാതാപിതാക്കളോടു യാത്ര പറഞ്ഞ് അവർ യാത്രയായി.

എത്രദൂരം പോയി എന്നൊക്കെ പറയുക വിഷമമാണ്. ഒടുവിൽ അവർ എത്തിച്ചേർന്നത് ഒരു പട്ടണത്തിലാണ്. സാർചക്രവർത്തിയുടെ കാര്യസ്ഥൻ അന്നവിടെ ചുറ്റി നടന്നിരുന്നു. അയാൾ നമ്മുടെ സഹോദരന്മാരെ കണ്ടപ്പോൾ അടുത്തു ചെന്നു ചോദിച്ചു:

"കുട്ടികളേ, നിങ്ങളെവിടുന്നാ? എവിടേയ്ക്കാ? പണിയന്വേഷിച്ചാണോ? എങ്കിൽ എന്റെ പിന്നാലെ വരിൻ. നിങ്ങൾക്കു നല്ല പണി ഞാൻ തരാം."

"എന്താ പണി? നിങ്ങൾക്കാണോ?"

"വലിയ അദ്ധ്വാനമൊന്നുമില്ല;" കാര്യസ്ഥൻ അറിയിച്ചു. "സാർ തിരുമേനിയുടെ വയലുകളിലെ പുല്ലരിയണം. ഉണക്കി കറ്റകളാക്കിക്കെട്ടി കൂട്ടുകയും വേണം. നിങ്ങളുടെ തലവൻ ആരാ?"

"ആരും ഒന്നും മിണ്ടിയില്ല. അപ്പോൾ ഇവാൻ മുന്നോട്ടു വന്നു.

"ഞങ്ങളെ കൊണ്ടുപോയി എന്തെല്ലാമാണ് ചെയ്യേണ്ടതെന്നു കാണിച്ചു തരൂ."

സാർ തിരുമേനിയുടെ കാര്യസ്ഥൻ അവരെയും കൂട്ടി യാത്രയായി.

"മൂന്നാഴ്ച മതി. പോരേ?" കാര്യസ്ഥൻ ചോദിച്ചു.

"ഫൂ. മൂന്നേ മൂന്നു ദിവസം മതി," ഇവാൻ മറുപടി പറഞ്ഞു. ഇതു കേട്ടപ്പോൾ സാർ ചക്രവർത്തിയുടെ കാര്യസ്ഥന് സന്തോഷമായി.

“കുട്ടികളേ, കേട്ടാലും,” അയാൾ പറഞ്ഞു, “കൂലിയെപ്പറ്റിയോ ഭക്ഷണത്തെപ്പറ്റിയോ ഒന്നും പേടിക്കേണ്ട. എന്തു വേണമെങ്കിലും തരാം.”

“ഞങ്ങൾക്കു മുപ്പത്തിമൂന്നു കാളകളെ പൊരിച്ചതും മുപ്പത്തിമൂന്നു കുടം മുന്തിരിച്ചാറും മാത്രം മതി,” ഇവാൻ അറിയിച്ചു.

എല്ലാം കാര്യസ്ഥൻ സമ്മതിച്ചു. അയാൾ പോയി. സഹോദരന്മാർ തങ്ങളുടെ അരിവാൾ മൂർച്ചകൂട്ടി. ചൊറു ചൊറുക്കോടെ പണി തുടങ്ങി. സന്ധ്യയാകുമ്പോഴേക്കും കൊയ്ത്തു കഴിഞ്ഞു. ഇതിനിടയ്ക്കു സാറിന്റെ കുശിനിയിൽ നിന്നു അവർക്കുള്ള ഭക്ഷണം എത്തിയിരുന്നു. മുപ്പത്തിമൂന്നു കൂറ്റൻ കാള പൊരിച്ചത്. മുപ്പത്തിമൂന്നു കുടം മുന്തിരിച്ചാറും. അവരോരോരുത്തരും പകുതി കാളയും പകുതി വീഞ്ഞുമേ കഴിച്ചുള്ളൂ. എന്നിട്ട് എല്ലാവരും കിടന്നു ഗാഢനിദ്രയിലാണ്ടു.

പിറ്റേന്നു വെയിലിനു ചൂടായപ്പോൾ വൈക്കോലുണക്കി കറ്റകളാക്കി കെട്ടി. അന്നു സന്ധ്യയാകുമ്പോഴേയ്ക്കും തന്നെ വൈക്കോൽ കൊണ്ടയിട്ടു തീർത്തു. പണി തീർന്നപ്പോൾ അവർ ശേഷിച്ച കാളയും മുന്തിരിച്ചാറും വയറ്റിലാക്കി. തീറ്റ കഴിഞ്ഞപ്പോൾ ഇവാൻ സഹോദരരിലൊരുവനെ സാറിന്റെ കൊട്ടാരത്തിലേക്കയച്ചു.

“പോയി, നമ്മുടെ പണി വന്നു നോക്കാൻ പറയൂ.”

കാര്യസ്ഥനേയും കൂട്ടികൊണ്ടു സഹോദരൻ തിരിച്ചു വന്നു. അല്പം കഴിഞ്ഞപ്പോൾ സാർ തിരുമേനി തന്നെ എഴുന്നള്ളി വന്നു, വയലിലേക്ക് എത്ര സൂക്ഷിച്ചു പരിശോധിച്ചിട്ടും ഒരു കുറ്റമോ കുറവോ കണ്ടെത്താൻ കഴിഞ്ഞില്ല.

“കുട്ടികളേ,” അദ്ദേഹം പറഞ്ഞു, ഇത്രവേഗം നിങ്ങൾ പണി ചെയ്തു തീർത്തതു അദ്ഭുതം തന്നെ. എന്റെ അഭിനന്ദനങ്ങൾ. ഞാൻ നിങ്ങൾക്കു പ്രത്യേക സമ്മാനമായി നൂറു റൂബിളും നാല്പതും പീപ്പ വീഞ്ഞും തരുന്നതായിരിക്കും. പക്ഷേ അതിനു മുമ്പ് നിങ്ങൾക്കൊരു പണികൂടി ചെയ്തു തീർക്കാനുണ്ട്. നിങ്ങൾ ഈ വൈക്കോൽക്കറ്റകൾക്കു കാവലിരിക്കണം. എല്ലാകൊല്ലവും ആരോ വന്നു മോഷ്ടിക്കുന്നു. ഇതുവരേയും കള്ളന്റെ നിഴൽപോലും ഞങ്ങൾക്കു കണ്ടെത്താൻ കഴിഞ്ഞിട്ടില്ല.”

“അപ്പോൾ ഇവാൻ ആദരവോടെ ചക്രവർത്തിയെ അറിയിച്ചു; “തിരുമേനീ, എന്റെ സഹോദരന്മാർ വീട്ടിലേക്കു പോയ്ക്കൊള്ളട്ടെ. വൈക്കോലിനു ഞാൻ തനിച്ചു കാവലിരുന്നോളാം.”

സാർചക്രവർത്തിക്കു അതിൽ വിരോധമില്ലായിരുന്നു. സഹോദരന്മാർ കൊട്ടാരത്തിൽ ചെന്നു കൂലിയും സമ്മാനങ്ങളും വാങ്ങി വീട്ടിലേക്കു തിരിച്ചു.

■

സ്വർണ്ണക്കുഞ്ചിരോമക്കുതിര

ഇവാൻ വയലിലേക്കു തിരിച്ചുചെന്നു. വൈക്കോലിനു കാവലിരുപ്പായി. ഇവാന് ഒട്ടും ഉറക്കം വന്നില്ല. പകലൊക്കെ സുഖമായി ഉറങ്ങും. രാത്രി കണ്ണുമിഴിച്ചിരുന്നു കാവലിരിക്കും.

അങ്ങനെ ശരത്കാലം വന്നു. രാത്രിക്കു നീളവും ഇരുട്ടും കൂടിവന്നു. പതിവുപോലെ വൈക്കോലുണ്ടയുടെ അറ്റത്ത് ഒരു കുഴിയുണ്ടാക്കി ഇവാൻ കാവലിരിക്കയായിരുന്നു. അർദ്ധരാത്രിയായി. പെട്ടെന്നു പകലെപ്പോലെ അവിടമെങ്ങും പ്രകാശം പരന്നു. ഇവാൻ ചുറ്റും കണ്ണോടിച്ചപ്പോൾ എന്താണ് കാണുന്നത്? സ്വർണ്ണക്കുഞ്ചിരോമത്തോടുകൂടിയ ഒരു പെൺകുതിര കടലിൽനിന്നും വൈക്കോലുണ്ടക്കെതിരെ കുതികുതിച്ചു വരുന്നു. അതിന്റെ കുളമ്പുകൾക്കടിയിൽ ഭൂമി കിടുകിടെ വിറച്ചു. സ്വർണ്ണക്കുഞ്ചിരോമം കാറ്റിനെ ചൂടുപിടിപ്പിച്ചു. അതിന്റെ നാസാദ്വാരങ്ങളിലൂടെ തീജ്ജ്വാലകളാണുയർന്നിരുന്നത്. ചെവിയിൽ നിന്നാകട്ടെ ഊക്കൻ പുകമേഘങ്ങളും.

വൈക്കോലുണ്ടയ്ക്കടുത്തെത്തിയപ്പോൾ, കുതിര തീറ്റ തുടങ്ങി. മുകളിൽ തക്കം പാർത്തിരിക്കുകയായിരുന്നു ഇവാൻ. തരം കിട്ടിയപ്പോൾ ഒരൊറ്റച്ചാട്ടത്തിന്നു പുറത്തു ചാടിവീണു. കുതിര പിന്തിരിഞ്ഞു വയലു മുറിച്ചു ഓടെടാ ഓട്ടം. എന്നാൽ ഇവാൻ ഒട്ടും കുലുങ്ങിയില്ല. ഇടതുകൈകൊണ്ടു കുഞ്ചിരോമം മുറുക്കിപ്പിടിച്ചു വലതുകയ്യിലുണ്ടായിരുന്ന ചാട്ടവാർ മൂളിച്ചുകൊണ്ടു സവാരി തുടർന്നു. മൈതാനത്തിലൂടെ വളരെ ക്ലേശിച്ചാണ് അതോടിയത്. പെട്ടെന്നു കുതിര വയറ്റിന്നൊപ്പം ചളിയിൽ പൂണ്ടുപോയി. ഇളകാൻപോലും കഴിവില്ലെന്നു, കണ്ടപ്പോൾ കുതിര കേണപേക്ഷിച്ചു: “എന്നെ അടിക്കരുതേ ഇവാൻ. നിങ്ങളെന്നെ പിടികൂടിയതും പുറത്തു ചാടിയിരുന്നതുമെല്ലാം അതിയായ സാമർത്ഥ്യത്തോടെയാണ്. അദ്ഭുതാവഹമാംവിധം നിങ്ങളെന്നെ ഇണക്കുകയും ചെയ്തു. ഇന്നുതൊട്ട് എന്റെ അന്ത്യംവരെ ഞാനങ്ങയുടെ വിശ്വസ്തഭൃത്യനാകാം.”

“ഇവാൻ കുതിരയെ കൊട്ടാരത്തിലേയ്ക്കു നയിച്ചു. കൊട്ടാരലായത്തിൽ കെട്ടിയിട്ടു. ഇവാൻ നേരെ സാറിന്റെ കുശിനിയിൽ ചെന്നു വീണു സുഖമായുറങ്ങി. പിറ്റേന്നു സാർ തിരുമേനിയുടെ മുമ്പിൽ ഹാജരായി.

“തിരുമേനി. കള്ളനെ പിടികിട്ടിയിരിക്കുന്നു. വന്നുകണ്ടാലും.”

സ്വർണ്ണക്കുഞ്ചിരോമത്തോടുകൂടിയ കള്ളനെ കണ്ടപ്പോൾ സാർ ചക്രവർത്തിക്കുണ്ടായ അദ്ഭുതവും സന്തോഷവും എത്രയെന്നു പറയാൻ വയ്യ.

“ഇവാൻ, നീ ആൾ ചെറുപ്പമാണെങ്കിലും മിടുമിടുക്കൻ തന്നെ. ഇന്നുമുതൽ എന്റെ കുതിരക്കാരൻ നീയായിരിക്കും.”

അന്നുവരേയും എല്ലാവരും “ഇവാൻ കൊച്ച”നെന്നാണ് കളിയാക്കി വിളിച്ചിരുന്നത്. അന്നു മുതൽ “ഇവാൻ കൊച്ചൻ” പോയി “മിടുമിടുക്കനിവൻ” എന്നായി മാറി.

അങ്ങനെ സാർ ചക്രവർത്തിയുടെ കുതിരക്കാരൻ ഇവാനായി. ഇവാന്റെ മേൽനോട്ടത്തിലായതോടെ കുതിരകൾ ദിനംപ്രതി തടിച്ചു കൊഴുത്തുവന്നു. സത്യം പറഞ്ഞാൽ, അന്നു മുതൽക്കാണ് കൊട്ടാരത്തിലെ കുതിരകൾ “കൊട്ടാരക്കുതിര”കളായി മാറിയത്.

മതിമറന്ന സാർ തിരുമേനിക്ക് ഇവാനെ പുകഴ്ത്താൻ പറ്റിയ വാക്കു കിട്ടാതെ വിഷമിച്ചു.

“സബാഷ് ഇവാൻ, ഇത്ര നല്ലൊരു അശ്വപാലകനെ എനിക്കു കിട്ടിയിട്ടില്ല. ഇനി കിട്ടുമെന്നും ആശയില്ല.”

“എന്നാൽ പഴയ കുതിരക്കാർക്കു ഇതിൽ കണ്ണുകടിയായി. “കേട്ടില്ലേ, ഒരു നാടൻ ചെറുക്കനെപ്പറ്റിയാണീപ്പറയുന്നത്! സാർ ചക്രവർത്തിയുടെ ലായങ്ങളുടെ മേലധികാരി!”

അവർ ഇവാനെതിരായി ഗൂഢാലോചന തുടങ്ങി. എന്നാൽ തന്റെ പണിയും താനുമായി കഴിയുന്ന ഇവാൻ ഇതൊന്നുമറിഞ്ഞില്ല.

ആയിടെ ഊരുചുറ്റിയ ഒരു കിഴവൻ സാർ തിരമേനിയുടെ കുതിരപ്പന്തിയിലെത്തിച്ചേർന്നു.

“മക്കളേ, ഇന്നലെ പിടികൂടിയ തലവേദന മാറ്റാനാണ്. ഒന്നു മോന്താൻ തരൂ. എങ്കിൽ പുതിയ കുതിരക്കാരൻ പ്രമാണിയെ ഓടിക്കാൻ ഞാനൊരു വഴി പറഞ്ഞുതരാം.”

“കുതിരക്കാരൻ അയാൾക്കു വീണ്ടും വീണ്ടും മദ്യം പകർന്നു കൊടുത്തു. “ചങ്ങാതികളേ, ആ നൃത്തംവെക്കുന്ന താറാവിനേയും തമാശരാമൻ പൂച്ചയേയും സ്വയം പാടുന്ന *സാൾട്ടറിയേയും നമ്മുടെ തിരുമേനിക്കുവേണ്ടി കൈക്കലാക്കാൻ പോയവരാരും ഇതുവരെ തിരിച്ചു വന്നിട്ടില്ല. വരുകയുമില്ല. നിങ്ങൾ ചക്രവർത്തിയുടെ അടുക്കൽ ഇത്ര മാത്രം പറഞ്ഞാൽ മതി, ‘തിരുമേനീ, ആ ഇവാൻ വീമ്പിളക്കുന്നതു കേട്ടോ? നൃത്തം വെയ്ക്കുന്ന താറാവിനേയും പാട്ടുപാടുന്ന സാൾട്ടറിയേയും തമാശ രാമൻ പൂച്ചയേയും നിഷ്പ്രയാസം കൊണ്ടുവരാൻ

* ഒരു സംഗീതോപകരണം

കഴിയുമത്രെ.' ഇതു കേൾക്കേണ്ട താമസമേയുള്ളൂ തിരുമേനി അവനെ അയയ്ക്കും. പിന്നെ അവന്റെ സൊല്ല നിങ്ങൾക്കുണ്ടാകില്ല.''

സന്തോഷംകൊണ്ട് അന്ധരായ കുതിരക്കാർ ആ കിഴവനു വീണ്ടും വീണ്ടും മദ്യം പകർന്നു കൊടുത്തു.

അവർ നേരെ തിരുമേനിയുടെ അടുത്തേക്കു ചെന്നു. ജാലകത്തിനു കീഴിൽ നിന്നുകൊണ്ടു പിറുപിറുക്കുന്ന കുതിരക്കാർ സാറിന്റെ ദൃഷ്ടിയിൽ പെട്ടു.

''കൂട്ടരേ എന്തൊക്കെയാ വർത്തമാനങ്ങൾ. നിങ്ങൾക്കെന്തു വേണം?''

''തിരുമേനീ. നമ്മുടെ ഇവാൻ വീമ്പിളക്കുന്നതു കേട്ടോ. ആ നൃത്തം വെയ്ക്കുന്ന താറാവിനേയും തമാശ രാമൻ പൂച്ചയേയും സ്വയം പാടുന്ന സാൾട്ടറിയേയും അവനു നിഷ്പ്രയാസം കൈക്കലാക്കാമത്രെ. ഞങ്ങൾ അതിനെപ്പറ്റി തർക്കിക്കുകയാണ്. ചിലർക്കു വിശ്വാസം വരുന്നില്ല. ഞങ്ങൾക്കതിൽ ഉറച്ച വിശ്വാസമുണ്ട്.''

ഇതു കേട്ടപ്പോൾ സാറിന്റെ മുഖഭാവം മാറി. സന്തോഷാധിക്യത്താൽ കൈകാലുകൾ വിറച്ചു.

''ആ അപൂർവ്വ വസ്തുക്കൾ എനിക്കു കിട്ടിയെങ്കിൽ! തീർച്ച. മറ്റു സാർചക്രവർത്തിക്ക് എന്നോടു അസൂയയാകും. എത്രയെത്ര പേരെ ഞാനയച്ചു എല്ലാം നിഷ്ഫലം. ഒരുത്തനെങ്കിലും തിരിച്ചു വന്നില്ല!''

''അദ്ദേഹം ഉടനെത്തന്നെ ഇവാന് ആളയച്ചു.

''തന്റെ അശ്വപാലകൻ മുമ്പിലെത്തേണ്ട താമസം ചക്രവർത്തി ഗർജ്ജിച്ചു:

''ഒട്ടും വൈകണ്ടാ ഇവാൻ. ഇപ്പോൾ തന്നെ പോയി ആ നൃത്തം വെയ്ക്കുന്ന താറാവിനേയും തമാശ രാമൻ പൂച്ചയേയും സ്വയം പാടുന്ന സാൾട്ടറിയും കൊണ്ടുവരൂ.''

''അയ്യോ! തിരുമേനീ, ഞാനിതുവരെ ഇവയെപ്പറ്റി കേട്ടിട്ടു പോലു മില്ലല്ലോ. ഞാനെവിടെപ്പോകണമെന്നാണ് കല്പിക്കുന്നത്?''

ഇതു കേട്ടതോടെ സാറിന്റെ കോപം ആളിക്കത്തി. അദ്ദേഹം നിലത്താഞ്ഞു ചവുട്ടി.

''എന്തടാ പുലമ്പുന്നത് കല്പന അനുസരിക്കില്ലേ? കടന്നു പോ. ഇവ എനിക്കു നേടിക്കൊണ്ടുവരുന്ന പക്ഷം നിനക്കു വിലപിടിച്ച സമ്മാനങ്ങൾ തരും. ഇല്ലെങ്കിൽ നിന്റെ തല ഞാൻ വെട്ടിവീഴ്ത്തും.''

വിങ്ങിപ്പൊട്ടാറായ ഹൃദയം പേറി തല താഴ്ത്തിക്കൊണ്ട് ഇവാൻ കൊട്ടാരം വിട്ടു.

■

നൃത്തം വെയ്ക്കുന്ന താറാവ്,
തമാശ രാമൻ പൂച്ച,
സ്വയം പാടുന്ന സാൾട്ടറി

ഇവാൻ തന്റെ സ്വർണ്ണക്കുഞ്ചിരോമക്കുതിരയെ കോപ്പണിയിച്ചു തുടങ്ങി.

"എജമാനനേ എന്താ വല്ലാത്ത ദുഃഖം? എന്തു പറ്റി?

"ദുഃഖിക്കയല്ലാതെ മറ്റെന്തു ചെയ്യും. ആ നൃത്തം വെക്കുന്ന താറാവിനെയും തമാശ രാമൻ പൂച്ചയേയയും സ്വയം പാടുന്ന സാൾട്ടറിയും ഞാൻ തേടിപ്പിടിച്ചു കൊടുക്കണമത്രെ. ഞാൻ കേട്ടിട്ടുപോലുമില്ലാത്ത വസ്തുക്കൾ!"

"ഓ ഇതിനാണോ. നിസ്സാരം;" കുതിര ചിനക്കി, "എന്റെ പുറത്തു ചാടിക്കയറൂ. നമുക്കു ആ കിഴവി ബാബയാഗയുടെ അടുത്തു പോകാം. വഴികളെല്ലാം അവൾ പറഞ്ഞുതരും."

ഒരു നീണ്ട യാത്രയ്ക്കുതന്നെ ഇവാൻ ഒരുങ്ങി. കുതിരപ്പുറത്ത് ഇവാൻ ചാടിക്കയറുന്നതു കണ്ടവരുണ്ട്. പക്ഷേ ഏതിലെയാണ് എങ്ങനെയാണ് പോയതെന്നു കണ്ടവരാരുമില്ല. അത്ര വേഗതയിലായിരുന്നു പോക്ക്!"

"എത്ര ദൂരം പോയിക്കാണുമെന്നൊന്നും പറയാൻ വയ്യ. ഒന്നു പറയാം ഒടുവിൽ ചെന്നെത്തിയത് ഒരു വൻകാട്ടിനുള്ളിലാണ്. ഇരുൾ കട്ടപിടിച്ചിരുന്നു. സ്വർണ്ണക്കുഞ്ചി രോമക്കുതിര ഓടിയോടി വല്ലാതെ മെലിഞ്ഞു. ഇവാന് വിശപ്പ് സഹിക്കവയ്യാതായി. മുമ്പിൽ തെളിഞ്ഞു കണ്ട കാട്ടുവഴിയിലൂടെ നടന്നു നടന്ന് ഒരു കൊച്ചുകുടിലിനടുത്തെത്തി. ഒരു കോഴിക്കാലിന്മേൽ, പടിഞ്ഞാറുനിന്നു കിഴക്കോട്ടു ചുറ്റിക്കറങ്ങി ക്കൊണ്ടിരുന്ന ആ കുടിലിനടുത്തു ചെന്നു ഇവാൻ പറഞ്ഞു:

"കൊച്ചു കുടിലേ, കൊച്ചു കുടിലേ എന്റെ നേരെ മുഖം തിരിക്കൂ. കൊല്ലങ്ങളോളമൊന്നും ഇവിടെ പാർക്കാൻ പോകുന്നില്ല. ദയവുചെയ്ത് നേരം പുലരുന്നതുവരെ ഒന്നു കഴിച്ചു കൂട്ടിയാൽ മതി."

പെട്ടെന്ന് ഇവാന് അഭിമുഖമായി കുടിൽ നിന്നു. അവൻ കുതിരയെ ഒരിടത്തു കെട്ടിയിട്ടു. വാതിൽ തള്ളിത്തുറന്നു.

വാതിൽ തള്ളിത്തുറന്നപ്പോൾ മുമ്പിൽ കണ്ടത് ബാബയാഗയാണ്.

കൂർത്ത മൂർത്ത മൂക്കോടു കൂടിയ ഒരസ്ഥികൂടം മാത്രമായ ഒരു മന്ത്രവാദിനി. ഒരു വിളക്കും ചൂലും കയ്യിൽ പിടിച്ചിട്ടുണ്ട്.

ഇവാനെ കണ്ടപ്പോൾ ബാബയാഗ മുറുമുറുത്തു:

"ഉം. ഉം. റഷ്യൻ ചോര. ഇതിനു മുമ്പ് കണ്ടുമുട്ടിയിട്ടില്ല. ഇപ്പോൾ താ വാതിൽക്കൽ നാറുന്നു. ആരാണിങ്ങോട്ടു കയറിവരുന്നത്? എവിടുന്ന്? എങ്ങോട്ട്?"

"മുത്തശ്ശീ, ഇങ്ങനെയാണോ അതിഥികളെ സ്വീകരിക്കുക? അതും വിശപ്പുകൊണ്ടും തണുപ്പുകൊണ്ടും വലഞ്ഞിരിക്കുന്ന എന്നെ. എന്റെ നാട്ടുകാർ ഇങ്ങനെയൊന്നുമല്ല. ആദ്യം തിന്നാനും കുടിക്കാനും എന്തെങ്കിലും തന്നേ ചോദ്യങ്ങൾ ചോദിക്കൂ. കുളിക്കാൻ വേണ്ട ഏർപ്പാടും ചെയ്തുതരും."

"മതി മതി," ബാബയാഗ ഇടയിൽക്കയറി പറഞ്ഞു, "ഒരു കിഴവിയുമായി തർക്കിക്കേണ്ട മിടുക്കൻ കുട്ടീ. പിന്നെ ഇതു നിന്റെ നാടല്ലെന്നും ഓർമ്മയിരിക്കട്ടെ. എങ്കിലും നിനക്കു വേണ്ടതെല്ലാം ഞാൻ ചെയ്തുതരാം."

അവർ എഴുന്നേറ്റുപോയി പണിയിൽ മുഴുകി. മേശപ്പുറത്തു ഭക്ഷണം വിളമ്പി. അതിഥിയെ ക്ഷണിച്ചു. എന്നിട്ടു കുളിമുറിയിലേക്കോടിപ്പോയി അടുപ്പിൽ തീകൂട്ടി. മിടുക്കനായ ഇവാൻ ഒരൊന്നാന്തരം ആവിസ്നാനം കഴിച്ചു. കുളിയും തീറ്റയും കഴിഞ്ഞപ്പോഴേയ്ക്കും ബാബയാഗ അവന് ഒരു കിടക്ക തയ്യാറാക്കി വെച്ചിരുന്നു. അവന്റെ അടുത്തിരുന്നുകൊണ്ട് മന്ത്രവാദിനി ചോദ്യം തുടങ്ങി.

"കുട്ടീ, നിന്റെ പരിപാടിയെന്താണ്? സ്വന്തം ഇഷ്ടത്തിന് ഇങ്ങോട്ടു വന്നതോ, അതോ മറ്റാരെങ്കിലും പ്രേരിപ്പിച്ചിട്ടോ?"

"എന്നെ, സാർ തിരുമേനി അയച്ചതാണ്," ഇവാൻ അറിയിച്ചു. "അദ്ദേഹത്തിനു ഞാൻ ആ നൃത്തം വെക്കുന്ന താറാവിനെയും തമാശ രാമൻ പൂച്ചയേയും സ്വയം പാടുന്ന സാൾട്ടറിയേയും തേടിപ്പിടിച്ചു കൊടുക്കണമെന്നു കല്പിച്ചിരിക്കുന്നു. മുത്തശ്ശീ, ഇവ കൈക്കലാക്കാനുള്ള വഴി പറഞ്ഞുതന്നാൽ ഞാനെന്നെന്നും നന്ദിയുള്ളവനായിരിക്കും."

"ന്റെ പൊന്നുമോനേ, എനിക്കറിഞ്ഞുകൂടല്ലോ. അവ കൈക്കലാക്കാൻ തെല്ലു ബുദ്ധിമുട്ടുണ്ട്. അവയന്വേഷിച്ചു പോയവരാരും ഇന്നേവരെ തിരിച്ചു വന്നിട്ടില്ല."

"എനിക്കറിയുന്നതെല്ലാം പറഞ്ഞുതരാം. നിന്റെ സ്വർണ്ണക്കുഞ്ചി രോമക്കുതിരയെ ഇവിടെ വിട്ടേയ്ക്കൂ. നീ തിരിച്ചു വരുന്നതുവരെ ഞാനതിനെ കാത്തു രക്ഷിക്കാം. നാളെ പോകുമ്പോൾ ഞാനൊരു നൂലുണ്ട തരാം. അത് നിലത്തിട്ടാൽ തനിയെ ഉരുളാൻ തുടങ്ങും. നീ അതിനെ പിന്തുടർന്നു പോകണം. അത് നിന്നെ എന്റെ നേരെ മൂത്ത സഹോദരിയുടെ അടുത്തെത്തിക്കും. അവൾക്കതിനെപ്പറ്റി എല്ലാം അറിയാം. അവൾ അവിടെ നിന്ന് ഞങ്ങളുടെ മൂത്ത സഹോദരിയുടെ വീട്ടിലെത്തിച്ചു തരും. വേണ്ട ഉപദേശങ്ങളും തരും."

പിറ്റേന്നു നല്ലവണ്ണം പുലരുന്നതിനു മുമ്പേ തന്നെ ഇവാൻ വിളിച്ചുണർത്തപ്പെട്ടു. ഭക്ഷണാനന്തരം അവൻ യാത്രയായി. ബാബയാഗ

പറഞ്ഞതപോലെത്തന്നെ നിലത്തിട്ടതും നൂലുണ്ട ഉരുണ്ടു തുടങ്ങി. അയാൾ അതിനെ പിന്തുടർന്നു.

അന്നു മുഴുവൻ നടന്നു. പിറ്റേന്നും അതിന്റെ പിറ്റേന്നും നടന്നു. ഒടുവിൽ ഒരു ഏറക്കിളിയുടെ കാലിന്മേൽ തിരിയുന്ന ഒരു കൊച്ചു കുടിലിന്നടുത്തെത്തിയപ്പോൾ നൂലുണ്ട നിന്നു. ഇവാൻ വിളിച്ചു പറഞ്ഞു:

"കൊച്ചു കുടിലേ കൊച്ചു കുടിലേ വൃക്ഷങ്ങൾക്കു നേരെ പിന്തിരിഞ്ഞ് എന്റെ മുഖത്തേക്കു നോക്കൂ."

കുടിൽ ഒന്നു വട്ടംകറങ്ങി നിന്നു. അവൻ വാതിൽ തള്ളിത്തുറന്നപ്പോൾ ഒരു പരുപരുത്ത സ്വരമാണ് എതിരേറ്റത്.

"ഉം. ഉം. റഷ്യൻ ചോര. ഇതിന്നു മുമ്പ് കണ്ടുമുട്ടിയിട്ടില്ല. ഇപ്പോൾ ഇതാ വാതിൽക്കൽ നാറുന്നു. ആരാണിങ്ങോട്ടു കയറിവരുന്നത്? എവിടുന്നാണ്? എവിടേയ്ക്കാണ്?"

ഇവാൻ നൂലുണ്ട കയ്യിലെടുത്തു കാണിച്ചപ്പോൾ അവർ വിസ്മയിച്ചു. "ഓ, നിങ്ങൾ നമ്മുടെ ആൾതന്നെ. അനുജത്തിയുടെ അടുത്തുനിന്നാണ്. അല്ലേ? എന്തേ ആദ്യം പറയാഞ്ഞത്?"

അവർ തിരക്കോടു തിരക്കിലായി. മേശ ശരിയാക്കുന്നു. ഭക്ഷണം വിളമ്പുന്നു. അതിഥിയെ സ്വാഗതം ചെയ്യുന്നു.

"ഇഷ്ടംപോലെ തിന്നുകയും കുടിക്കുകയും ചെയ്യൂ. അല്പം വിശ്രമിക്കൂ ആദ്യം. വർത്തമാനമൊക്കെ പിന്നീടാകാം."

"ഭക്ഷണം കഴിഞ്ഞു. മെത്തയിൽ കിടപ്പായി. അപ്പോൾ രണ്ടാം ബാബയാഗ തൊട്ടടുത്തുവന്നിരുന്നു. ആരാണ്, എന്താണ് എന്നൊക്കെ ചോദ്യമായി. ഒന്നും ഒളിച്ചുവെക്കാതെ ഇവാൻ എല്ലാം തുറന്നു പറഞ്ഞു. എല്ലാം കേട്ടശേഷം ബാബയാഗ പറഞ്ഞു.

"വളരെ ദൂരമൊന്നുമില്ല. പക്ഷേ നിങ്ങൾ ജീവനോടെ തിരിച്ചുവരുമെന്നു എനിക്കുറപ്പില്ല. ആ നൃത്തം വെക്കുന്ന താറാവും തമാശരാമൻ പൂച്ചയും സ്വയം പാടുന്ന സാൾട്ടറിയും എന്റെ മരുമകൻ സെമീഗോറിനിച്ചന്റെ പക്കലാണുള്ളത്. അതിഭയങ്കരനായ ഒരു ഡ്രാഗണാനവൻ. വളരെ വളരെ വീരന്മാർ അവ കയ്ക്കലാക്കാൻ അവനെ സമീപിച്ചിട്ടുണ്ട്. ഒന്നും ജീവനോടെ മടങ്ങിയിട്ടില്ല. അവൻ എന്റെ ചേച്ചിയുടെ ഏകമകനാണ്. ഇക്കാര്യത്തിൽ ഞാൻ ചേച്ചിയോടു നിങ്ങളെ സഹായിക്കാൻ നിർബന്ധിക്കാം. ഞാനിപ്പോൾ തന്നെ എന്റെ മാന്ത്രികദൂതനായ റാവേൽ പക്ഷിയെ അങ്ങോട്ടേക്കയക്കാം. ഇപ്പോൾ സുഖമായുറങ്ങൂ. അതിരാവിലെ ഞാൻ വിളിച്ചുണർത്തും."

അതിരാവിലെ ഇവാൻ വിളിച്ചുണർത്തപ്പെട്ടു. കുളിയും ഭക്ഷണവുമെല്ലാം വേഗം കഴിച്ചു. യാത്രയ്ക്കു സമയമായപ്പോൾ അവർ ഒരു ചുകന്ന നൂലുണ്ട ഇവാന്റെ കയ്യിൽ കൊടുത്തു. ബാബയാഗയോടു നന്ദി പറഞ്ഞുകൊണ്ടു ഇവാൻ യാത്രയായി. ഉരുണ്ടുരുണ്ടു പോകുന്ന ചുകന്ന നൂലുണ്ടയെ അവൻ പിന്തുടർന്നു.

മൂന്നാം ദിവസം സന്ധ്യക്കു നൂലുണ്ട ഒരു വന്മാളികയുടെ മുമ്പിൽ ചെന്നുനിന്നു. അതിനു ചുറ്റും ഊക്കൻ കൽമതിൽക്കെട്ടുണ്ടായിരുന്നു.

ഇവാനെ കണ്ടപ്പോൾ ഒരു നായ ചാടി അത്യുച്ചത്തിൽ കുരച്ചു തുടങ്ങി. കണ്ണിമയക്കുന്നതിന്നിടയിൽ മൂത്തബാബയാഗ പൂമുഖത്തു പ്രത്യക്ഷപ്പെട്ടു. നായയെ ശാന്തമാക്കിക്കൊണ്ട് അവർ ഇവാനെ സ്വാഗതം ചെയ്തു.

"മിടുമിടുക്കാ വന്നാലും നിങ്ങളെന്നെ അറിയില്ലെങ്കിലും എനിക്കു നിങ്ങളെ നന്നായി അറിയാം. അനുജത്തിയുടെ ദൂതനായ റാവേൽപക്ഷി ഇപ്പോൾ ഇവിടെ വന്നിരുന്നു. നിങ്ങൾ ഒന്നുകൊണ്ടും പേടിക്കേണ്ട. എല്ലാം ഞാൻ സാധിപ്പിച്ചുതരാം. പോരെ. വിശന്നു വലഞ്ഞിരിക്കും. ആദ്യം വന്നു വല്ലതുംകഴിക്കൂ."

അവർ വീണ്ടും വീണ്ടും ഇവാനു വിളമ്പിക്കൊടുത്തു. ഭക്ഷണാനന്തരം പറഞ്ഞു, "ഇനി നീ ഒളിച്ചിരിക്കണം എന്റെ മോൻ, സെമീഗോറിനിച്ച് ഇപ്പോൾ വരും. എന്നും വല്ലാതെ ക്ഷീണിച്ചു വിശന്നാണ് മടങ്ങി വരുക." അവർ അവനെ ഒരറയിൽ ഒളിപ്പിച്ചിരുത്തി. താൻ വിളിക്കുന്നതുവരെ ഇളകിപ്പോകരുതെന്ന് പ്രത്യേകം ശട്ടം കെട്ടി.

പറഞ്ഞു തീർന്നില്ല. ഒരു ഭയങ്കര ആക്രോശത്തിൽപ്പെട്ട് ആ വന്മാളിക കുലുങ്ങി. വാതിൽ തള്ളിത്തുറക്കപ്പെട്ടു. സെമീഗോറിനിച്ച് അകത്തേക്ക് ഒരു കൊടുങ്കാറ്റുപോലെ കടന്നുവന്നു.

"ഇവിടെ ഒരു റഷ്യനെ മണക്കുന്നല്ലോ;" അയാൾ അലറി.

"ഇല്ലടാ മോനെ. എങ്ങനെ മണം വരാനാണ്. ഒരു ചെന്നായോ കഴുകനോയെങ്കിലും കടന്നുപോയിട്ടു കൊല്ലങ്ങൾ എത്രയായി. ലോകം മുഴുവൻ ചുറ്റിക്കറങ്ങി വരുന്ന നീ തന്നെയാണ് ഈ നാറ്റം കൊണ്ടുവന്നിട്ടുള്ളത്."

"പിന്നീടൊന്നും തർക്കിക്കാൻ നിന്നില്ല. അവർ പണിയിൽ മുഴുകി. അടുപ്പിൽ നിന്ന് ഒരു കൂറ്റൻ കാളയെ ചുട്ടു പുറത്തെടുത്തു. കലവറയിൽ നിന്ന് ഒരു കുടം മുന്തിരിച്ചാറും പുറത്തെടുത്തു. ഒരൊറ്റ വലിക്കുതന്നെ കുടം കാലിയാക്കി. ഒരൊറ്റ കപ്പിന് ആ കൂറ്റൻ കാളയെ വെട്ടി വിഴുങ്ങുകയും ചെയ്തു. കുടിയും തീറ്റയും കഴിഞ്ഞപ്പോൾ ആനന്ദംകൊണ്ടു മതിമറന്നു.

"അമ്മേ, ഞാനാരോടാണ് തമാശ പറഞ്ഞു സമയം കളയുക. കളിക്കാൻ ഒരു കൂട്ടുകാരനുമില്ല."

"നിനക്കു സൊള്ളാനും ചീട്ടു കളിക്കാനും ഞാനൊരാളെ തരാം. പക്ഷേ നീ അവനെ ദ്രോഹിച്ചാലോ എന്നാണെന്റെ പേടി."

"ഇല്ലമ്മേ. വേഗം തന്നെ വിളിക്കൂ. അവനു വേണ്ടി ഞാൻ ചാവാൻ പോലും തയ്യാറാണ്."

"പറഞ്ഞ വാക്ക് ഓർമ്മയിരിക്കട്ടെ;" ഇത്രയും പറഞ്ഞു ബാബയാഗ അകത്തേക്കു പോയി.

"ഇവാൻ, ഇവാൻ. പുറത്തു വരൂ. പോയി ആതിഥേയനുമൊന്നിച്ചു ചീട്ടു കളിക്കുകയോ സൊള്ളുകയോ ചെയ്യൂ."

അങ്ങനെ അവർ മൂവരും മേശയ്ക്കു ചുറ്റും ഇരുപ്പായി.

സെമീഗോറിനിച്ച് പറഞ്ഞു, "അപ്പോൾ കളി തുടങ്ങുകയല്ലേ. തോറ്റവനെ ജയിച്ചവനു പിടിച്ചു തിന്നാം."

രാത്രി മുഴുവൻ കളി തന്നെയായിരുന്നു. കളിയിൽ ബാബയാഗ ഇവാനെ സഹായിച്ചിരുന്നു. നേരം വെളുക്കാറായപ്പോഴാണ് കളി അവസാനിച്ചത്. കളിയിൽ ജയിച്ചത് ഇവാനാണ്.

പേടി പിടിച്ച സെമീഗോറിനിച്ച് യാചിച്ചു.

"ഒരു ദിവസം കൂടി ദയവുചെയ്തു ഞങ്ങളൊത്തു താമസിക്കണം. ഒരിക്കൽ എനിക്കും കളിയിൽ ജയിക്കണ്ടേ."

"ഇത്രയും പറഞ്ഞ് അയാൾ പറന്നുപോയി. ഇവാൻ അഗാധ നിദ്രയിലുമാണ്ടു, ബാബയാഗയിൽനിന്നും കനത്ത ഒരു പ്രാതൽ കഴിച്ചശേഷം.

സൂര്യനസ്തമിച്ചു. സെമീഗോറിനിച്ച് തിരിച്ചുവന്നു. പതിവുപോലെ ഒരു കൂറ്റൻ കാളയെ ചുട്ടതും ഒരു കുടം വീഞ്ഞും തട്ടിവിട്ടു.

"കളി തുടങ്ങാം. ഇന്നു ഞാൻ ജയിക്കും!"

സെമീഗോറിനിച്ച് തലേന്നു രാത്രി കണ്ണു ചിമ്മിയിട്ടില്ല. പകലാകട്ടെ ലോകം മുഴുവൻ അലഞ്ഞു നടക്കുകയായിരുന്നു. അതിനാൽ അയാൾ ഉറക്കം തൂങ്ങാൻ തുടങ്ങിയതിൽ അത്ഭുതപ്പെടാനില്ല. ബാബയാഗയുടെ സഹായത്തോടെ അന്നത്തെ കളിയിൽ ജയിച്ചതും ഇവാൻ തന്നെ, സെമീഗോറിനിച്ച് വീണ്ടും അഭ്യർത്ഥിച്ചു:

"എനിക്കിപ്പോൾ അത്യാവശ്യമായി ഒരിടത്തേയ്ക്കു പോകേണ്ടി യിരിക്കുന്നു. ഇന്നു രാത്രി നമുക്ക് കളി തുടരാം."

അന്നും പകൽ മുഴുവൻ ഇവാൻ വിശ്രമിച്ചു. രണ്ടു രാത്രികളിലായി സെമീഗോറിനിച്ചിന് ഉറക്കമില്ല. ലോകത്തിലങ്ങുമിങ്ങും പറന്നുപറന്നു വിശന്നു വലഞ്ഞാണ് മടങ്ങിവന്നത്. പതിവുപോലെ കൂറ്റൻ കാളയെ ചുട്ടതും ഒരു കുടം വീഞ്ഞും അകത്താക്കി. അതിഥിയെ ക്ഷണിച്ചു:

"മിടുമിടുക്കാ കളിക്കാൻ വരൂ. നോക്കിക്കോളൂ, ഇന്നു ഞാൻ തന്നെ ജയിക്കും."

പക്ഷേ തളർന്നവശനായി ഉറക്കം തൂങ്ങിയിരുന്ന സെമിഗോറിനിച്ച് കളിയിൽ അതിദയനീയമായി തോറ്റു.

സെമീഗോറിനിച്ച് പേടിച്ചു വിറച്ചു. കാരണം, കളിയിൽ ജയിച്ചവനു തോറ്റവനെ പിടിച്ചുതിന്നാമെന്നാണല്ലോ നിബന്ധന. അയാൾ ഇവാന്റെ കാൽക്കൽ വീണു ദയ യാചിച്ചു.

"ഇവാൻ നിങ്ങളെന്നെ തിന്നരുതേ. എന്നെ കൊല്ലരുതേ. നിങ്ങൾ ക്കിഷ്ടപ്പെടുമെങ്കിൽ ഞാൻ നിങ്ങളുടെ ഭൃത്യനാകാൻപോലും തയ്യാറാണ്."

അയാൾ പിന്നീട് അമ്മയുടെ കാൽക്കൽ വീണു.

"അമ്മേ, എന്നെ രക്ഷിക്കണമെന്ന് ഇവാനോടു പറയൂ!" ഇതുതന്നെ യായിരുന്നു ഇവാൻ കാത്തിരുന്നത്.

“ശരി. സെമീഗോറിനിച്ച് കളിയിൽ ഞാൻ മൂന്നുതവണ നിങ്ങളെ തോല്പിച്ചു. നിങ്ങളെ ഞാൻ ഏതായാലും കൊല്ലുന്നില്ല. പിടിച്ചു തിന്നുന്നുമില്ല. പക്ഷേ പകരം, ആ നൃത്തം വെയ്ക്കുന്ന താറാവിനേയും തമാശരാമൻ പൂച്ചയേയും സ്വയം പാടുന്ന സാൾട്ടറിയും എനിക്കു തരണം.”

കാര്യം വിഷമംകൂടാതെ സാധിച്ച സന്തോഷത്താൽ ബാബയാഗ പൊട്ടിച്ചിരിച്ചു. സെമീഗോറിനിച്ചിനും സംതൃപ്തിയായി. തന്റെ ജീവനോടു താരതമ്യപ്പെടുത്തിയാൽ എത്ര നിസ്സാരമാണ് അവ. അയാൾ ഇവാനേയും അമ്മയേയും മാറിമാറിപ്പുണർന്നു.

അന്നവിടെ ഒരു വിശേഷസദ്യയുണ്ടായിരുന്നു. സെമീഗോറിനിച്ച് മുമ്പൊരിക്കലുമില്ലാത്തത്ര സ്നേഹത്തിലാണ് ഇവാനോടു പെരുമാറിയിരുന്നത്. ‘സഹോദരാ’ എന്നാണ് വിളിച്ചിരുന്നത്. ഇവാനെ താൻ സുരക്ഷിതനായി വീട്ടിലെത്തിച്ചു കൊടുക്കാമെന്നുപോലും വാക്കു നല്കി.

“വെറുതെ നിങ്ങളെന്തിന്നു താറാവിനേയും പൂച്ചയേയും സാൾട്ടറിയും ചുമന്നു ബുദ്ധിമുട്ടുന്നു. കണ്ണിമയ്ക്കുന്ന സമയംകൊണ്ട് ഞാൻ നിങ്ങളെ എവിടെ വേണമെങ്കിലും എത്തിച്ചു തരാം.”

“മോനേ, നീ ഇവാനെ നിന്റെ ഇളയ ഇളയമ്മയുടെ അടുത്തു കൊണ്ടാക്കിയാൽ മതി. മടക്കത്തിന് മറ്റേ ഇളയമ്മയെ കാണാൻ മറക്കരുത്. നിന്നെ കണ്ടിട്ടു കാലം കുറച്ചായില്ലേ.”

സദ്യ അവസാനിച്ചു. അദ്ഭുതങ്ങൾ കയ്യിലെടുത്ത് ഇവാൻ ബാബയാഗയോടു യാത്ര പറഞ്ഞു. സെമീഗോറിനിച്ച് ഇവാനെ കയ്യിലെടുത്തു നീലാകാശത്തിലേയ്ക്കു കുതിച്ചുയർന്നു. ഒരു മണിക്കൂറിനുള്ളിൽ അവർ ഏറ്റവും ഇളയ ബാബയാഗയുടെ കുടിലിലെത്തിച്ചേർന്നു. അവരെ കണ്ടുമുട്ടിയപ്പോൾ ആ ബാബയാഗയ്ക്കുണ്ടായ സന്തോഷമൊന്നും പറയേണ്ട!

ഇവാൻ പിന്നെ ഒട്ടും താമസിച്ചില്ല. സ്വർണ്ണക്കുഞ്ചിരോമക്കുതിരയെ അയാൾ കോപ്പണിയിച്ചു. ബാബയാഗയോടും സമീഗോറിനിച്ചിനോടും നന്ദി പറഞ്ഞു. തന്റെ സ്വന്തം സാർതിരുമേനിയുടെ നാട്ടിലേക്കു കുതികുതിച്ചു.

എല്ലാ അദ്ഭുതങ്ങളും യാതൊരു കേടുപാടും കൂടാതെ ഇവാൻ നാട്ടിലെത്തിച്ചു. അപ്പോൾ സാർചക്രവർത്തി അതിഥികളുമായി വെടി പറയുകയായിരുന്നു. വേറെ മൂന്നു സാർ ചക്രവർത്തികളും മക്കളും മൂന്നു രാജാക്കന്മാരും രാജകുമാരന്മാരും മന്ത്രികളും മന്ത്രികുമാരന്മാരും പടനായകന്മാരും മറ്റും ഉൾക്കൊണ്ടതായിരുന്നു ആ സദസ്സ്.

അപ്പോഴാണ് ഇവാൻ സദസ്സിലേയ്ക്കു കടന്നുചെന്നത്. സ്വയം പാടുന്ന സാൾട്ടറിയും നൃത്തം വെയ്ക്കുന്ന താറാവിനേയും തമാശ രാമൻ പൂച്ചയേയും സാറിനു സമർപ്പിച്ചു. സാർ തിരുമേനി സന്തോഷിക്കാതിരിക്കുമോ!

“ഇവാൻ, ഇത്തവണ എനിക്കുവേണ്ടി നീ വല്ലാതെ ബുദ്ധിമുട്ടി

ക്കാണും. ഇന്നു മുതൽ നീയെന്റെ പ്രധാനക്കുതിരക്കാരനല്ല. രാജ സദസ്സിലെ ഒരു പ്രമുഖാംഗമായിരിക്കും.''

മന്ത്രിമാർക്കും പടനായകന്മാർക്കും ഇതത്ര രസിച്ചില്ല. അവർ തമ്മിൽ പിറുപിറുത്തു.

''ഒരു കുതിരക്കാരൻ നമ്മോടൊന്നിച്ചിരിക്കുക! ആലോചിക്കാൻ കൂടി വയ്യ! അവനെന്തുചെയ്യുമെന്നാണ് തിരുമേനി സ്വപ്നം കാണുന്നത്?''

ഇതിനിടയിൽ സ്വയം പാടുന്ന സാൾട്ടറി ശ്രുതി പിടിക്കാൻ തുടങ്ങി. തമാശ രാമൻ പൂച്ച പാട്ടു പാടാനും നൃത്തക്കാരി താറാവ് ചുവടുവെച്ചു നൃത്തം വെക്കാനും തുടങ്ങി. അപ്പോൾ ഒരു നേരംപോക്കുണ്ടായി. സാർ തിരുമേനിയടക്കം ബഹുമാന്യാതിഥികൾക്കെങ്ങും ഇരിപ്പുറക്കാതായി. എല്ലാവരും കൂടി കൂട്ടനൃത്തമായി.

നൃത്തം തന്നെ നൃത്തം. എത്ര ശ്രമിച്ചിട്ടും അവർക്കു നൃത്തം നിർത്താനായില്ല. രാജാക്കന്മാരുടെയും സാർ ചക്രവർത്തിമാരുടെയും കിരീടങ്ങൾ വഴുതി വീണുരുണ്ടു പോയി. രാജകുമാരന്മാരും മറ്റും കുത്തിയിരുന്നു ചുറ്റിക്കറങ്ങിക്കൊണ്ടുള്ള രസികൻ നൃത്തമാണാടിയിരുന്നത്. മന്ത്രിമാരും പടനായകന്മാരും വിയർത്തുമുങ്ങി. ശ്വാസംമുട്ടിപ്പോയി. ഒടുവിൽ സാർ തിരുമേനി കൈവീശി യാചിച്ചു.

''ഇവാൻ ഈ കളി നിർത്തു. ചാവാറായി!''

''ഇതു കേട്ടപ്പോൾ ഇവാൻ മൂന്നദ്ഭുതങ്ങൾ കയ്യിലെടുത്തു സഞ്ചിയിലിട്ടു. ഒന്നുമറിയാത്തപോലെ ഇരുപ്പായി.

''ചങ്ങാതികളേ, തമാശയെങ്ങനെ? ഇത്തരത്തിലൊന്ന് നിങ്ങൾ ജീവിതത്തിൽ കണ്ടിട്ടുണ്ടോ?

കുഴങ്ങി വീണു കിതച്ചുകൊണ്ടിരിക്കുന്ന അതിഥികളോടു സാർ ചോദിച്ചു.

അതിഥികൾക്ക് സാർ ചക്രവർത്തിയോട് അസൂയയായി. അതവരുടെ മുഖത്ത് സ്പഷ്ടമായിരുന്നു. ഇത് സാർചക്രവർത്തിക്കു നേരമ്പോക്കിനുള്ള വക നൽകി.

''ഈ ചക്രവർത്തികളും രാജക്കാന്മാരും അസൂയകൊണ്ട് ഇപ്പോൾ പൊട്ടിത്തെറിക്കും. അവർക്കീ അദ്ഭുതങ്ങളെ സ്വപ്നം കാണാൻ പോലും സാദ്ധ്യമല്ല.''

പടനായകന്മാരും മന്ത്രിമാരും തമ്മിൽ അപ്പോഴും കുശുകുശുത്തിരുന്നു.

''കാര്യം ഇങ്ങനെ വിട്ടാൽ ഈ നാടൻ നാളെ തിരുമേനിയുടെ വലംകയ്യാകും. അങ്ങനെ തന്റെ എല്ലാ അധികാരങ്ങളും ഈ നാടനെ ഏല്പിച്ചേക്കാനും ഇടവരും. അന്ന് ഇവാൻ നമ്മളെ ഈ സാമ്രാജ്യത്തു നിന്നും ആട്ടിപ്പുറത്താക്കും. കൂട്ടരേ, ഒന്നുകിൽ നമുക്കിവനെ പുറത്താക്കണം. അല്ലെങ്കിൽ നമുക്കു മരിക്കണം.''

■

അതിസുന്ദരിയായ ഒരു രാജകുമാരി

അടുത്ത ദിവസം പടനായകന്മാരും മന്ത്രിമാരും ഇക്കാര്യത്തെപ്പറ്റി കൂടുതൽ ചിന്തിക്കാൻ രഹസ്യമായി ഒരിടത്തു കൂടി. പുതിയ സഭാംഗത്തെ ആട്ടിയകറ്റാനുള്ള വഴികളാലോചിച്ചു. എത്ര തന്നെ തല പുകച്ചു ചിന്തിച്ചിട്ടും അവർക്കൊരു പോംവഴിയും കിട്ടിയില്ല. ആശ കൈവെടി ഞ്ഞിരിക്കുമ്പോഴാണ് ഒരു വയസ്സായ രാജകുടുംബാംഗം അവർക്കൊരു വഴി നിർദ്ദേശിച്ചു കൊടുത്തത്.

"ബഹുമാനപ്പെട്ട മന്ത്രിമാരേ, പടനായകന്മാരേ, നിങ്ങളെന്താണ് ഗൂഢാലോചിക്കുന്നതെന്നു എനിക്കറിയാം. നിരാശരാകാൻ വരട്ടെ. ഞാൻ ഒരു പോംവഴി കണ്ടിട്ടുണ്ട്. ആദ്യം കുടിക്കാൻ അല്പം മുന്തിരിച്ചാർ തരൂ. ആ പുതിയ സഭാംഗത്തെ ആട്ടിയോടിക്കാനുള്ള വഴി ഞാൻ പറഞ്ഞു തരാം."

"പറയൂ. പറയൂ," മന്ത്രിമാരും പടനായകന്മാരും ആർത്തുവിളിച്ചു. അവർ ആ കിഴവനു വീണ്ടും വീണ്ടും മുന്തിരിച്ചാർ പകർന്നു കൊടുത്തു.

"നമ്മുടെ തിരുമേനി വിഭാര്യനായിട്ടു കൊല്ലം നാല്പതോളമായില്ലെ? അതിനിടയിൽ പല തവണ അദ്ദേഹം സുന്ദരിയായ അൽയോന രാജകുമാരിയോടു പ്രണയാഭ്യർത്ഥന നടത്തി. അതൊന്നും രഹസ്യമല്ല. അവൾ തന്നെ അവഗണിച്ചതിൽ ക്രുദ്ധനായി മൂന്നു തവണ അവളുടെ സാമ്രാജ്യത്തെ ആക്രമിച്ചതും അതിദയനീയമായി പരാജയപ്പെട്ടതും നിങ്ങൾക്കറിയാവുന്ന കാര്യങ്ങളാണ്. ഒരു വിധത്തിലും അവൾ തിരുമേനിക്കു വഴങ്ങാൻ കൂട്ടാക്കിയില്ല. നമ്മുടെ ഇവാനെ ഈ അൽയോന യുടെ അടുത്തേക്കയപ്പിക്കണം. പിന്നെ അങ്ങോർ തിരിച്ചുവരലുണ്ടാ കില്ല."

പടനായകന്മാരും മന്ത്രിമാർക്കും ഇതു ബോധിച്ചു. പിറ്റേന്നു രാവിലെത്തന്നെ അവർ തിരുമേനിയെ സമീപിച്ചു.

"പ്രഭോ അങ്ങ് മഹാ ബുദ്ധിമാൻ തന്നെ. എത്രമാത്രം കഴിവുള്ള ഒരു വ്യക്തിയെയാണെന്നോ അങ്ങ് ഇന്നലെ കണ്ടുപിടിച്ചത്. അദ്ദേഹം അങ്ങയ്ക്കു തേടികൊണ്ടു വന്നിട്ടുള്ള അദ്ഭുതങ്ങൾ ഒരത്ഭുത കഥതന്നെ.

ഇപ്പോൾ അങ്ങോർ പറയുന്നതു തിരുമേനി കേട്ടോ, അതിസുന്ദരിയായ അൽയോനാ രാജകുമാരിയെത്തന്നെ വേണമെങ്കിൽ തിരുമേനിക്കു നിഷ്പ്രയാസം കൊണ്ടുവരുമത്രെ."

അൽയോനാ എന്ന പേരു കേട്ട മാത്രയിൽ തിരുമേനിക്കു ഇരിപ്പുറയ്ക്കാതായി. അദ്ദേഹം സിംഹാസനത്തിൽ നിന്നും ചാടി എഴുന്നേറ്റു.

"ഹായ്!" അദ്ദേഹം അത്യുച്ചത്തിൽ ആർത്തു വിളിച്ചു

"ഞാനക്കാര്യം തീരെ മറന്നു പോയി! സുന്ദരിയായ അൽയോനാ രാജകുമാരിയുടെ അടുത്തേക്കയക്കാൻ പറ്റിയവൻ തന്നെയാണ് നമ്മുടെ ഇവാൻ."

അദ്ദേഹം ഉടനെത്തന്നെ ഇവാന്നാളയച്ചു.

"ഉടനെത്തന്നെ പോകൂ. മൂ-ഒമ്പതു കരകളും കടന്നു മൂ-പത്താമത്തെ സാമ്രാജ്യത്തിൽ ചെന്നു സുന്ദരിയായ അൽയോനാ രാജകുമാരിയെ എനിക്കു പിടിച്ചു കൊണ്ടുവന്നു തരൂ."

"പക്ഷെ, തിരുമേനീ; അവൾ ഒരു സ്വയം പാടുന്ന സാൾട്ടറിയോ നൃത്തം വെയ്ക്കുന്ന താറാവോ തമാശ രാമൻ പൂച്ചയോ അല്ലല്ലോ. ഒരു സഞ്ചിക്കുള്ളിൽ കുത്തിനിറക്കാവുന്നവളല്ല അവൾ. അതുമല്ലാ അവൾക്ക് അങ്ങയെ ഒട്ടും ഇഷ്ടമില്ലെന്ന കഥ അങ്ങാടിപ്പാട്ടാണ്."

കോപാക്രാന്തനായ സാർ കാൽ നിലത്താഞ്ഞു ചവുട്ടി. താടി കിടുകിടെ വിറച്ചിരുന്നു. അദ്ദേഹം കൈകൊണ്ടാട്ടി.

"എന്നോടു തർക്കിക്കേണ്ട! ഒന്നും എനിക്കു കേൾക്കണ്ട. ഇഷ്ടമുണ്ടെങ്കിൽ പിടിച്ചുകൊണ്ടുവാ. സുന്ദരിയായ അൽയോനയെ എനിക്കു സമ്മാനിച്ചാൽ നിനക്കൊരു പട്ടണവും അതിനു ചുറ്റുമുള്ള സ്ഥലങ്ങളും വിട്ടുതരാം. കൂടാതെ നിന്നെ എന്റെ മന്ത്രിയുമാക്കാം. ഇല്ലേ, നിന്റെ തല ഞാൻ വെട്ടിക്കളയും."

തകർന്ന ഹൃദയത്തോടെയാണ് ഇവാൻ സാറിനെ വിട്ടുപോയത്. ഇവാൻ തന്റെ സ്വർണ്ണക്കുഞ്ചിരോമക്കുതിരയെ കോപ്പണിയിച്ചു തുടങ്ങി. അവൾ ചോദിച്ചു; "യജമാനനേ, അങ്ങെന്താ ചിന്താധീനനായും അതിദുഃഖിതനായും കാണുന്നത്? വല്ല കുഴപ്പത്തിലും ചെന്നു പെട്ടോ?"

"ഒന്നുമില്ല എന്റെ കുതിരേ, സുന്ദരിയായ അൽയോനാ രാജകുമാരിയെ ഞാൻ തിരുമേനിക്കു കൊണ്ടുവന്നു കൊടുക്കണമത്രെ. അങ്ങോർ തന്നെ മൂന്നുകൊല്ലം ഇടവിടാതെ യുദ്ധം ചെയ്തിട്ടും തോല്ക്കുകയാണുണ്ടായത്. ഇപ്പോൾ ഞാനൊറ്റക്കു അവളെ തട്ടിക്കൊണ്ടു വന്നു കൊടുക്കണമെന്നാണ് കല്പന."

"ഓ, ഇതു സാരമില്ല;" സ്വർണ്ണക്കുഞ്ചിരോമക്കുതിര സമാധാനിപ്പിച്ചു; "ഇക്കാര്യം ഞാനേറ്റു."

ഒട്ടും താമസിച്ചില്ല. ഇവാൻ യാത്രയായി. അവൻ കുതിരപ്പുറത്തു

ചാടിക്കയറുന്നതു കണ്ടവരുണ്ട്. പക്ഷേ എങ്ങോട്ടാണ് ഏതിലെയാണ് പോയതെന്നാരും കണ്ടില്ല. അത്ര വേഗതയിലാണ് കുതിര ഓടിയിരുന്നത്.

എത്ര ദൂരം സവാരി ചെയ്തു എന്നൊക്കെ പറയുക വിഷമം. ഒടുവിൽ മൂ-പത്താമത്തെ സാമ്രാജ്യത്തിൽ തന്നെ എത്തിച്ചേർന്നു. അതിനു ചുറ്റുമുള്ള മതിൽക്കെട്ടു കുതിര നിഷ്പ്രയാസം ചാടിമറിഞ്ഞു. താനിപ്പോൾ മറ്റൊരു സാർചക്രവർത്തിയുടെ വിലക്കപ്പെട്ട പൂങ്കാവിലാണ് നിൽക്കുന്നതെന്നു ഇവാനു മനസ്സിലായി. സ്വർണ്ണക്കുഞ്ചിരോമക്കുതിര പറഞ്ഞു:

"യജമാനനേ, ഞാനിപ്പോൾ നിറയെ ആപ്പിൾപ്പഴങ്ങൾ കുലച്ച ഒരാപ്പിൾ മരമായി മാറും. നീ എന്നിൽ കേറി ഒളിച്ചിരിക്കണം. നാളെ സുന്ദരിയായ അൽയോനാ രാജകുമാരിയും തോഴികളും ഇതിലെ വരും. തനിക്കൊരു ആപ്പിൾപ്പഴം പൊട്ടിച്ചെടുക്കാതിരിക്കാൻ രാജകുമാരിക്കു കഴിയില്ല. അവൾ അടുത്തെത്തുന്ന മാത്രയിൽ പിടികൂടണം. അപ്പോഴേക്കും ഞാൻ കുതിരയായി മാറി നില്പുണ്ടാകും നിമിഷം പോലും കളയാതെ എന്റെ പുറത്തു ചാടിക്കയറണം. അല്ലെങ്കിൽ നാമിരുവരും കൊല്ലപ്പെടും."

പിറ്റേന്നു പ്രതീക്ഷിച്ചപോലെ അൽയോനാ രാജകുമാരിയും തോഴികളും ആ വഴി വന്നു. സ്വർണ്ണാപ്പിൾപ്പഴങ്ങൾ നിറഞ്ഞ ഒരു മരം കണ്മുന്നിൽ കണ്ടപ്പോൾ രാജകുമാരി വിളിച്ചു പറഞ്ഞു:

"ഹായ്! എന്തൊരാപ്പിൾ മരം! ഞാനൊന്നു പൊട്ടിച്ചു വരാം."

അവൾ ആപ്പിൾ മരത്തിന്നടുത്തെക്കോടിച്ചെന്നു. തക്കം പാർത്തിരിക്കുകയായിരുന്ന ഇവാൻ അവളുടെ മേൽ ചാടിവീണു. അവളെ വാരിയെടുത്തുകൊണ്ടു അക്ഷമപൂണ്ടു കുളമ്പിട്ടടിക്കുന്ന സ്വർണ്ണക്കുഞ്ചിരോമക്കുതിരപ്പുറത്തു ചാടിക്കയറി. എല്ലാം ഒരു നിമിഷത്തിന്നുള്ളിൽ നടന്നു. മിന്നൽക്കൊടിപോലെ രാജകുമാരി അപ്രത്യക്ഷമാകുന്നതേ തോഴിമാർ കണ്ടുള്ളൂ.

അവർ വാവിട്ടു നിലവിളിച്ചു. കാവൽക്കാർ ഓടിയെത്തി. രാജകുമാരിയെ എങ്ങും കണ്ടില്ല. വിവരമറിഞ്ഞു സാർചക്രവർത്തി കുതിരപ്പടയാളികളെ പിന്നാലെവിട്ടു. പക്ഷേ ഒടുവിൽ എല്ലാവരും വെറും കയ്യോടെ തിരിച്ചുപോരേണ്ടിതന്നെ വന്നു. ഓടിയോടി അവരിൽ ചിലരുടെ കുതിരകൾ ചത്തുവീണു. അവർക്കു രാജകുമാരിയുടേയോ ഇവാന്റെയോ നിഴൽപോലും കാണാൻ കഴിഞ്ഞില്ല.

ഇതിനിടയ്ക്കു മിടുമിടുക്കനായ ഇവാൻ അനവധി കരകളും അനവധി തടാകങ്ങളും അനവധി നദികളും പിന്നിലാക്കിക്കഴിഞ്ഞിരുന്നു.

ആദ്യമെല്ലാം ഇവാന്റെ പിടിയിൽനിന്നും രാജകുമാരി സർവ്വശക്തിയുമെടുത്തു കുതറി രക്ഷപ്പെടാൻ നോക്കി. പിന്നെ തേങ്ങിത്തേങ്ങിക്കരച്ചിലായി. കരയുന്നതിന്നിടയിൽ ഇടക്കിടെ ഇവാനെ കടക്കണ്ണിട്ടു

നോക്കിയിരുന്നു. കരച്ചിൽകൊണ്ടൊന്നും ഫലമില്ലെന്നു കണ്ടിട്ടാവാം രണ്ടാംദിവസം അവൾ ഇവാനോടു സംസാരിച്ചു തുടങ്ങി.

"പറയൂ. അപരിചിതനായ യുവാവേ, നിങ്ങളാരാണ്? എവിടെനിന്നു വന്നു? നിങ്ങളുടെ നാടെവിടെയാണ്? ബന്ധുക്കളാരെല്ലാം? പേരെന്താണ്?"

"ഇവാനെന്നാണെന്റെ പേർ. ഞാൻ ആ പടുകിഴവൻ സാറിന്റെ നാട്ടിൽ നിന്നാണ്. കർഷകരാണ് എന്റെ മാതാപിതാക്കൾ."

"പറയൂ, ഇവാൻ എന്നെ തട്ടിക്കൊണ്ടുപോകുന്നതു നിങ്ങൾക്കു തന്നെയോ അതോ മറ്റാർക്കെങ്കിലുമോ?"

"ആ സാർ തിരുമേനിയുടെ കല്പനയാണ്."

ഇതു കേട്ടപ്പോൾ സുന്ദരിയായ അൽയോനാ രാജകുമാരിക്കു സഹിച്ചില്ല. അവൾ കൈതിരുമ്മി അട്ടഹസിച്ചു.

"ഞാനാ കൊരണ്ടിതന്തയെ ഒരിക്കലും കല്യാണം കഴിക്കില്ല. അങ്ങോരുടെ പ്രണയാഭ്യർത്ഥന ഞാൻ ചവിട്ടിത്തള്ളിയപ്പോൾ പടയുമായി വന്നു. മൂന്നു യുദ്ധത്തിലും തോറ്റു തുന്നം പാടിയിട്ടും കിഴവനു പൂതിമാറിയില്ലെന്നോ! സത്യം ഇന്നും ഞാനാക്കിഴവനു കീഴടങ്ങില്ല!"

എന്തോ ഈ വാക്കുകൾ ഇവാനെ അതീവ സന്തുഷ്ടനാക്കി. എങ്കിലും ഒന്നും മിണ്ടിയില്ല. മനസ്സിൽ ആശിച്ചു;

"ഇവളെ എന്റെ ഭാര്യയാക്കിയാലോ!"

ദൂരെ തന്റെ സാമ്രാജ്യം കാണാൻ തുടങ്ങി ഇവാൻ.

ഈ ദിവസമൊക്കെയും ഇവാന്റെ അതിയായ കഴിവിൽ സംശയമില്ലാത്ത സാർചക്രവർത്തി കൊട്ടാരവാതിൽക്കൽ ഇവാന്റെ വരവ് കാത്തിരിക്കുകയായിരുന്നു. ഇവാന്റെ നിഴൽ കണ്ടമാത്രയിൽ ഓടിച്ചെന്നു. അൽയോനാ രാജകുമാരിയെ കുതിരപ്പുറത്തു നിന്നും വാരിയെടുത്തു.

"ഞാനെത്രയെത്ര ആളുകളെ എന്റെ പ്രണയാഭ്യർത്ഥനയുമായി നിന്റെ അടുത്തേക്കയച്ചു. അന്നെല്ലാം നീ എന്നെ അവഗണിച്ചു. യുദ്ധത്തിലും നീ കീഴടങ്ങിയില്ല. പക്ഷേ ഒടുവിൽ നീ എനിക്കു കീഴടങ്ങേണ്ടിത്തന്നെ വന്നിരിക്കുന്നു."

ഇതിനു മറുപടിയായി അൽയോനാ ഒന്നു പുഞ്ചിരിക്കാൻ ശ്രമിക്കുക മാത്രം ചെയ്തു.

"തിരുമേനീ, ദയവുചെയ്തു യാത്രാക്ഷീണം തീർക്കാനനുവദിക്കൂ. കല്യാണക്കാര്യമൊക്കെ പിന്നീടാകാം."

ഇതുകേട്ടപ്പോൾ ചക്രവർത്തിക്കു തിരക്കോടു തിരക്കായി. ദാസികളേയും തോഴികളേയും അദ്ദേഹം വിളി തുടങ്ങി.

"ഇവൾക്കു വേണ്ടതെല്ലാം ആ മുറിയിൽ ഒരുക്കിക്കൊടുക്കണം."

"ഇതു കേൾക്കിൻ. നാളെ നിങ്ങളുടെ റാണിയാകേണ്ടവളാണിവൾ. അതിനാൽ നിങ്ങളവളെ അനുസരിക്കണം. ഒന്നിനും മുട്ടിക്കരുത്?"

അവർ രാജകുമാരിക്കു പ്രത്യേകം തയ്യാറാക്കിവെച്ചിരുന്ന മുറിയിലേക്കു നയിച്ചു. സാർ തിരുമേനി ഇവാന്റെ നേരെ തിരിഞ്ഞു.

"സബാഷ് ഇവാൻ! ഞാൻ നിന്നെ എന്റെ പ്രധാന മന്ത്രിയാക്കിയിരിക്കുന്നു. മാത്രമല്ല ഒന്നിനു പകരം മൂന്നു പട്ടണങ്ങളും അവയ്ക്കു ചുറ്റുമുള്ള സ്ഥലങ്ങൾ കൂടി നിനക്കു സമ്മാനമായിത്തരുന്നു."

ഒന്നു രണ്ടു ദിവസം കഴിഞ്ഞു. സാർ തിരുമേനിക്കു പിന്നെപ്പിന്നെ വിശ്രമമെന്നൊന്നില്ലാതെയായി. രാജ്യകാര്യങ്ങളും ശ്രദ്ധിച്ചില്ല. കഠിനമായ കല്യാണജ്വരം പിടികൂടിയ സാർ തിരുമേനി അടുത്ത ദിവസം അൽയോനാ രാജകുമാരിയെ സമീപിച്ചു.

"എന്നാണ് നമ്മുടെ അതിഥികളെ ക്ഷണിക്കേണ്ടത്? എന്നാണ് നമുക്കൊരുമിച്ചു പള്ളിയിൽ പോകേണ്ടത്?"

"കയ്യിൽ കല്യാണമോതിരമോ ഒരു വണ്ടിയോ സ്വന്തമായില്ലാതെ ഞാനെങ്ങനെയാണ് കല്യാണത്തിനു വരുക."

"ഓ, അതിന്നാണോ;" സാർ പറഞ്ഞു, "എന്റെ കയ്യിൽ എത്ര വേണമെങ്കിലും വണ്ടികളുണ്ട്. വിലപിടിച്ച മോതിരങ്ങളുമുണ്ട്. ഇഷ്ടമുള്ളതെടുക്കാം. നിനക്കു പിടിച്ചതൊന്നും അതിലില്ലെങ്കിൽ കടലിന്നക്കരെ നിന്നും കൊണ്ടുവരാൻ ഞാൻ ആളയക്കാം."

"തിരുമേനി. അത്രയൊന്നും ബുദ്ധിമുട്ടണ്ട. എന്റെ സ്വന്തം വണ്ടിയിലല്ലാതെ മറ്റൊരുത്തന്റെ വണ്ടിയിൽ ഞാൻ പള്ളിയിലേക്കില്ല. സ്വന്തം മോതിരമല്ലാതെ മറ്റൊരാളുടെ മോതിരം വിവാഹസമയത്ത് ഉപയോഗിക്കാൻ എനിക്ക് ഇഷ്ടമില്ല."

"അപ്പോൾ നിന്റെ വിവാഹമോതിരവും വണ്ടിയും എവിടെയാണ്?"

"എന്റെ വിവാഹമോതിരം ഒരു ഇരുമ്പുപെട്ടിയിലാണുള്ളത്. ഇരുമ്പുപെട്ടി വണ്ടിയിലും. വണ്ടിയാകട്ടെ ബ്യൂയാൻ ദ്വീപിന്നടുത്തായി കടലിന്റെ അടിത്തട്ടിൽ കാണും. കടലിന്നുള്ളിൽ നിന്ന് എന്റെ വിവാഹമോതിരവും വണ്ടിയും നിങ്ങൾക്കെടുത്തു തരാനാകാത്ത കാലത്തോളം കല്യാണക്കാര്യം എന്നോടു മിണ്ടിപ്പോകരുത്."

ഇതു കേട്ടപ്പോൾ സാർ ചക്രവർത്തി കിരീടമെടുത്ത് തലയുടെ പിൻവശം ചൊറിഞ്ഞുകൊണ്ടിരുന്നു.

"കടലിന്നടിയിൽ നിന്ന് ഞാനെങ്ങിനെയാണ് നിന്റെ വണ്ടിയും മോതിരവും കണ്ടെടുക്കുക?"

"അതൊന്നും എനിക്കറിയണ്ട. നിങ്ങൾക്കു വേണമെങ്കിൽ മാത്രം മതി." ഇത്രയും പറഞ്ഞു അവൾ തന്റെ മുറിയേക്കു പോയി.

സാർ തിരുമേനി ഏകാകിയായി ഇരുന്നിരുന്നു ആലോചിച്ചു. ഒരു പിടിയും കിട്ടുന്നില്ല. പെട്ടെന്ന് ഇവാനെ ഓർമ്മ വന്നു.

"അവൻ എനിക്കു വണ്ടിയും മോതിരവും എടുത്തു തരും!"

ഒട്ടും വൈകാതെ ഇവാനെ മുമ്പിൽ വരുത്തി.

“എന്റെ ഇവാൻ, പറയുന്നതു ശ്രദ്ധിച്ചു കേൾക്കണം. മറ്റൊരുവനും കഴിയാത്ത കാര്യങ്ങൾ നീയാണ് എനിക്കു നേടിത്തന്നത്. നൃത്തക്കാരി താറാവിനേയും തമാശ രാമൻ പൂച്ചയേയും സ്വയം പാടുന്ന സാൾട്ടറിയും മറ്റാർക്കാണ് കൊണ്ടുവന്നു തരാനാകുക? ഇപ്പോൾ താ അൽയോനയെത്തന്നെ എനിക്കു പിടിച്ചുകൊണ്ടു വന്നു തന്നിരിക്കുന്നു. പക്ഷേ ഒന്നുകൂടി നീ ചെയ്യേണ്ടതുണ്ട്. അവളുടെ വിവാഹമോതിരവും വണ്ടിയും കൂടി നീ എനിക്കു തേടിപ്പിടിച്ചു തരണം. മോതിരം ഒരു ഇരുമ്പുപെട്ടിയിലാണ്. പെട്ടി ഒരു വണ്ടിയിലും. വണ്ടിയാകട്ടെ ബ്യുയാൻ ദ്വീപിന്നടുത്തു കടലിന്നടിത്തട്ടിലാണുള്ളത്. എനിക്കു നീ അവ എങ്ങനേയും തേടിപ്പിടിച്ചു തരണം. എങ്കിൽ, സത്യം, എന്റെ സാമ്രാജ്യത്തിലെ ഏറ്റവും വലിയ പ്രഭുവാക്കി നിന്നെ മാറ്റും.”

മിടുമിടുക്കനായ ഇവാന്റെ മറുപടി ഇതായിരുന്നു.

“എന്നാൽ തിരുമേനീ, ഞാനൊരു വേൽമത്സ്യമല്ല. ആണോ? മോതിരവും വണ്ടിയുമെടുക്കാൻ ഞാനെങ്ങനെയാണ് കടലിന്നടിത്തട്ടിലെത്തിച്ചേരുക.”

സാർചക്രവർത്തിക്കു ശുണ്ഠി സഹിച്ചില്ല. നിലത്താഞ്ഞു ചവുട്ടിക്കൊണ്ട് അയാൾ അലറി.

“മിണ്ടിപ്പോകരുത്! ചക്രവർത്തി, ഞാനോ നീയോ? കല്പിക്കേണ്ടത് ഞാനാണ്. മിണ്ടാതെ അനുസരിക്കേണ്ടവനാണ് നീ! വേഗം പോയി കൊണ്ടുവരൂ. വിലപിടിച്ച ഒട്ടേറെ സമ്മാനങ്ങൾ നിന്നെ കാത്തിരിക്കുന്നു. ഇല്ലേ, നിന്റെ തല ഞാൻ വെട്ടി വീഴ്ത്തും.”

■

കടലിന്നടിയിലെ പെട്ടിയെത്തേടി

ഇവാൻ കുതിരാലയത്തിലേക്കു ചെന്നു. തന്റെ സ്വർണ്ണക്കുഞ്ചിരോമക്കുതിരയെ കോപ്പണിയിച്ചു തുടങ്ങി. അവൾ ചോദിച്ചു:

"വളരെ ദൂരം പോകണോ, യജമാനനേ?"

"എനിക്കു തന്നെ അറിയില്ല. എങ്ങോട്ടാണു പോകേണ്ടതെന്നു പോലും എനിക്കറിയില്ല. എങ്കിലും പോകാതെ നിവൃത്തിയില്ല. രാജകുമാരിയുടെ മോതിരവും വണ്ടിയും തിരഞ്ഞുപിടിക്കാൻ തിരുമേനി കല്പിച്ചിരിക്കുന്നു. മോതിരം അവളുടെ ഇരുമ്പുപെട്ടിയിലുണ്ടത്രെ. ഇരുമ്പുപെട്ടി അവളുടെ വണ്ടിയിലും. അവളുടെ വണ്ടി ബ്യൂയാൻ ദ്വീപിന്നടുത്ത് കടലിന്റെ അടിത്തട്ടിലെവിടെയോ ആണത്രെ കിടപ്പ്. അതിനെത്തിരഞ്ഞാണ് നാം പോകേണ്ടത്."

"യജമാനനേ, ഇന്നുവരെ ചെയ്തതിനേക്കാൾ കുഴപ്പം പിടിച്ചതാണിത്! ദൂരം വളരെയില്ല. പക്ഷേ കാര്യം അപകടത്തിൽ കലാശിക്കാനും എളുപ്പമുണ്ട്. വണ്ടി ഏതു ഭാഗത്താണ് എവിടെയാണെന്നെല്ലാം എനിക്കസ്സലായി അറിയാം. പക്ഷേ കിട്ടുക അത്ര എളുപ്പമല്ല. ഞാൻ കടലിന്റെ അടിത്തട്ടിലേക്ക് ഊളിയിട്ടിറങ്ങാം. ഞാൻ തനിച്ചുതന്നെ വണ്ടി കരക്കു വലിച്ചുകൊണ്ടു വരികയും ചെയ്യും. കടൽകുതിരകൾ വഴിക്കു പിടികൂടാതിരുന്നാൽ മതിയായിരുന്നു. അവരുടെ കണ്ണിലെങ്ങാനും പെട്ടുപോയെങ്കിൽ ഇജ്ജന്മത്തിൽ നാം കണ്ടുമുട്ടില്ല."

ഇവാൻ ചിന്താഗ്രസ്തനായി. ഒട്ടേറെ ചിന്തിച്ചപ്പോൾ ഒരു വഴി തെളിഞ്ഞു കണ്ടു.

അവൻ സാറിന്റെ അടുത്തു തിരിച്ചു ചെന്നു.

"തിരുമേനീ, എനിക്കു പന്ത്രണ്ടു കാളത്തോലും പന്ത്രണ്ടു *പൂഡ്സ് ചായം തേച്ച കയറും പന്ത്രണ്ടു പൂഡ്സ് താറും തരണം."

---

* ഒരു റഷ്യൻ അളവ്

“നിനക്കു വേണ്ടതൊക്കെ എടുത്തുകൊള്ളൂ. കാര്യം വേഗം തന്നെ ശരിയാക്കിത്തരണം.”

കാളത്തോലും കയറും വലിയ ഒരു കുട്ടകവും താറുമെല്ലാം ഒരു വണ്ടിയിൽ കയറ്റി കുതിരയെ കൂട്ടിക്കെട്ടി യാത്രയായി.

അവർ കടൽക്കരയിലെത്തി. അതിനടുത്തുള്ളത് സാർചക്രവർത്തിയുടെ വയലുകളാണ്. അവിടെ ഇരുന്നുകൊണ്ട് അവൻ കാളത്തോലുകൾ കൊണ്ടു കുതിരയെ പൊതിയുന്നതിൽ മുഴുകി. കയറുകൊണ്ടു വരിഞ്ഞു കെട്ടി.

“ഇനി അഥവാ കടൽക്കുതിരകൾ കണ്ടുമുട്ടിയാലും പേടിക്കാനില്ല.”

എല്ലാ തോലും പൊതിഞ്ഞുതീർത്തു. കയറുമുഴുവൻ കെട്ടിതീർത്തു. ഒടുവിൽ താറുമുഴുവൻ ഉരുക്കി മേലൊഴിച്ചു കൊടുത്തു.

“ഇനി എനിക്കു കടൽക്കുതിരകളെ പേടിയില്ല.” സ്വർണ്ണക്കുഞ്ചിരോമക്കുതിര സധൈര്യം പ്രഖ്യാപിച്ചു;” “ഈ മൈതാനത്തിൽ മൂന്നു ദിവസം നിങ്ങളെന്നെ കാത്തിരിക്കണം. സാൾട്ടറി പാടിച്ചുകൊണ്ടിരുന്നോളൂ. കൺപോള ചിമ്മരുത്.”

സ്വർണ്ണക്കുഞ്ചിരോമക്കുതിര കടലിലേയ്ക്കാണ്ടിറങ്ങി.

ഇവാൻ കടൽക്കരയിൽ ഏകാകിയായി. ഒന്നാം ദിവസം കഴിഞ്ഞു. രണ്ടാം ദിവസവും കഴിച്ചുകൂട്ടി. മൂന്നാം ദിവസം ഇവാന് ഉറക്കം സഹിക്കവയ്യാതായി. സാൾട്ടറി എത്ര പാടിയിട്ടും ഉറക്കമകറ്റുന്നതിൽ പരാജയപ്പെട്ടു. അറിയാതെ മയക്കത്തിലാണ്ടു.

അധികനേരം ഉറങ്ങിയില്ല. അല്ലെങ്കിൽ ഉറങ്ങിക്കാണണം. കുളമ്പടി ശബ്ദം കേട്ടു ഇവാൻ ഞെട്ടിയുണർന്നു. തന്റെ സ്വർണ്ണക്കുഞ്ചിരോമക്കുതിര കടലിൽ നിന്നു ഒരു വണ്ടിയും വലിച്ചുകൊണ്ട് കരകയറി വരുന്നത് അവൻ കണ്ടു. ആറു കടൽക്കുതിരകൾ തന്റെ കുതിരയുടെ ഇരുപാർശ്വങ്ങളിലായി കടിച്ചുതൂങ്ങിക്കിടക്കുന്നുണ്ട്.

ഇവാൻ ഓടിച്ചെന്നു.

“കാളത്തോലുകൊണ്ടു പൊതിഞ്ഞില്ലായിരുന്നെങ്കിൽ നാം വീണ്ടും കണ്ടുമുട്ടില്ലായിരുന്നു. അവർ കൂട്ടമായാണ് എന്നെ ആക്രമിച്ചത്. ഒമ്പതു തോലുകൾ ഒന്നൊന്നായി അവർ കഷ്ണം കഷ്ണമാക്കി. മറ്റു രണ്ടെണ്ണം കൂടി അവർ കീറിക്കളഞ്ഞു. ഭാഗ്യത്തിന് അപ്പോൾ, ഈ ആറു കടൽക്കുതിരകളുടെ പല്ലുകൾ താറിൽ പറ്റിപ്പിടിച്ചു. ഒരിക്കൽ നിങ്ങൾക്കിവയെക്കൊണ്ടു കാര്യമുണ്ടാകും;” സ്വർണ്ണക്കുഞ്ചിരോമക്കുതിര പറഞ്ഞു.

മിടുക്കനായ ഇവാൻ ആ ആറു കുതിരകളേയും തളച്ചിട്ടു. ചാട്ടവാറെടുത്ത് അവയെ ഇണക്കാൻ തുടങ്ങി. അവയെ ആഞ്ഞടിച്ചുകൊണ്ടു അയാൾ ചോദിച്ചു.

"നിങ്ങളെന്നെ യജമാനനായി സ്വീകരിക്കുമോ? നിങ്ങളെന്നെ അനുസരിക്കുമോ? ഇല്ലെങ്കിൽ നിങ്ങളെ ജീവനോടെ ഞാൻ തോലുരിച്ചു ചെന്നായ്ക്കൾക്കു എറിഞ്ഞു കൊടുക്കും."

അപ്പോൾ കടൽക്കുതിരകൾ ഇവാന്റെ മുമ്പാകെ മുട്ടുകുത്തിക്കൊണ്ടു കരുണ യാചിച്ചു.

"ഞങ്ങളെ അടിക്കരുതേ. ഇനിയും ശിക്ഷിക്കാതെ നിങ്ങൾ കല്പിക്കുന്നതെന്തും അക്ഷരം പ്രതി ഞങ്ങൾ അനുസരിക്കാം. വിശ്വസ്ത ഭൃത്യരായി സേവിക്കാം. ഏതു കുഴപ്പത്തിൽ നിന്നും നിങ്ങളെ ഞങ്ങൾ രക്ഷിയ്ക്കാം."

ഇവാൻ തുടർന്ന് അടിച്ചില്ല. ഏഴു കുതിരകളെയും തന്റെ വണ്ടിയിൽ കെട്ടി. വണ്ടിയിൽ ചാടിക്കയറിക്കൊണ്ടു കൊടുങ്കാറ്റിന്റെ വേഗതയിൽ കൊട്ടാരത്തിലേക്കു തിരിച്ചു.

■

കഥയുടെ അന്ത്യം

കൊട്ടാരപ്പടിവാതിൽ തള്ളിത്തുറക്കപ്പെട്ടു. കുതിരകളെ തന്റെ ലായത്തിൽ കെട്ടിയിട്ടു. നേരെ സാർചക്രവർത്തിയുടെ മുമ്പിൽ ഇവാൻ ഹാജരായി.

"തിരുമേനീ വന്നു വണ്ടിയെടുത്തോളൂ. സ്ത്രീധനവും അതിലുണ്ട്."

ഇത്തവണ ഇവാനെ അഭിനന്ദിക്കാനോ ഇവാനോട് തനിക്കുള്ള നന്ദി രേഖപ്പെടുത്താൻ പോലുമോ സാർ ചക്രവർത്തിക്കു ക്ഷമ കണ്ടില്ല. വാണംപോലെ അദ്ദേഹം വണ്ടിയുടെ അടുത്തേയ്ക്കു പാഞ്ഞു. ഇരുമ്പു പെട്ടി പുറത്തെടുത്ത് അൽയോനാ രാജകുമാരിയുടെ അടുത്തേക്കോടി.

"സുന്ദരിയായ അൽയോനാ രാജകുമാരീ, ഭവതിയുടെ എല്ലാ ആശകളും ഇതോടെ ഞാൻ നിറവേറ്റുന്നു. മോതിരവും പെട്ടിയും ഇതാ. വണ്ടി പുറത്തു കാത്തു നില്ക്കുന്നു. ഇപ്പോൾ തന്നെ പറയണം. എന്നാണ് നമ്മുടെ കല്യാണം നടത്തേണ്ടത്! എന്നാണ് അതിഥികളെ ക്ഷണിക്കേണ്ടത്."

"കല്യാണം കഴിയുന്ന വേഗം തന്നെ നടത്താം. പക്ഷേ നിങ്ങളുടെ വാർദ്ധക്യവും നരയും എനിക്കിഷ്ടമില്ല. ആളുകൾ എന്തു പറയും! അവർ നമ്മെ നോക്കി പരിഹസിക്കും; 'ആ കൊരണ്ടിത്തന്തയുണ്ട് ഒരു മധുര പ്പതിനേഴുകാരിയെ കല്യാണം കഴിച്ചിരിക്കുന്നു!' അവർക്കറിയില്ല, ചെറുപ്പക്കാരിയായ ഭാര്യക്കു ഈ കിഴവൻ ജീവന്റെ ജീവനാണെന്ന സത്യം. വായാടികളുടെ വായടക്കാനാകട്ടെ വല്യ വിഷമവുമാണ്. അതിനാൽ കല്യാണത്തിന്നു മുമ്പ് നിങ്ങൾക്കു ഒരു ചെറുപ്പക്കാരനാകാൻ കഴിഞ്ഞെങ്കിലേ ഞാൻ കല്യാണം കഴിക്കൂ."

"ചെറുപ്പകാരനാകാൻ എനിക്കു കൊതിയുണ്ട്. പക്ഷേ അതെങ്ങനെ സാധിക്കും? ഒരു വഴി പറഞ്ഞു തരൂ. ഇത്തരമൊരു പുതുമ ഞാനിതു വരെ കേട്ടിട്ടു പോലുമില്ല."

അപ്പോൾ സുന്ദരിയായ അൽയോന രാജകുമാരി പറഞ്ഞു:

"നിങ്ങൾ മൂന്നു വലിയ കുട്ടകങ്ങളെടുക്കണം. ഒന്നിൽ നിറച്ച് പാലൊഴിക്കണം. മറ്റേ രണ്ടിലും അരുവി വെള്ളവും. പാൽ നിറച്ച

കുട്ടകവും വെള്ളം നിറച്ച ഒരു കുട്ടകവും ചൂടാക്കണം. വെറുതെ തിളച്ചാൽ പോരാ. നന്നായി ചുട്ടു തിളച്ചു മറിയണം. ആദ്യം തിളയ്ക്കുന്ന പാലിൽ ചാടണം. പിന്നെ ചൂടുവെള്ളത്തിൽ ഒടുവിൽ പച്ചവെള്ളത്തിലും. മൂന്നിലും മുങ്ങി പുറത്തു വരുമ്പോഴേയ്ക്കും നിങ്ങളൊരൊന്നാന്തരം സുഭഗനായ യുവാവായി മാറിയിരിക്കും.''

''ഞാൻ വെന്തു പോകില്ലേ?,'' സാർ സംശയിച്ചു.

''വിഡ്ഢിത്തം. എന്റെ സാമ്രാജ്യത്തിൽ ഒരൊറ്റ കിഴവനെയെങ്കിലും നിങ്ങൾക്കു കാണാൻ കഴിയില്ല. എല്ലാവരും ഈ വിദ്യയാണ് എടുക്കുന്നത്. ഇതുവരെ ഒരുത്തനെങ്കിലും പെള്ളലേറ്റതായി കേട്ടിട്ടില്ല.''

അൽയോന നിർദ്ദേശിച്ചവണ്ണം എല്ലാം ഒരുക്കി. പക്ഷേ പാലും വെള്ളവും തിളച്ചു മറിയുന്നതു കണ്ടപ്പോൾ സാറിന്റെ മനസ്സ് പതഞ്ഞു തുടങ്ങി. പേടിച്ചു വിറച്ചു. കുട്ടകത്തിന്നു ചുറ്റുമായി കറങ്ങിയതല്ലാതെ ചാടിയില്ല.

''ആദ്യം ഇവാനെ കുളിപ്പിക്കാം. എന്നിട്ടു മതി എന്റെ കുളി. അവനു പൊള്ളലേറ്റില്ലെങ്കിലേ ഞാൻ ചാടൂ. അഥവാ അവൻ ചത്തുവെങ്കിൽ ഒരുവനും അവനു വേണ്ടി കരയാൻ ഈ ദുനിയാവിലില്ല. അവന്റെ ആ അസാധാരണ കുതിരകളെ എനിക്കു തട്ടിയെടുക്കാനാവും. ഇതിനു പുറമെ, ഞാൻ സത്യം ചെയ്തപോലെ പട്ടണങ്ങളൊട്ടു കൊടുക്കാതെയും കഴിച്ചുകൂട്ടാം;'' സാർചക്രവർത്തി ചിന്തിച്ചു.

ഉടനെ അദ്ദേഹം ഇവാനെ ആളയച്ചു വരുത്തി.

''തിരുമേനി, ഇനി അങ്ങെക്കെന്താണാവശ്യം? ദുരിതം പിടിച്ച ഒരു യാത്ര കഴിഞ്ഞു ഞാനെത്തിയതേയുള്ളു. അങ്ങേക്കറിയാം.''

''അധികനേരമൊന്നും പിടിച്ചുനിർത്തുന്നില്ല - ഈ മൂന്നു കുട്ടകങ്ങളിൽ ഒന്നു ആണ്ടു മുങ്ങി വേഗം പോയി വിശ്രമിച്ചോളൂ.''

ഇവാൻ കുട്ടകങ്ങളിൽ കണ്ണോടിച്ചു! വെള്ളവും പാലും നിറച്ച രണ്ടു കുട്ടകങ്ങൾ തിളച്ചുമറിയുന്നു: മൂന്നാമത്തേതിലെ വെള്ളം തണുത്തതും നിശ്ചലവുമാണ്.

''തിരുമേനീ, അങ്ങേക്കെന്നെ ജീവനോടെ പുഴങ്ങണ്ട. വേണോ?'' അവൻ പരിഭവിച്ചു ''നിങ്ങളെ ജീവൻ പണയം വെച്ചു സേവിച്ചതിനെല്ലാമുള്ള പ്രതിഫലം ഇതാണോ?''

''ഓ, ഇവാൻ പറയുന്നതുമുഴുവൻ കേൾക്കു. ഒരു കിഴവൻ ഇവയിൽ മുങ്ങിയാൽ ഒരു ഇരുപതുകാരനെപ്പോലെ സുന്ദരനായ യുവാവായി മാറും.''

''അതിനു ഞാൻ കിഴവനൊന്നുമല്ലല്ലോ, തിരുമേനീ, കൂടാതെ എനിക്കിതിലും ചെറുപ്പക്കാരനാകാനൊട്ടു ആശയുമില്ല.''

സാറിന്റെ ക്ഷമ നെല്ലിപ്പടികണ്ടു.

"നീ എന്തൊരു ദുർബുദ്ധിയാണ്! എപ്പോഴും തർക്കമാണ്. സ്വനമസ്സാ ചാടാൻ ഭാവമില്ലെങ്കിൽ ഞാൻ ചാടിക്കും. എന്റെ ദണ്ഡനത്തിന്റെ സ്വാദെന്താണെന്നറിഞ്ഞേ അനുസരിക്കുള്ളു എന്നുണ്ടോ?"

ഈ അവസരത്തിലാണ് പെട്ടെന്നു തന്റെ മുറിയിൽനിന്നു അൽയോനാ രാജകുമാരി അവിടേയ്ക്കു കടന്നുവന്നത്. ആരോടെ ന്നില്ലാതെ അവൾ വിളിച്ചു പറഞ്ഞിരുന്നു.

"ചാടുന്നതിനുമുമ്പ് വിവരം സ്വർണ്ണക്കുഞ്ചിരോമക്കുതിരയെ അറിയിക്കണേ. എങ്കിൽ പേടികൂടാതെ കുളിക്കാം."

സാർ ചക്രവർത്തിയെ അഭിമുഖീകരിച്ചുകൊണ്ടു അവൾ തുടർന്നു:

"പറഞ്ഞതുപോലെ എല്ലാം ഒരുക്കിയോ എന്നു നോക്കാൻ വന്ന താണ്."

അവൾ കുട്ടകങ്ങൾ അടുത്തു ചെന്നു പരിശോധിച്ചു.

"എല്ലാം ശരിയായിട്ടുണ്ട്." അവൾ ചോദിച്ചു;" "അപ്പോൾ കുളിക്കുക യല്ലേ. ഞാൻ കല്യാണത്തിന്നൊരുങ്ങാൻ പോകട്ടെ."

ഇവാൻ സാറിനോടു അഭ്യർത്ഥിച്ചു.

"തിരുമേനീ, ഒരിക്കൽ കൂടി അങ്ങയെ പ്രീതിപ്പെടുത്താം. ആർക്കും രണ്ടു മരണമില്ല. മരണത്തിന് ഒരിക്കലേ വഞ്ചിക്കാനാകൂ. ഒന്നുമാത്രം ദയവുചെയ്തു അനുവദിക്കണം. എന്റെ സ്വർണ്ണക്കുഞ്ചിരോമക്കുതിരയെ അവസാനമായി ഒന്നു കാണാൻ സമ്മതിക്കണം. ഒരുപക്ഷേ അവസാനത്തെ കൂടിക്കാഴ്ചയാകില്ലെന്ന് ആർക്കറിയാം. ഞങ്ങളൊന്നിച്ച് എത്രയെത്ര സവാരി ചെയ്തതാണ്!"

"ഉം. വേഗംതന്നെ തിരിച്ചു വരണം."

ഇവാൻ ലായത്തിൽ ചെന്നു. സംഗതികൾ സ്വർണ്ണക്കുഞ്ചിരോമ ക്കുതിരയേയും മറ്റു കടൽക്കുതിരകളേയും അറിയിച്ചു.

"ഞങ്ങൾ മൂന്നു തവണ മുക്കറയിടുന്നതുകേട്ട ഉടനെ ചാടിക്കോളൂ. പേടിക്കാനൊന്നുമില്ല."

ഇവാൻ തിരിച്ചു വന്നു.

"തിരുമേനി ഒരു നിമിഷത്തിനുള്ളിൽ ചാടാം."

അപ്പോഴേക്കും കുതിരകൾ മുക്കറയിടുന്ന ശബ്ദം ഉയർന്നു. ഒന്ന്, രണ്ട്, മൂന്ന് - ഒരു ചാട്ടവും. മിടുമിടുക്കനായ ഇവാൻ പാലിൽ ആണ്ടു മുങ്ങി. അതിൽനിന്ന് ചൂടുവെള്ളത്തിലേക്കും ചൂടുവെള്ളത്തിൽ നിന്നു പച്ചവെള്ളത്തിലേക്കും ചാടി. മൂന്നാമത്തെ കുട്ടകത്തിൽ മുങ്ങിക്കൊണ്ട് ഇവാൻ പുറത്തുവന്നത്, ഉഷസ്സിലെ നീലാകാശം പോലെ അതിസുന്ദര നായിട്ടായിരുന്നു. അത്രമാത്രം സുന്ദരനായ ഒരുവൻ അതിനുമുമ്പോ പിമ്പോ ഈ ഭൂമിയിൽ പിറന്നിട്ടില്ല!

ഇതെല്ലാം കണ്ടതോടെ സാർചക്രവർത്തിയുടെ സർവ്വ സംശയങ്ങളും ഭീതിയും അസ്തമിച്ചു. ആവേശത്തോടെ തട്ടിലേക്കു പിടിച്ചുകയറി. തിളച്ച പാലിലേക്ക് ഒരൊറ്റച്ചാട്ടം. അതിൽക്കിടന്ന് സാർചക്രവർത്തി വെന്തുപോയി. പിന്നീടൊരിക്കലും പൊന്തിയില്ല.

സുന്ദരിയായ അൽയോനാ രാജകുമാരി ഓടിവന്നു. ഇവാന്റെ കൈകൾ കടന്നുപിടിച്ചു. തന്റെ മോതിരം അവന്റെ കയ്യിലണിയിച്ചു.

അവൾ തന്റെ അനനുകരണീയമായ മന്ദഹാസം തൂകിക്കൊണ്ടു പറഞ്ഞു.

"സാറിന്റെ കല്പനയനുസരിച്ചാണല്ലോ നിങ്ങളെന്നെ തട്ടിക്കൊണ്ടു വന്നത്. പക്ഷേ അങ്ങോർക്കായുസ്സില്ല. ഇനിയെല്ലാം നിങ്ങളുടെ ഇഷ്ടം. നിങ്ങൾക്കെന്നെ ഇഷ്ടമില്ലെങ്കിൽ എന്റെ സാമ്രാജ്യത്തിൽ തിരിച്ചെത്തിച്ചു തരൂ. സ്നേഹമാണെങ്കിൽ അങ്ങെന്നെ സ്വീകരിച്ചാലും."

അപ്പോൾ ഇവാൻ അവളുടെ വെളുവെളുത്തകൈകൾ കൂട്ടിപ്പിടിച്ചുകൊണ്ടു, അവൾ തന്റേതു മാത്രമാണെന്നു പറഞ്ഞു. തന്റെ മോതിരം ഇവാൻ രാജകുമാരിയുടെ ചന്തമേറിയ വിരലിലണിയിച്ചു.

തന്റെ വൃദ്ധരായ മാതാപിതാക്കളേയും സഹോദരന്മാരേയും കൊട്ടാരത്തിലേക്കു കൂട്ടിക്കൊണ്ടുവരുവാൻ ഇവാൻ ദൂതനെ അയച്ചു. അല്പസമയത്തിന്നുള്ളിൽ മുപ്പത്തിരണ്ടു സഹോദരന്മാരും അച്ഛനും അമ്മയും കൊട്ടാരത്തിലെത്തി.

ഇവാനും അൽയോനാരാജകുമാരിയും തമ്മിലുള്ള വിവാഹം അതിഗംഭീരമായി കഴിഞ്ഞു. ഇവാൻ സുന്ദരിയായ ഭാര്യയൊന്നിച്ച് മാതാപിതാക്കളെ ശുശ്രൂഷിച്ചുകൊണ്ട് സന്തോഷപൂർണ്ണമായ ജീവിതം നയിച്ചു, അന്ത്യം വരേയും.

■

കെ.എസ്. വേണുഗോപാൽ

എഴുത്തുകാരൻ, കഥാകൃത്ത്. 1939ൽ ചാവക്കാട്ട് മണത്തലയിൽ ജനനം. കോഴിക്കോട് മലബാർ ക്രിസ്ത്യൻ കോളേജ്, പാലക്കാട് വിക്ടോറിയ കോളേജ് എന്നിവിടങ്ങളിൽ വിദ്യാഭ്യാസം. അച്ഛൻ: കെ.എസ്. സുകുമാർ. അമ്മ: കെ.എ. പാർവ്വതി. പാലക്കാട്ടു നിന്ന് സ്പെഷ്യൽ തഹസീൽദാറായി വിരമിച്ചു.

**ഗ്രീൻ ബുക്സ് പ്രസിദ്ധീകരിച്ച
ഗ്രന്ഥകർത്താവിന്റെ ഇതര കൃതികൾ**

*ടാഗോർ ഇഖ്ബാൽ ആശാൻ
ഇന്ത്യൻ നവോത്ഥാന മഹാകവിത്രയം (പഠനം)*

പുന്നപ്ര വയലാർ ചില ചിതറിയ ചിന്തകൾ (ലേഖനം)

www.ingramcontent.com/pod-product-compliance
Lightning Source LLC
LaVergne TN
LVHW060623051026
849519LV00002B/742
* 9 7 8 9 3 8 6 4 4 0 5 0 1 *